ഗ്രീൻ ബുക്സ്

പല ലോകം പല കാലം

സച്ചിദാനന്ദൻ

കവി, നാടകകൃത്ത്, വിവർത്തകൻ, നിരൂപകൻ, കഥാകൃത്ത്.
1946-ൽ കൊടുങ്ങല്ലൂരിൽ ജനനം.
ഇരുപത്തഞ്ച് കവിതാസമാഹാരങ്ങൾ,
അത്രതന്നെ കവിതാവിവർത്തനസമാഹാരങ്ങളും
ലേഖനസമാഹാരങ്ങളും. രണ്ട് നാടകകൃതികൾ,
മൂന്നു യാത്രാവിവരണ ഗ്രന്ഥങ്ങൾ, ഒരു കഥാസമാഹാരം.
സ്വന്തം കവിതകളുടെ വിവർത്തനസമാഹാരങ്ങൾ ചൈനീസ്,
അറബിക്, ഫ്രഞ്ച്, ജർമൻ, ഇറ്റാലിയൻ, സ്പാനിഷ്, ഐറിഷ്,
ഇംഗ്ലീഷ്, ഹിന്ദി, ബംഗാളി തുടങ്ങി പതിനെട്ട് ഭാഷകളിൽ.
ലോകമെമ്പാടും കവിതകൾ അവതരിപ്പിച്ചിട്ടുണ്ട്.
ഇംഗ്ലീഷിൽ നാല് താരതമ്യ സാഹിത്യപഠന സമാഹാരങ്ങൾ.
ജ്വാല, ഉത്തരം, പച്ചക്കുതിര എന്നീ ലിറ്റിൽ മാഗസിനുകളും
മലയാളം, ഇംഗ്ലീഷ്, ഹിന്ദി ഭാഷകളിൽ പതിനഞ്ചു
പുസ്തകങ്ങളും എഡിറ്റ് ചെയ്തിട്ടുണ്ട്.
കേരളത്തിൽ ഇംഗ്ലീഷ് പ്രൊഫസർ, ഡൽഹിയിൽ
'ഇന്ത്യൻ ലിറ്ററേച്ചർ' പത്രാധിപർ, കേന്ദ്ര സാഹിത്യ അക്കാദമി
സെക്രട്ടറി, ഇഗ്നോ പരിഭാഷാവകുപ്പ് ഡയറക്ടർ,
'കഥ' എഡിറ്റർ, 'ബിയോണ്ട് ബോർഡേഴ്സ്' എഡിറ്റർ
(സാർക്ക് പ്രസാധനം) എന്നീ നിലകളിൽ ജോലി ചെയ്തു.
ഇപ്പോൾ കേരള സാഹിത്യ അക്കാദമി പ്രസിഡണ്ട്.
സിംല ഇന്ത്യൻ ഇൻസ്റ്റിറ്റ്യൂട്ട് ഓഫ് അഡ്വാൻസ്ഡ്
സ്റ്റഡീസ് നാഷണൽ ഫെല്ലോ.
അഞ്ച് കേരള സാഹിത്യ അക്കാദമി അവാർഡുകൾ,
ടാറ്റാ പോയറ്റ് ലോറിയറ്റ്, കേന്ദ്രസാഹിത്യ അക്കാദമി അവാർഡ്,
ആശാൻ, ഉള്ളൂർ, പി. കുഞ്ഞിരാമൻ നായർ, ഓടക്കുഴൽ,
വയലാർ, കമലാ സുരയ്യ, പത്മപ്രഭ, കടമ്മനിട്ട, കുസുമാഗ്രജ്,
ഗംഗാധർ മെഹർ, എഴുത്തച്ഛൻ, കുവേമ്പു, എസ്.ബി.ടി
അവാർഡ് ഉൾപ്പെടെ 73 പുരസ്കാരങ്ങൾ.
ഇറ്റലിയിൽ നിന്ന് നൈറ്റ്ഹുഡ്.
ഇന്ത്യ-പോളണ്ട് ഫ്രണ്ട്ഷിപ്പ് മെഡൽ.
ഇമെയിൽ : satchida@gmail.com

ഗ്രീൻ ബുക്സ് പ്രസിദ്ധീകരിച്ച
ഗ്രന്ഥകാരന്റെ ഇതരകൃതികൾ

കിഴക്കും പടിഞ്ഞാറും
(യാത്ര)

ഓർമ്മകളുടെയും മറവികളുടെയും പുസ്തകം
(ഓർമ്മ)

മലയാളത്തിന്റെ പ്രിയകവിതകൾ - സച്ചിദാനന്ദൻ

ഇരുപതു പ്രണയകവിതകളും ഒരു വിഷാദഗീതവും
(പാബ്ലോ നെരൂദ)
വിവർത്തനം

യാത്ര

പല ലോകം പല കാലം

(കേരള സാഹിത്യ അക്കാദമി അവാർഡ്
നേടിയ പുസ്തകം)

സച്ചിദാനന്ദൻ

ഗ്രീൻബുക്സ്

green books private limited
gb building, civil lane road, ayyanthole,
thrissur- 680 003, kerala, ph: +91 487-2381066, 2381039
website: www.greenbooksindia.com
e-mail: info@greenbooksindia.com

branches:
thrissur 8589095302
thiruvananthapuram 8589095301
calicut 8589095307

malayalam
pala lokam pala kaalam
travelogue
by
satchidanandan

published january 2024

cover image & illustration: kavithabhama p.v.
cover design : s. mahendra

printed in india
repro india ltd

isbn : 978-81-963780-7-3

GBPL/1344/2024

ഉള്ളടക്കം

ഇത് യാത്രകളുടെ പുസ്തകം

എന്റെ കുറേ യാത്രകളുടെ ഉത്പന്നമാണ് ഈ സമാഹാരം. ഒരു യാത്രയും തെരുവിലോ കടലിലോ വായുവിലോ മാത്രമല്ല, ഓരോന്നും മനസ്സുകളിലേക്കും സംസ്കാരങ്ങളിലേക്കും ജീവിതശൈലികളിലേക്കും ബന്ധങ്ങളിലേക്കുമുള്ള യാത്രകളാണ്. ഓരോ യാത്രയും ചിലത് അനുഭവിപ്പിക്കുന്നു, ചിലതു പഠിപ്പിക്കുന്നു, അനുഭവങ്ങളുടെ സീമ വിപുലമാക്കുന്നു. പഠിച്ചുവച്ച ചിലതു തെറ്റെന്നു തെളിയിക്കുന്നു. ചിലയിടങ്ങളിൽ അപരിചിതത്വമുണരുന്നു, ചിലയിടങ്ങളിലോ മുജ്ജന്മസന്ദർശനത്തിന്റേയെന്ന പോലുള്ള പരിചിതത്വവും സ്മൃതികളും.

യാത്രകളിൽ കാഴ്ചകൾ മാത്രമല്ല ഉള്ളത്; ശബ്ദങ്ങൾ, ഭാഷകൾ, രുചികൾ, ഗന്ധങ്ങൾ, സ്പർശങ്ങൾ, സംവാദങ്ങൾ, വിചാരങ്ങൾ, ചിരന്തന സൗഹൃദങ്ങൾ, അസ്തിത്വത്തിന് പുതിയ മാനങ്ങൾ, അനുഭവത്തിന് പുതിയ ആഴങ്ങൾ. ആറിന്ദ്രിയങ്ങളും അതിലുൾപ്പെടുന്നു.

പോയിടങ്ങളിലൊന്നും ഞാനൊരു വിനോദസഞ്ചാരിയായിരുന്നില്ല. പോകുന്നതിനു മുൻപും വന്നതിനുശേഷവും ഞാൻ പഠിക്കുകയും ആലോചിക്കുകയും ചെയ്തിരുന്നു. വഴിയിൽ കണ്ടതെല്ലാം മനസ്സിൽ കുറിച്ചിട്ടിരുന്നു. എല്ലാ ഇന്ദ്രിയങ്ങളും തുറന്നുവച്ചിരുന്നു. അറിഞ്ഞതിൽ പാതി ലേഖനങ്ങളായി. അനുഭവിച്ചതിൽ പാതി കവിതകളും. കണ്ടതിന്റെ ഒരംശം ഞാൻ ക്യാമറയിൽ പകർത്തി. പകർത്താനായിട്ടല്ല, പടങ്ങൾ കാണുമ്പോൾ ഓർമ്മിക്കാൻ. പടങ്ങൾ പ്രതിച്ഛായകളല്ല, സൂചകങ്ങൾ മാത്രം. പോയിടത്തെല്ലാം ക്യാമറ പരാജയപ്പെട്ടു - പ്രതിച്ഛായകളായിരുന്നു ലക്ഷ്യമെങ്കിൽ. നിറങ്ങൾ, ആകാരങ്ങൾ, സ്മാരകങ്ങളായാലും പ്രകൃതിദൃശ്യങ്ങളായാലും ആൾക്കൂട്ടങ്ങളായാലും

ന്യൂയോർക്കിലെ മോഡേൺ ആർട് മ്യൂസിയമായാലും ചൈനയിലെ വൻമതിലായാലും തായ്‌ലൻഡിലെ ബുദ്ധ ക്ഷേത്രമായാലും മോസ്കോവിലെ ഹിമധാവള്യമായാലും സ്റ്റോക്ക്ഹോമിലെ തുറമുഖമായാലും റോമിലെ സംസ് കാരാവശിഷ്ടങ്ങളായാലും ഫ്രാങ്ക്ഫർട്ടിന്റെ പ്രകൃതിദൃശ്യ മായാലും ഒരുപക്ഷേ മൂവിക്യാമറകൾക്ക് അല്പമെങ്കിലും നീതിചെയ്യാനാകാം. എങ്കിലും കാഴ്ചയുടെ കൂടെ വരുന്ന മറ്റനുഭവങ്ങളെ എന്തു ചെയ്യും, ശബ്ദക്കലവികൾ, പൂക്ക ളുടെ മണങ്ങൾ, ചുമലിൽ ഒരു സുഹൃത്തിന്റെ കരസ്പർശം, ഭക്ഷണത്തിന്റെ കൊതിയോ വിരക്തിയോ തോന്നിക്കുന്ന രുചികൾ, പിന്നെ സ്മൃതികൾ. ചരിത്രം. ചരിത്രം മുഴുവൻ? അപ്പോൾ നാം എഴുതിത്തുടങ്ങുന്നു. ഗദ്യം പരാജയപ്പെടു ന്നിടത്ത് കവിത ചിലപ്പോൾ വിജയിക്കുന്നു. എങ്കിലും പറഞ്ഞതിന്റെ പത്തിരട്ടി മനസ്സിൽ ബാക്കിയാവുന്നു. ചിലത് അടുപ്പമുള്ളവരോട് സംസാരത്തിൽ പങ്കിടുന്നു. ചിലത് ചിതയിലേക്കെടുക്കപ്പെടുന്നു.

ഞാൻ പോയ നാടുകൾ പലതും ഇപ്പോൾ ഭൂപടത്തി ലില്ല. മൃദുലമനോഹരമായ ചില സായാഹ്നങ്ങൾ ഞാന നുഭവിച്ച യൂഗോസ്ലാവിയ ഛിന്നഭിന്നമായി. എനിക്കേറെ സ്നേഹവും ആദരവും നല്കിയ സരായെവോ യുദ്ധക്കള മായി മാറി. 'സരായെവോയിലെ നടാഷാ മരിയനോവിച്ചിന് ഒരു കത്ത്' എന്ന കവിതയിൽ ഞാൻ ആ വേദന ആവി ഷ്കരിക്കാൻ ശ്രമിച്ചിട്ടുണ്ട്. നടാഷ എന്റെ ഗൈഡും സുഹൃ ത്തുമായിരുന്നു. അവൾക്കും അവളുടെ യുവകാമുകൻ ഫാറൂഖിനും എന്തു സംഭവിച്ചുവെന്ന് എനിക്കിപ്പോഴും അറിഞ്ഞുകൂടാ. ആ കവിത എഴുതി ഏറെ കഴിഞ്ഞാണ് സരായെവോയെക്കുറിച്ചുള്ള പ്രസിദ്ധമായ ചലച്ചിത്രങ്ങൾ നിർമ്മിക്കപ്പെട്ടത്. ഗൊദാർദിന്റെയും ആഞ്ജലോ പൗലോ സിന്റെയും ചലച്ചിത്രങ്ങൾ കണ്ടിരുന്നപ്പോൾ ഞാൻ ആ സൗമ്യസായന്തനങ്ങൾ വീണ്ടും ഓർത്തുപോയി. ഞങ്ങൾ താമസിച്ചിരുന്ന ഹോട്ടൽ എനിക്കു തിരിച്ചറിയാൻ കഴിഞ്ഞു, ബോംബിട്ട് ഭാഗികമായി തകർക്കപ്പെട്ട നിലയിൽ. യുദ്ധം നേരിട്ടനുഭവിക്കാത്ത നമുക്ക് യുദ്ധത്തിന്റെ ഭീകരത, ജീവൻ ഉള്ളങ്കൈയ്യിൽ വച്ചുകൊണ്ടുള്ള പലായനത്തിന്റെ ഭയങ്കരത, മുഴുവനായി മനസ്സിലാവില്ല, എങ്കിലും നമുക്കതു ഭാവന ചെയ്യാനാവും. മൈനുകളിൽ ചവിട്ടി നടന്നുപോയി ഉപ്പും പഞ്ചസാരയും വാങ്ങേണ്ടിവരുന്ന ആ അവസ്ഥ, ശവങ്ങൾ ക്കിടയിൽ താനും അതിലേതു നിമിഷവും ചേരാം എന്ന

അറിവോടെയുള്ള നിവാസം. ഇപ്പോൾ ഗാസയിൽ നടക്കുന്ന കൂട്ടക്കുരുതിയുടെ സന്ദർഭത്തിൽ നമുക്ക് അത് കുറേക്കൂടി വ്യക്തമായി മനസ്സിലാകും. പിന്നെപ്പോയത് സോവിയറ്റു യൂണിയനിൽ ഗോർബച്ചേവിന്റെ പരിഷ്കാരങ്ങൾ തുടങ്ങിയിരുന്ന സമയം. അസ്വാസ്ഥ്യങ്ങളും ശൈഥില്യത്തിന്റെ വിദൂരസൂചനകളും ഉണ്ടാകാതിരുന്നില്ലെങ്കിലും ഇത്ര പെട്ടെന്ന് ആ മഹാരാജ്യസംയുക്തം ചീട്ടുകൊട്ടാരം പോലെ തരിപ്പണമാകുമെന്ന്, കുഴിച്ചിട്ടിരുന്ന ഭൂതങ്ങൾ, മതമൗലികവാദവും വംശീയതയും ഭാഷാമൗലികവാദവുമെല്ലാംതിരിച്ചുവരുമെന്ന്,അന്ന്ഊഹിക്കാനാവുമായിരുന്നില്ല.

ഞാൻ യാത്രാവിവരണം തരിമ്പും മാറ്റിയിട്ടില്ല. പില്ക്കാലാനുഭവംവച്ച് അന്നുണ്ടായതിനെ മാറ്റിയെഴുതുന്നത് ധാർമ്മികമല്ല. ഞാൻ പോയ രണ്ടു നഗരങ്ങൾ, മോസ്കോവും റീഗയും ഇപ്പോൾ രണ്ടു രാജ്യങ്ങളുടെ തലസ്ഥാനങ്ങളാണ്. റഷ്യയുടെയും ലാത്വിയയുടെയും. യൂഗോസ്ലാവിയയിൽ നിന്നു വരുംവഴി ഞാൻ പശ്ചിമ ജർമ്മനിയിൽ തങ്ങി, പശ്ചിമജർമ്മനിയും ഇപ്പോഴില്ല. അവിടെ നടന്നത് പ്രത്യക്ഷത്തിൽ 'ഏകീകരണ'മാണ്. വാസ്തവത്തിൽ പൂർവ ജർമ്മനിയുടെ കോളനീകരണം. അമേരിക്കയെക്കുറിച്ച് ഞാൻ യാത്രാവിവരണമെഴുതിയില്ല. ഡയറി സൂക്ഷിച്ചിരുന്നു. പക്ഷേ, അതു കവിതയായപ്പോൾ മതി എന്നു തോന്നി. പിന്നെയും ശ്രീലങ്കയും പാകിസ്ഥാനും ക്യൂബയും വെനിസ്യൂലയും പെറുവും സ്പെയിനും ഉൾപ്പെടെ ഒട്ടേറെ രാജ്യങ്ങളിൽ ഞാൻ യാത്രകൾ നടത്തി.

ഇന്ത്യയിലെ യാത്രകളും അവയുടെ കവിതകളും (മധ്യമാവതി, കാളീഘട്ടം, ദില്ലി-ദാലി, യാത്രാക്കുറിപ്പുകൾ...) ഇതിലില്ല. ലേഖനങ്ങൾക്കൊപ്പം കവിതകളും ചേർത്തിരിക്കുന്നത് രണ്ടു വ്യവഹാരങ്ങളെയും അവയ്ക്കു പിറകിലുള്ള രണ്ടുതരം കാഴ്ചകളെയും താരതമ്യം ചെയ്യാനുപകരിക്കുന്നതോടൊപ്പം യാത്രാലേഖനങ്ങൾക്ക് അനുഭൂത്യുത്ഥാപകമായ ഒരനുബന്ധം നല്കുകയും ചെയ്യുമെന്നാണ് പ്രതീക്ഷ. യാത്രകളുടെ ഈ പുസ്തകം, യാത്ര ചെയ്തവർക്കും ചെയ്യാനിരിക്കുന്നവർക്കും ചെയ്യാത്തവർക്കും.

തൃശ്ശൂർ, ഡിസംബർ, 2023 **സച്ചിദാനന്ദൻ**

പശ്ചിമകാണ്ഡം

വിഭജനത്തിനു മുമ്പുള്ള
യുഗോസ്ലാവിയൻ പ്രവിശ്യകൾ
സ്വീഡൻ, പാരീസ് തുടങ്ങിയ സ്ഥലങ്ങളിലൂടെയുള്ള
യാത്രാനുഭവങ്ങളും കവിഭാവനയിൽ
ഉരുത്തിരിഞ്ഞ കവിതകളും

യുഗോസ്ലാവിയൻ സ്മരണകൾ

വേനലിൽ ഒരു വസന്തം

സരായെവോയിൽ ആയിരിക്കുക ഒരപൂർവാനുഭവമാണ്. ട്രെബേവിച്ച് മലയുടെ താഴ്വരയിൽ മിലിയാക്കാനദിയുടെ ഇരുകരകളിലുമായി പടർന്നുകിടക്കുന്ന ഈ പട്ടണം നൂറ്റാണ്ടുകളുടെ ചരിത്രം ഉള്ളിലൊതുക്കുന്നു. സരായെവോയിൽ നാം പല കാലങ്ങൾ അനുഭവിക്കുന്നു. പഴയ തെരുവുകളിലൂടെ നടക്കുമ്പോൾ നാം ഓട്ടോമാൻ സാമ്രാജ്യത്തിലാണ്. തുർക്കിത്തൊപ്പികൾക്കു കീഴിൽ നിന്ന് പുരാതനമായ മുഖങ്ങൾ നമ്മെ എതിരേൽക്കുന്നു.

ഇടുങ്ങിയ തെരുവീഥികളുടെ ഓരങ്ങളിൽ തുകലിലും തുണിയിലും മരത്തിലും കമ്പിളിയിലും പേഴ്സ്യൻ കരകൗശലത്തെ അനുസ്മരിപ്പിക്കുന്ന വേലത്തരങ്ങൾ വിൽക്കാനിട്ടിരിക്കുന്നു. അപ്പുറത്ത് അഞ്ചു നൂറ്റാണ്ടു പഴക്കമുള്ള മുസ്ലീം പള്ളിയിൽ പ്രാർത്ഥന തുടരുന്നു. കണ്ണൊന്നുയർത്തിയാൽ മതി മറ്റൊരു ഘട്ടത്തിന്റെ സാക്ഷിയായി ആസ്ത്രിയക്കാർ കുന്നിൻപുറത്തു പണിയിച്ച കൊട്ടാരവും വർണ്ണച്ചില്ലുവേലകളും വെണ്ണക്കൽ പ്രതിമകളുംകൊണ്ടു മനോജ്ഞമായ ക്രിസ്ത്യൻ പള്ളിയും കാണാം.

മുന്നോട്ടു നടക്കൂ. സ്ഥലത്തിലൂടെയല്ല, കാലത്തിലൂടെയാണ് നിങ്ങൾ നടക്കുന്നത്. സോഷ്യലിസ്റ്റ് യൂഗോസ്ലാവിയയിലേക്ക്. വലിയ ഹോട്ടലുകൾ, വീതികൂടിയ തെരുവുകൾ, കുട്ടിയുടുപ്പുകൾ മുതൽ ആധുനിക ഇലക്ട്രോണിക് സാമഗ്രികൾ വരെ വിൽക്കുന്ന കടകൾ, ഓഫീസുകൾ, കോൺഫറൻസ് ഹാളുകൾ, കഴിഞ്ഞവർഷത്തെ ശീതകാല ഒളിമ്പിക്സിനുവേണ്ടി പണിതുയർത്തിയ പുത്തൻ കെട്ടിടങ്ങൾ, വ്യവസായശാലകൾ, ആശ്ലേഷത്തിലമർന്നു നടക്കുന്ന ഇണകൾ. പലകുറി കത്തിയെരിഞ്ഞ, കലാപങ്ങളും കൊലകളും യുദ്ധങ്ങളും ഭീകരതകളുംകൊണ്ട് വീണ്ടും വീണ്ടും രക്തപങ്കിലവും ഛിന്നഭിന്നവുമാക്കപ്പെട്ട ഒരു പട്ടണത്തിലാണ് നാമെന്ന് ഒരു നിമിഷം നാം മറന്നുപോകുന്നു. പോരാത്തതിന് വസന്തവുമുണ്ട് കൂടെ.

പ്രഭാതത്തിലെ നേരിയ തണുപ്പായി, പച്ചയിലെ ഇളംചൂടാർന്ന വെയിലായി, വൈകുന്നേരത്തെ അപ്രതീക്ഷിതമായൊരു ചാറ്റൽ മഴയായി, ഒൻപതുമണിവരെ നീണ്ടുപോകുന്ന പകലായി, ഉദ്യാന ങ്ങളിലും സ്ക്വയറുകളിലും പൂത്തുനിൽക്കുന്ന ചെറിയും ചെസ്റ്റ് നട്ടുമായി വസന്തം. ഒരു രഹസ്യ സന്ദർശകയുടെ പരിഭ്രാന്തിയാണ് വസന്തനിശീഥിനിക്ക്. വൈകിമാത്രം വരുന്നു; വീഞ്ഞുകുടിച്ച് ഏറെ ത്താമസിച്ചുമാത്രം ഉറങ്ങാൻ പോയ ഇണകളുണരും മുൻപേ ഇള ങ്കാറ്റിലൂടെ വിടപറഞ്ഞ് ഓടി മറയുന്നു. ഇതുപോലൊരു വസന്ത കാലത്താണ് 1914-ൽ ഒരു മഹായുദ്ധത്തിനു കളമൊരുക്കിക്കൊണ്ട് ഇവിടെവച്ച് ആസ്ത്രിയൻ സെർബുകൾ ഫ്രാൻസിസ് ഫെർഡിനാൻ ഡിനെയും പത്നിയെയും കൊലപ്പെടുത്തിയത്. പിന്നെയും പല വർഷങ്ങൾക്കുശേഷം നാസിസൈന്യം ഈ നഗരത്തിലെ എട്ടിലൊ രാളെവിതം കൊന്നൊടുക്കിയത്. ഒൻപതിനായിരം പേർ ഇവിടെ മാത്രം കൊല്ലപ്പെട്ടു. മുക്കാൽ ഭാഗവും യഹൂദർ. സരായെവോ യുദ്ധ സ്മാരകത്തിൽ അവരുടെ പേരും വയസ്സും വെണ്ണക്കല്ലിൽ ആലേ ഖനം ചെയ്യപ്പെട്ടിരിക്കുന്നു. സ്ത്രീകൾ, കുഞ്ഞുങ്ങൾ, കുടുംബനാഥ ന്മാർ. സെർബിയൻ കവയിത്രി സ്വെത്‌ലാനാ ഇവിടെ വച്ച് മൃതരെ വിളിച്ചുണർത്തുന്ന ഒരു കവിത വായിച്ചു. വീഡിയോസ്ക്രീനിൽ തെളിഞ്ഞ ബുഹൻവാൾഡും ഓഷ്‌വിറ്റ്സും കണ്ടു തരിച്ചുപോയി രുന്ന ഞങ്ങളെ ആ കവിത അസഹനീയമായ വ്യാകുലതയിലാ ഴ്ത്തി. ദൽഹിയിലെ ശ്മശാനങ്ങളിലലഞ്ഞ്, റോമിലെ പാതി തകർന്ന കൊളോസ്സിയത്തിലൂടെ കടന്ന് ഈ യുദ്ധസ്മാരകത്തിലെത്തിപ്പെട്ട ഞാൻ, ചരിത്രത്തെ മുഴുവൻ അവശിഷ്ടങ്ങളിലൂടെയുള്ള ഒരഭയാർത്ഥി പ്രവാഹമായി ദർശിച്ചുപോയത് തികച്ചും സ്വാഭാവികം.

ചരിത്രം ഈ നഗരത്തോടൊരിക്കലും കരുണ കാട്ടിയിരുന്നില്ല, ആ കൊടുങ്കാറ്റുകൾ സരായെവോ അതിന്റെ കൊട്ടാരങ്ങളിലും കാഴ്ചബംഗ്ലാവുകളിലും യുദ്ധസ്മാരകങ്ങളിലുമായി സൂക്ഷിക്കുന്നു. വിരുദ്ധമായ സാംസ്കാരികധാരകളുടെ സഹവർത്തിത്വംകൊണ്ട് വിചിത്രവും സമൃദ്ധവുമാണ് ഇന്നത്തെ സരായെവോ. നോബൽ സമ്മാനാർഹനായ സരായെവോക്കാരൻ ഐവോ ആൻഡ്രിച്ചിന്റെ വാക്കുകളിൽ: ''സരായെവോ ഒരിക്കലും പഴയതാവുന്നില്ല, വർത്ത മാനകാല നഗരങ്ങളുടെ ചക്രവാളത്തിൽ അസ്തമിക്കുന്ന ഒന്നല്ല ഇത്. ഇതിന്റെ പ്രാക്തനാകാരങ്ങളിലും അജ്ഞാത പ്രഭവങ്ങളിൽ നിന്നുറവെടുക്കുന്ന ഇതിന്റെ ആത്മീയ-ഭൗതിക മൂല്യങ്ങളിലും മനു ഷ്യാത്മാവിന്റെ മുദ്രയുണ്ട്. ഒരേസമയം അമൂല്യവും ദുർബ്ബലവുമായ വസ്തുക്കൾ - മനുഷ്യചേതനയുടെ സാന്നിദ്ധ്യത്താൽ വിശിഷ്ടവും നിർമ്മാണ വസ്തുവിന്റെ സ്വഭാവത്താൽ നശ്വരവുമായവ - ക്രമേണ

പഴകുന്നു, തകരുന്നു, നിശ്ശബ്ദമായി, ഏറെക്കുറെ ദുഃഖരഹിതമായി, ഈ നഗരത്തിലേക്കുതന്നെ പൊടിഞ്ഞുവീഴുന്നു. മനുഷ്യൻ ജീവിതത്തിലൂടെ തിരക്കിട്ടു കടന്നുപോകുന്ന ഒരു യാത്രികനാണെന്നും പ്രതിഭാസിക പ്രപഞ്ചത്തിന്റെ അടിത്തറകൾ നശ്വരമാണെന്നുമുള്ള ബോധം, ഈ പട്ടണത്തിൽ ജീവിക്കുന്നവർക്ക് അന്യമോ വിദൂരസ്ഥമോ അല്ല.''

പീറ്റർ ലോണി ഇതു ശരി വയ്ക്കുന്നു. പതിനാറു വർഷം മുൻപ് സരായെവോയിലെത്തി, ഈ നഗരത്തിന്റെ വൈചിത്ര്യങ്ങളുമായി പ്രണയത്തിലകപ്പെട്ട് ഒരു സരായെവോക്കാരിയെ വിവാഹം കഴിച്ച് ഇവിടെത്തന്നെ കഴിഞ്ഞുകൂടുന്ന ബ്രിട്ടീഷ് കവിയാണ് പീറ്റർ ലോണി - ബോധമുള്ളപ്പോൾ ഒന്നാന്തരം സുഹൃത്ത്, എന്നാലിപ്പോൾ മരിച്ചുകൊണ്ടിരിക്കുന്നു. സരായെവോവസന്തങ്ങളുടെ ലഘുത്വമാണോ, സരായെവോചരിത്രത്തിന്റെ ഗുരുത്വമാണോ പീറ്ററിനെ മുഴുക്കുടിയനാക്കിയതെന്ന് വ്യക്തമല്ല.

യൂഗോസ്ലാവിയയിലെ ആറു റിപ്പബ്ലിക്കുകളിലൊന്നായ ബോസ്നിയാ ഹെർസെഗോവിനായുടെ ഹൃദയമായ സരായെവോ ഹേമന്ത-വസന്തങ്ങളെ ഉത്സവകാലമാക്കി മാറ്റിയിരിക്കുന്നു. യൂറോപ്പിന്റെ പല ഭാഗങ്ങളിൽനിന്നും നൃത്തസംഘങ്ങളും ഗായകവൃന്ദങ്ങളും ഇക്കാലത്ത് ഇവിടെയെത്തുന്നു. തിയേറ്ററുകൾ സജീവമാകുന്നു. ഷേക്സ്പിയർ നാടകങ്ങൾ, ഓപ്പെറകൾ, ബാലേകൾ (സ്പോർട്ടാക്കസ്, ആദമും ഹവ്വയും, സെർബിയനും സ്ലാവിക്കുമായ നാടോടിക്കഥകൾ - ഇതെല്ലാം പ്രമേയമാണ്.), പാവക്കൂത്തുകൾ.

സംഗീതം ഇവിടത്തുകാരുടെ ദൈനംദിന ജീവിതത്തിന്റെ ഭാഗമാണ്. ധാരാളം കംപോസർമാരും ഗ്രൂപ്പുകളും ഇവിടെത്തന്നെയുണ്ട്. ക്ലാസിക്കൽ സംഗീതമുണ്ട്, പോപ് മ്യൂസിക്കും റോക്ക് മ്യൂസിക്കുമാണ് യുവാക്കൾക്ക് കൂടുതൽ പഥ്യം. കവിത യൂഗോസ്ലാവ് സംസ്കാരത്തിന്റെ ഹൃദയത്തിൽത്തന്നെയുണ്ട്. സ്ട്രൂഗാ, സരായെവോ, ബയോഗ്രാദ്, മൊസ്താർ - ഓരോ പട്ടണത്തിനും അതിന്റെ കവികളും കവിതാപ്രസിദ്ധീകരണശാലകളുമുണ്ട്. സാഹിത്യമാസികകളിലും മുഖ്യസ്ഥാനം കവിതയ്ക്കുതന്നെ. സാംസ്കാരികരംഗം സ്വതന്ത്രമായതിനാൽ കവിതയ്ക്ക് തികഞ്ഞ വൈവിദ്ധ്യമുണ്ട്. ബോസ്നിയൻ കവിതയുടെ നവോത്ഥാന പുരുഷനായി ഗണിക്കപ്പെടുന്ന അലെക്സാ സാന്തിച്ചിന്റെ കാലം (1868–1924) മുതലേ ഇവിടെ കവിത, ബോസ്നിയൻനദികളെപ്പോലെത്തന്നെ പ്രസന്നവും ചടുലവുമായി നിറഞ്ഞൊഴുകുന്നു.

സാന്തിച്ചിന്റെ സ്മാരകത്തിലും പഴയ വീട്ടിലും ഞങ്ങൾ പോയിരുന്നു. ഒരു ദേശം അതിന്റെ കവിതയോടു പുലർത്തുന്ന ആദരവ്

അതിന്റെ സാംസ്കാരിക ജാഗ്രതയുടെ തെളിവാണെങ്കിൽ, ആ ദേശം കവിതയോട് ഉണർന്നിരിക്കുന്നുവെന്ന് ഈ സ്മാരകം തെളിയിക്കുന്നു. "സാന്തിച്ച് വിപ്ലവകവിയായിരുന്നോ അതോ കാല്പനികനോ?" കവിതയെ ഇവർ ചെപ്പുകളിലടച്ചു തരംതിരിക്കുന്നുണ്ടോ എന്നറിയാനായിരുന്നു എന്റെ ചോദ്യം.

കൂടെയുണ്ടായിരുന്ന യൂഗോസ്ലാവ് കവി ഹെഡ്രിയാറ്റി സെക്കറിയായുടെ മറുപടി എന്റെ മുൻവിധികളെ തകർക്കുന്നതായിരുന്നു: "കവിതയെ നമുക്കങ്ങനെ വിഭജിക്കാനാവില്ല. മഹത്തായ കവിതയിൽ ജീവിതത്തിന്റെ സമസ്തഭാവങ്ങളുമുണ്ട് - സാന്തിച്ചിന്റെ കവിതയിലുമതെ." ഈ മറുപടി കേട്ടപ്പോൾ കുമാരനാശാന്റെ കൃതികൾ മുതൽ 'കുടുംബപുരാണം' വരെയുള്ള കവിതകളുടെ പുരോഗമന-പ്രതിലോമ സ്വഭാവത്തെച്ചൊല്ലി മലയാളത്തിൽ നടക്കുന്ന തർക്കങ്ങൾ എനിക്ക് ഓർമ്മിക്കാതിരിക്കാൻ കഴിഞ്ഞില്ല.

'സരായെവോ കവിതാദിനങ്ങൾ' ('സരായെവ്സ്കി ദാനിപോയെസ്യേ' - ഇതാണ് ഇവിടത്തെ കാവ്യോത്സവത്തിന്റെ പേര്. 1985ൽ ദൽഹിയിൽ നടന്ന വാല്മീകി കാവ്യോത്സവംപോലെ തിരക്കേറിയതായിരുന്നില്ല. അത് വിപുലവുമല്ലായിരുന്നു ഉത്സവത്തിന്റെ ഈ ഇരുപത്തിമൂന്നാം വർഷത്തെ പരിപാടികൾ. കവിയായ യോസിപ് ഓസ്തിയായിരുന്നു 'കവിതാദിനങ്ങ'ളുടെ ഡയറക്ടർ. ഇരുപത് യൂഗോസ്ലാവിയൻ കവികളും റഷ്യ, പോളണ്ട്, റുമാനിയ, നെതർലെൻഡ്സ്, അൾജീരിയ, ഗ്രേറ്റ് ബ്രിട്ടൻ, അമേരിക്ക, ഇന്ത്യ എന്നീ രാജ്യങ്ങളെ പ്രതിനിധീകരിച്ച് ഓരോ കവികളുമായിരുന്നു ഈ വർഷത്തെ (1985) കാവ്യോത്സവത്തിൽ പങ്കെടുത്തത്.

മെയ് എട്ടാം തീയതി വൈകിട്ട് സർവകലാശാല വിദ്യാർത്ഥികളുമായി ഒരു സംവാദം നടന്നു. ഒൻപതാം തീയതി രാവിലത്തെ പത്രസമ്മേളനത്തിൽ വച്ച് യോസിപ് ഓസ്തി ഈ ഫെസ്റ്റിവെലിന്റെ ചരിത്രവും പ്രസക്തിയും വിവരിച്ചു. മുഖ്യാതിഥി സരായെവോയിലെ മുതിർന്ന കവി ഹുസൈൻ താമിഷിച്ച് ആയിരുന്നു. മറ്റൊരു മുതിർന്ന കവിയായ ഇസെത്സാരായ്‌ലിക്കും കവിതയെക്കുറിച്ച് പൊതുവായി ചിലതു പറഞ്ഞു. അൾജീരിയൻ കവയിത്രി മിരിയം ബെൻ പിയാനോ വായിച്ചു. വേദകാലം മുതലുള്ള ഭാരതീയ കവിതയുടെ പരിണാമം വളരെ സംക്ഷിപ്തമായി പരാമർശിച്ചശേഷം കവിതയുടെ സനാതനമായ കലാപസ്വഭാവത്തെക്കുറിച്ച് ചിലത് സൂചിപ്പിക്കുകയാണ് ഞാൻ ചെയ്തത്.

അധികാരസ്ഥാപനങ്ങളും അസമത്വങ്ങളും വിപ്ലവങ്ങളെ അതിജീവിക്കുന്നതായി കാണുന്നുവെന്നും വിപ്ലവാനന്തര സമൂഹങ്ങളിൽ

കവി ഇവയുടെ രൂക്ഷവിമർശകനാകേണ്ടതുണ്ടെന്നുമുള്ള എന്റെ പ്രസ്താവത്തിനു ലഭിച്ച വ്യാപകമായ അംഗീകാരം, യുഗോസ്ലാവിയൻ കവിസമൂഹത്തിന്റെ സ്വാതന്ത്ര്യബോധത്തിനു തെളിവായി ഞാൻ കരുതുന്നു. (പിന്നീട് 'ഓസ്ലോബൊ ദോഞ്ഞ്യേ' പത്രത്തിന്റെ ലേഖികയ്ക്കു നല്കിയ അഭിമുഖസംഭാഷണത്തിൽ ഈ ജാഗ്രതയെയും ഇതിന്റെ ഫലമായി പൂർവ യൂറോപ്യൻ കവിതയിലും സിനിമയിലും മറ്റും സംഭവിച്ചുകൊണ്ടിരിക്കുന്ന ചൈതന്യവത്തായ നവോത്ഥാനത്തെയുംകുറിച്ച് ഞാൻ ആദരവോടെ സംസാരിക്കുകയുണ്ടായി. പഴയ വിപ്ലവങ്ങളുടെ അപര്യാപ്തതയിൽനിന്ന് മൂന്നാംലോകത്തിന് ഏറെ പഠിക്കാനുണ്ടെന്നും ഞാൻ പറഞ്ഞു.)

വൈകീട്ട് സിറ്റി ഹാളിൽ നടന്ന അന്തർ ദേശീയ കാവ്യസായാഹ്നമായിരുന്നു കാവ്യോത്സവത്തിലെ മുഖ്യപരിപാടി. കവികളെക്കുറിച്ചുള്ള മുഖവുരകൾക്കുശേഷം കവികൾ സ്വന്തം ഭാഷയിൽ കവിത അവതരിപ്പിക്കുക, പിന്നീട് പരിഭാഷകർ സെർബോ-ക്രൊയേഷ്യൻ പരിവർത്തനങ്ങൾ വായിക്കുക - ഇതായിരുന്നു രീതി. ഹാൾ നിറയെ കേൾവിക്കാരുണ്ടായിരുന്നു. ഏറെയും ചെറുപ്പക്കാർ. എന്നെക്കൂടാതെ പീറ്റർ ഡേൊണി, ഡേവിഡ് ഹാർസെന്റ് (ബ്രിട്ടൻ), ഹെലൻ ക്നോപ്പർ (നെതർ ലെൻഡ്സ്), ജോൺ കെൻഡ്രിക് (യു.എസ്.എ.), മിരിയം ബെൻ (അൾജീരിയ), വ്ളാദിമിർ സിബിൻ (യു.എസ്.എസ്. ആർ), ഡൊറോട്ടാ ക്രോഷ്യലെവ്സ്കാ (പോളണ്ട്) എന്നിവരാണ് യൂഗോസ്ലാവ് കവികളോടൊപ്പം കവിത അവതരിപ്പിച്ചത്.

യൂഗോസ്ലാവിയയിലെ സാഹിത്യാസ്വാദകർക്ക് ഇന്ത്യ ടാഗൂറിന്റെ നാടാണ്; ടാഗൂറിന്റെ മുഖ്യകൃതികളെല്ലാം സെർബോ-ക്രൊയേഷ്യൻ ഭാഷയിൽ പരിഭാഷ ചെയ്യപ്പെട്ടിട്ടുണ്ട്. ചില കവികളെത്തന്നെ അവ സ്വാധീനിച്ചിട്ടുണ്ടെന്ന് അവരുടെ കവിതകൾ ഇംഗ്ലീഷിൽ വായിച്ചപ്പോൾ തോന്നി. 'ഈ വർഷത്തെ ഫെസ്റ്റിവലിൽ കേട്ട ഏറ്റവും നല്ല കവിതകൾ താങ്കളുടേതാണെ'ന്ന് പറഞ്ഞാശ്ലേഷിക്കുന്ന ചെറുപ്പക്കാരോട് എനിക്കു ചോദിക്കണമെന്നു തോന്നി; എന്റെ കവിതകളുടെ ഏതംശമാണ് രണ്ടു ഭാഷാന്തരങ്ങളെ (ഇംഗ്ലീഷിൽനിന്ന് സെർബോ -ക്രൊയേഷ്യനിലേക്ക്) അതിജീവിച്ചത്? ഞാൻ അവരെ തിരിച്ചഭിനന്ദിച്ചു: 'നിങ്ങളാസ്വദിച്ചത് നിങ്ങളുടെ കവിതയാണ്.' എങ്കിലും 'നിങ്ങളുടെ ഭാഷ എത്ര മനോഹരമാണെ'ന്ന് അവർ പറഞ്ഞപ്പോൾ മലയാളത്തെച്ചൊല്ലി എനിക്കഭിമാനം തോന്നി. ''നിങ്ങളുടെ സെർബോ -ക്രൊയേഷ്യനും സ്ലോവീനും അത്രതന്നെ സുന്ദരമാണ്'- ഇതിനകം ഈ ഭാഷകളുടെ ഈണം ചെവിയിൽ നിറഞ്ഞിരുന്ന ഞാൻ പ്രതിവചിച്ചു. അരങ്ങിൽ ഗിത്താറും ഫ്ളൂട്ടും മറ്റൊരു വസന്തമൊരുക്കുകയായിരുന്നു.

പിറ്റേന്നു രാവിലെ സരായെവോ സിറ്റി കൗൺസിൽ നല്കിയ സ്വീകരണവും കഴിഞ്ഞ് ഞങ്ങൾ മൊസ്താറിലേക്കു പുറപ്പെട്ടു. രണ്ടു മണിക്കൂർ മാത്രം ദൈർഘ്യമുള്ള ഈ യാത്ര തീർത്തും വ്യത്യസ്തമായ ഒരു ഭൂമേഖലയിലേക്കാണ് ഞങ്ങളെ കൊണ്ടുപോകുന്നത്. മൊസ്താർ ഒരു സബ്-മെഡിറ്ററേനിയൻ പട്ടണമാണ്. സരായെവോയുടെ കടുത്ത ഹേമന്തവും ഹിമവർഷങ്ങളും അവിടെ ഉണ്ടാകാറില്ല. പുഴകളും മലകളും പിന്നിട്ട് തുരങ്കങ്ങളുടെ ഹ്രസ്വരാത്രികളിലൂടെ ഞങ്ങൾ മുന്തിരിത്തോപ്പുകളും ബീച്ചുമരങ്ങളും നിറഞ്ഞ മൊസ്താറിലെത്തിച്ചേർന്നു. തെരുവിലൊക്കെയും പൈൻമരങ്ങളുടെ ഗന്ധം പിന്തുടർന്നു: ''സരായെവോ ആണോ മൊസ്താർ ആണോ കൂടുതൽ മനോഹരം?''

സുഹൃത്തും ദ്വിഭാഷിയുമായ നടാഷായുടെ ചോദ്യത്തിന് മറുപടി പറയുക പ്രയാസമായിരുന്നില്ല. ''മൊസ്താർ തന്നെ'' - മൊസ്താറുകാരിയായ അവളെ അത് പ്രകടമായും സന്തോഷിപ്പിച്ചു.

''മൊസ്താറിന്റെ സൗന്ദര്യം നാം കാണാനിരിക്കുന്നതേയുള്ളൂ.''

ശരിയായിരുന്നു. അല്പം പഴക്കം തോന്നിക്കുന്ന ബാൽക്കണികളും കമാനങ്ങളുംകൊണ്ട് മനോജ്ഞമാക്കപ്പെട്ട കെട്ടിടങ്ങൾ, തെരുവോരങ്ങളിൽ നിറയെ പൂത്തുനില്ക്കുന്ന മരങ്ങൾ, ഓരോ വളവിലും ഉദ്യാനങ്ങൾ, പിന്നെ യുവത്വം നിറഞ്ഞ പുഴ, മീതെ തുർക്കികൾ പണിത പാലം. പാലം കടന്നാൽ പഴയ തുർക്കിത്തെരുവുകൾ അതേപടി - വെള്ളക്കല്ലിൽ തീർത്ത വീടുകളും പടവുകളും പള്ളികളും. വൈകിട്ട് യൂണിവേഴ്സിറ്റി ഹാളിലത്തെ കവിത വായനയ്ക്കുമുണ്ടായിരുന്നു പുതിയൊരൂഷ്മളത. രാത്രി ഒരു മണിക്ക് ഞങ്ങൾ വീണ്ടും തുർക്കിപ്പാലത്തെത്തി. മൊസ്താർ വീഞ്ഞിന്റെ പുകൾ പാടി പരസ്പരം പുണർന്നുകൊണ്ട്. നിലാവും വീഞ്ഞും പ്രകൃതിയെ ഇരട്ടി മനോഹരിയാക്കിയിരുന്നു.

പിറ്റേന്ന് തിരിച്ചുവരുമ്പോൾ 'പൊത്തീച്ചേ' എന്ന ടർക്കിഷ് ഗ്രാമത്തിൽ കുറേസമയം ചെലവിട്ടു. ഒരു കുന്നിൻചെരിവാണ് ഈ ഗ്രാമം. ഒത്ത മുകളിലൊരു കോട്ട. മുകളിലേക്കു വളഞ്ഞുപുളഞ്ഞ, വെൺശില പാകിയ വഴികൾ. ഉച്ചഭക്ഷണം അവിടെയൊരു റസ്റ്റോറണ്ടിലായിരുന്നു. ഇതിനകം ഞങ്ങളെ വിദേശകവികളെ പൂർണ്ണമായും മുതലെടുത്തു കഴിഞ്ഞിരുന്ന (പൊതുവായ പാരായണം കൂടാതെ ഒറ്റയ്ക്കൊറ്റയ്ക്ക് തിരഞ്ഞെടുക്കപ്പെട്ട പശ്ചാത്തലങ്ങളിൽ വച്ച് കവിത വായനകളും അല്പം 'അഭിനയ'വും. യൂഗോസ്ലാവ് ടെലിവിഷൻകാരുടെ വകയായിരുന്നു ഈ വിരുന്ന്. താഴെ 'നെരേത്വാ' നദി കാണാം. തീരത്ത് ആട്ടിടയന്മാരും ആട്ടിൻപറ്റങ്ങളും. ഹാ,

ചെമ്മരിയാടുകളുടെ മണം. ഹെലൻ ആട്ടിൻപറ്റത്തിലേക്കിറങ്ങിയോടുകയായിരുന്നു. ക്രമേണ അവർ ഒരു ആടായി രൂപം മാറുന്നത് സങ്കല്പിക്കുക പ്രയാസമല്ലായിരുന്നു. അത്ര ദുഃഖിതയായിരുന്നു അവർ.

സ്വതന്ത്രജീവിതം നയിക്കാനാഗ്രഹിച്ച് വിവാഹം കഴിച്ചില്ല. ഇപ്പോൾ ഒരു കുട്ടി വേണമെന്ന് തോന്നുന്നു. അവിവാഹിതർക്ക് ദത്തെടുക്കാനവകാശം നല്കാത്ത നെതർലൻഡ്സിലെ നിയമത്തെക്കുറിച്ച് അവർ രോഷാകുലയായി സംസാരിച്ചു. നദിക്കരയിലിരുന്ന് ഞങ്ങൾ ഏറെനേരം സംസാരിച്ചു. യോഗവിദ്യയിൽ ഏറെക്കാലം ആകൃഷ്ടയായിരുന്നു അവർ. അരവിന്ദന്റെയും രമണമഹർഷിയുടെയും കൃതികളത്രയും വായിച്ചിരിക്കുന്നു. നെതർലൻഡ്സിലെ സമാധാന പ്രസ്ഥാനത്തിന്റെ വിഘടനം, അവിടമൊരു ന്യൂക്ലിയർ കലവറയാക്കാൻ അമേരിക്ക നടത്തുന്ന ശ്രമങ്ങൾ, ഇക്കാര്യത്തിൽ പള്ളിയുടെ ഇരട്ടത്താപ്പു നയം, ഇന്ത്യയിലെ ജാതിവ്യവസ്ഥ - പലതും ചർച്ചാവിഷയമായി, നോവലിസ്റ്റും നാടകകൃത്തും ജേർണലിസ്റ്റും കൂടിയായ ഹെലൻ ക്നോപ്പർക്ക് (ടൈം വാരികയ്ക്കായി ഫെസ്റ്റിവൽ റിപ്പോർട്ടെഴുതാൻ കൂടിയാണവർ വന്നത്.)

താൽപര്യമില്ലാത്ത വിഷയങ്ങളില്ല. ''ഇന്ത്യൻ സിനിമ ഇപ്പോഴും പഴയപടിയാണോ, പണക്കാരനും പാവപ്പെട്ടവളുമായുള്ള പ്രണയവും ദ്വന്ദ്വയുദ്ധവും മറ്റും?'' ഘട്ടക്കിന്റെയും റേയുടെയും അരവിന്ദന്റെയും അടൂർ ഗോപാലകൃഷ്ണന്റെയും മറ്റും ചിത്രങ്ങളെക്കുറിച്ച് ഞാൻ വിശദമായി സംസാരിച്ചു. ''നെതർലൻഡ്സിന് ഒരു സിനിമാ പാരമ്പര്യമില്ല. ഞങ്ങളുടെ തിയേറ്ററിന്റെ നിലയും കഷ്ടമാണ്. ഒനിലും ബെക്കറ്റും മറ്റും അവർ അവതരിപ്പിക്കുന്നത് നിങ്ങളൊന്ന് കാണണം. ശുദ്ധ'പാരഡി'കളായേ തോന്നൂ. പക്ഷേ, ഞങ്ങൾക്കൊരു വലിയ നൃത്തപാരമ്പര്യമുണ്ട്. ഡച്ച് ബാലേ യൂറോപ്പു മുഴുവൻ പ്രസിദ്ധമാണ്.''

തിരിച്ചുപോകാൻ സമയമായി. സംഘനേതാവ് പ്രൊഫസർ മരിയോ സുസ്കി കണിശക്കാരനാണ്; ചെറിയൊരു വഴക്കാളിയും. സരായെവോയിൽ ഇനി ഞങ്ങൾക്ക് പരിപാടികളില്ല; ഇഷ്ടമുള്ളിടത്തു പോകാം. പൊത്തിച്ചേയിലും സരായെവോയിലുമുള്ള ആർട് ഗ്യാലറികൾ സന്ദർശിച്ചു. ബോസ്നിയൻ ശില്പകലയുടെ ഒരു പ്രദർശനവും കണ്ടു. ഏറെ മൗലികമായിത്തോന്നിയില്ല, ശില്പങ്ങൾ: ബാർബറാ ഹെപ്വത്തും ബ്രാൻക്യൂസിയും ഹെൻറിമൂറും പുനരവതരിപ്പിക്കുന്നതുപോലെ, എന്നാൽ ചിത്രകാരന്മാർ വ്യത്യസ്തരാണ്. വിശേഷിച്ചും നെടേലികോ ഗ്വോസ്ദെനോവിച്ച്, ഡ്രാവ്കോവയാദിച്ച്

എന്നിവർ. ബോസ്നിയൻ പ്രകൃതിയിൽ നിന്നാരംഭിച്ച് സവിശേഷ മായ ഒരു അമൂർത്തശൈലിയിലെത്തി നില്ക്കുന്നു ഇവർ. മരിയൊ മിക്കൂലിച്ചിനെപ്പോലെ. നല്ല പോർട്രെയിറ്റു വരപ്പുകാരുമുണ്ട്. സരായെ വോയിൽ മിക്കൂലിച്ച് വരച്ച കവിചിത്രങ്ങൾ വിശേഷിച്ചും ജീവസ്സുറ്റ തായി തോന്നി.

ഇപ്പോൾ പുറമേനിന്നു വന്നവരായി ഞങ്ങൾ അഞ്ചുപേരേ ബാക്കി യുള്ളൂ. ജോൺ, ഡേവിഡ്, ഹെലൻ, മിരിയംബെൻ - ഞാനും; രണ്ടു ദിവസവും.

"മലകളിൽ പോകാതെ തിരിച്ചു പൊയ്ക്കൂടാ." സുഹൃത്ത് അമേലാ പറഞ്ഞു: അങ്ങനെ ഞങ്ങൾ ട്രെബേവിച്ച് മലയുടെ മുകളിൽ പോയി. മിലാൻ കുന്ദേരയുടെ ഭാഷയിൽ 'അസ്തിത്വത്തിന്റെ അസഹനീയ മായ ലാഘവം' ('the unbearable lightness of being') അനുഭവപ്പെട്ട മുഹൂർത്തങ്ങൾ. ഓടിട്ട ഗ്രാമീണഭവനങ്ങൾക്കും പള്ളികൾക്കും മുകളിലൂടെ കേബിളിൽ ഒരു യാത്ര: സരായവോ മുഴുവൻ ഇപ്പോൾ ഒന്നിച്ചു കാണാം. ചുറ്റും പച്ചയുടെ ആഴക്കടൽ. പെറ്റൂണിയയും മോണിങ്ഗ്ലോറിയും ലൈലാക്കും പൂത്തുനില്ക്കുന്ന താഴ്‌വാരങ്ങൾ. പിറ്റേന്ന് യാത്ര മില്യേക്കാനദിയുടെ ഉത്ഭവസ്ഥാനമായ 'ബോസ് നിയൻ സ്പ്രിങ്ങി'ലേക്കായിരുന്നു - ട്രാമിലും കുതിരവണ്ടിയിലു മായി ബീച്ചുമരങ്ങൾക്കിടയിലൂടെ മുക്കാൽ മണിക്കൂർ. ഡേവിഡാ യിരുന്നു സീറ്റു പങ്കിട്ടത്. പെൻഗ്വിൻ പുസ്തകക്കമ്പനിയുടെ ഒരു എഡിറ്ററാണ് ഈ കവി. വന്യജീവി സംരക്ഷണ പ്രസ്ഥാനത്തിലെ ഒരു മുന്നണിപ്പോരാളിയും. "പേപ്പർ ബോർഡ് നിർമാണവുമായി ബന്ധപ്പെട്ട് ഇംഗ്ലണ്ടിൽ കൃഷി വാണിജ്യവൽക്കരിക്കപ്പെടുന്നു. പഴയ പ്രകൃതിദൃശ്യങ്ങൾ അസ്തമിക്കുന്നു. കുറ്റിക്കാടുകൾ നിറയെ വെട്ടി ത്തള്ളപ്പെട്ടതോടെ മണ്ണൊലിപ്പുണ്ടാകുന്നു; വന്യജീവികൾ അഭയാർ ത്ഥികളാവുന്നു." ഡേവിഡ് പറയുകയായിരുന്നു. പ്രകൃതി സംരക്ഷ ണത്തിന്റെയും മലിനീകരണത്തിന്റെയും പ്രശ്നങ്ങളെക്കുറിച്ച് ഞങ്ങൾ ദീർഘമായി സംസാരിച്ചു. അരുവിക്കരയിലെ റെസ്റ്റോറന്റിൽ വിഷയ ങ്ങൾ മാറി. സൽമാൻ റഷ്ദി, മിലാൻ കുന്ദേര, സിനിമയാക്കപ്പെട്ട 'പാസ്സേജ് ടു ഇന്ത്യ,' 'ഗാന്ധി' ചിത്രം.... മിസ്റ്റിക്കുകളുടെയും മുറി വൈദ്യന്മാരുടെയും കൈയിൽ അകപ്പെട്ട് അപചയം നേരിടുന്ന 'ആന്റി-സൈക്കിയാട്രി' പ്രസ്ഥാനംവരെ. രാത്രി 'ഹോളിഡേ ഇന്നി'ൽ നൃത്തം - നാടാഷയ്ക്ക് നൃത്തത്തിൽ കമ്പമാണ്, ബോയ്ഫ്രണ്ട് ഫാറൂഖിനും അതെ, ഹെലനും ഞാനും കാണികളായിരുന്നതേ യുള്ളൂ; ഈ ചടുലത വൈദഗ്ദ്ധ്യമാവശ്യപ്പെടുന്നു.

"എന്തുകൊണ്ടാണ് മോനേ, വിപ്ലവം കഴിയുന്നതോടെ അതു നയിച്ചവർതന്നെ പ്രഭുക്കന്മാരായി മാറുന്നത്?'' 'ഹോട്ടൽ യൂറോപ'യിൽ പ്രഭാതഭക്ഷണം കഴിക്കുമ്പോൾ മിരിയം ബെൻ ചോദിക്കുകയായിരുന്നു, 'ഞാനും കുറച്ചുകാലമായി സ്വയം ചോദിക്കുന്നതാണീ ചോദ്യം, അമ്മേ,'' ഞാൻ പറഞ്ഞു. അപ്പോഴവർ അൾജീരിയയുടെ കഥ പറഞ്ഞു; പന്ത്രണ്ടാമത്തെ വയസ്സിൽ വിപ്ലവത്തിലേക്ക് എടുത്തുചാടിയതാണ് കവിയും ചിത്രകാരിയും പാട്ടുകാരിയുമായ ഈ അമ്മൂമ്മ. വിപ്ലവാനന്തരം 'പാർട്ടി എഫെലന്നു'വന്ന അപചയമായിരുന്നു അവരുടെ വിഷയം. ''അവർ രണ്ടുകുറി ജനങ്ങളെ വഞ്ചിച്ചു, ആദ്യം ബാങ്കു ദേശസാത്കരണം പോലെ ചില ചെറിയ പരിഷ്കാരങ്ങൾ നടപ്പിലാക്കി. അതാണ് 'സോഷ്യലിസ'മെന്നു ജനങ്ങളെ തെറ്റിദ്ധരിപ്പിച്ചു. പിന്നെ ആ 'സോഷ്യലിസം' വേണ്ടെന്നു ജനങ്ങളെക്കൊണ്ടു പറയിപ്പിച്ചു. ഇപ്പോൾ ഫ്രാൻസുമായി ഭരണകൂടം ഒത്തുകളിക്കുന്നു. ഗ്രാമങ്ങളൊന്നോടെ ഫ്രഞ്ച് മൾട്ടിനാഷനലുകൾക്ക് കൃഷിക്കു നല്കുന്നു. അൾജീരിയക്കാരെക്കൊണ്ട് അവിടെ ബീൻസും മറ്റും കൃഷിചെയ്യിച്ച് ചെറിയ വിലയ്ക്കതുവാങ്ങി വലിയ വിലയ്ക്ക് വില്ക്കുന്നു. രാസവളങ്ങളും കീടനാശിനികളുംകൊണ്ട് അവർ മണ്ണ് നശിപ്പിക്കുന്നു. എന്നിട്ട് കൂടുതൽ വളങ്ങളും പുത്തൻ യന്ത്രങ്ങളും വില്ക്കാനെത്തുന്നു. അവരുടെ 'സോഷ്യൽ ഡെമോക്രസി' ''മുതലാളിത്തത്തിന്റെ മുഖംമൂടിയാണ്.'' പരിക്ഷീണമെങ്കിലും രോഷാകുലമായിരുന്നു വഞ്ചിക്കപ്പെട്ട ആ വിപ്ലവകാരിയുടെ മുഖം.

ഞങ്ങളുടെ സംഘത്തിൽനിന്ന് ഓരോരുത്തരായി വിടപറയുകയായിരുന്നു. ഹെലെൻ, പിന്നെ മിരിയം, ഇപ്പോൾ ജോണും - എനിക്കും പിരിയാറായി. വൈകീട്ട് ബയോഗ്രാദിലെത്താൻ സുഹൃത്ത് അലക്സാണ്ടർ പെട്രോവിന്റെ ഫോൺ വന്നിരിക്കുന്നു. ബയോഗ്രാദിൽ ഏഷ്യൻ സാംസ്കാരിക കാര്യ സെക്രട്ടറി മിലാൻ മാർകോവിച്ചും അലക്സാണ്ടർ പെട്രോവും കാത്തുനിന്നിരുന്നു. ബയോഗ്രാദ് റൈറ്റേഴ്സ് യൂണിയൻ എനിക്കൊരു അത്താഴവിരുന്നേർപ്പെടുത്തിയിരുന്നു. പെട്രോവിനെ ഡൽഹിയിൽവച്ച് അടുത്തു പരിചയപ്പെട്ടിരുന്നതാണ്.

''താങ്കൾ ഒരു മാസമെങ്കിലും യൂഗോസ്ലാവിയയിലുണ്ടാവേണ്ടിയിരുന്നു. ഞാൻ താങ്കളെ നാടുമുഴുവൻ കാണിക്കാനൊരുങ്ങിയിരിക്കുകയായിരുന്നു. താങ്കളെ വീണ്ടും ഇങ്ങോട്ടയയ്ക്കാൻ നിങ്ങളുടെ സാംസ്കാരികവകുപ്പിന് ഞാനെഴുതുന്നുണ്ട്.''

പെട്രോവ് പരാതിപ്പെടുകയായിരുന്നു. വീണ്ടും വരാമെന്നുറപ്പുകൊടുത്ത് പിറ്റേന്ന് ഫ്രാങ്ക്ഫർട്ടിലേക്ക് വിമാനം കയറുമ്പോൾ ഞാൻ ഓർത്തെടുക്കാൻ ശ്രമിക്കുകയായിരുന്നു; എന്താണ് സരായെവോ

അനുഭവം? തിരക്കു കുറഞ്ഞ തെരുവിൽ പുലരിത്തണുപ്പിൽ ഒറ്റയ്ക്കുള്ള നടപ്പാണോ? മില്ല്യേക്കാനദിയുടെ ഒട്ടും യോഗാത്മകതയില്ലാത്ത പ്രസരിപ്പാണോ? ബോസ്നിയൻ ഉറവയ്ക്കു പിറകേ ഓടുന്ന കുട്ടികളുടെ ഉത്കണ്ഠാരഹിതമായ മുഖങ്ങളാണോ? കവികളുടെ അഗാധ സാഹോദര്യത്തിൽ എനിക്കുവേണ്ടി ഉയർത്തപ്പെട്ട വൈൻ ഗ്ലാസുകളുടെ ചുകന്ന പളുങ്കുഹൃദയങ്ങളാണോ? തീവണ്ടിയാത്രയിൽ സഹയാത്രികനുമായി ആംഗ്യങ്ങളുടെ വിശുദ്ധഭാഷയിൽ നടത്തിയ സംവേദനങ്ങളാണോ? വഴിയരികിൽ ഭിക്ഷ യാചിക്കുന്ന ജിപ്സികളുടെ വ്യാകുലതയും ആർത്തിയും നിറഞ്ഞ നെറ്റികളാണോ? പിതാക്കളില്ലാത്ത ശിശുക്കളും ഏകാകികളായ വൃദ്ധരും അനാഥരാകാത്ത ഒരു സമുദായം അസാദ്ധ്യമല്ലെന്ന ആഹ്ലാദകരമായ അറിവാണോ? മൊസ്താറിലെ യുദ്ധസ്മാരകത്തിൽ ഞാനും ഡൊറോട്ടയും അർപ്പിച്ച പൂക്കളുടെ ആർദ്രമായ നെടുവീർപ്പാണോ? കവികൾ ലോകമെമ്പാടും ഒരേ വർഗ്ഗമാണെന്ന വിശ്വാസത്തിന്റെ പുനഃദൃഢീകരണമാണോ? ഫത്തേപ്പൂർ സിക്രിയും റോമൻസ്തൂപങ്ങളും മുതൽ 'പൊത്തിച്ചേ'യിലെ തുർക്കിക്കോട്ട വരെ ഞാനെണ്ണിയ സാമ്രാജ്യാവശിഷ്ടങ്ങളുടെ ഗർവഭംഗം നിറഞ്ഞ അനുസ്യൂതിയാണോ? അതെ, ഇതെല്ലാം ഇതിലേറെയും. ഗദ്യത്തിന് താങ്ങാവുന്നത്, പക്ഷേ, ഇത്രമാത്രം.

(1985)

സ്വീഡൻ ദിനങ്ങൾ

"ദീർഘമായ അന്ധകാരത്തിൽ, തെരുവിന്റെ നടുവിൽ, കാലത്തിന്റെ പ്രാണിയെ കൂട്ടിലടച്ച എന്റെ വാച്ച് വാശിയോടെ തിളങ്ങുന്നു. തിരക്കേറിയ കംപാർട്ട്മെന്റിലെ നിശ്ശബ്ദത സാന്ദ്രമായിരിക്കുന്നു. ഇരുളിൽ പുൽത്തകിടികൾ പിറകോട്ടൊഴുകി മറയുന്നു. എഴുത്തുകാരൻ പക്ഷേ തന്റെ ബിംബത്തിന്റെ പകുതിയോളമേ എത്തിയിട്ടുള്ളൂ. അയാൾ സഞ്ചാരം തുടരുകയാണ്, ഒരേസമയം തുരപ്പനും പരുന്തുമായി."

പ്രശസ്ത സ്വീഡിഷ് കവി റ്റൊമാസ് ട്രാൻസ്ട്രോമറുടെ ഈ വരികൾ സഞ്ചാരസാഹിത്യകാരന്റെ വിഗ്നാവസ്ഥ നന്നായി പ്രതിഫലിപ്പിക്കുന്നുണ്ട്. ദൃശ്യങ്ങളുടെയും സംഭവങ്ങളുടെയും അറിവുകളുടെയും അനുഭവങ്ങളുടെയും വേഗത്തോടൊപ്പമെത്താൻ അയാൾക്ക് പ്രയാസമാണ്. ക്യാമറകളെന്നപോലെ വാക്കുകളും അവയുടെ നിറവും മണവും വികാരവും പിടിച്ചെടുക്കുന്നതിൽ ദയനീയമായി പരാജയപ്പെടുന്നു. റഷ്യയിലും ചൈനയിലും യൂഗോസ്ലാവിയയിലും അമേരിക്കയിലുമെല്ലാം ഇതെനിക്കനുഭവപ്പെട്ടിരുന്നു. ഇപ്പോൾ സ്വീഡനിലും.

"യൂറോപ്പിന്റെ ഗദ്യത്തിൽനിന്ന് ഏഷ്യയുടെ കവിതയിലേക്കു സഞ്ചരിക്കുന്നതിനെക്കുറിച്ചു സ്വേൻ ഹെയ്ഡിൻ എന്ന സ്വീഡിഷ് സഞ്ചാര സാഹിത്യകാരൻ ആവേശത്തോടെ എഴുതുകയുണ്ടായി. എങ്കിൽ ഞാൻ ഏഷ്യയുടെ കവിതയിൽനിന്നു യൂറോപ്പിന്റെ ഗദ്യത്തിലേക്കു സഞ്ചരിക്കുകയായിരുന്നു എന്നു പറയണം. ശബളവും വൈവിധ്യസമൃദ്ധവുമായ ഇൻഡ്യയിൽനിന്നു സ്വീഡനെപ്പോലെ ഒരു കൊച്ചുരാജ്യത്തേക്കു പോകുന്നതിൽ - അവിടെ മുൻപു പോയിട്ടില്ലെന്നതൊഴിച്ചാൽ - അത്യാഹ്ലാദകരമായി ഒന്നും തന്നെയില്ല. എങ്കിലും സ്വീഡനിൽനിന്ന് ഒരു വർഷം മുൻപ് ഇന്ത്യയിൽ വന്നിരുന്ന സുഹൃത്തുക്കൾ ഞാൻ ഇന്ത്യൻ ടീമിലുണ്ടാകണമെന്നു നിർബന്ധമായി പറഞ്ഞിരുന്നു, ആ ഊഷ്മളത എനിക്കു നിരാകരിക്കാൻ കഴിയില്ലായിരുന്നു. അവർ പറഞ്ഞപോലെ ഒരു മാസം അവിടെക്കഴിയാൻ

എന്റെ പുതിയ ദൗത്യത്തിന്റെ ഉത്തരവാദിത്വം എന്നെ അനുവദിക്കുകയുമില്ലായിരുന്നു. അതുകൊണ്ട് രണ്ടാഴ്ച കഴിഞ്ഞു ഞാൻ തിരിച്ചുപോരുമെന്ന് അവരെ നേരത്തെ അറിയിച്ചിരുന്നു. ടീമിൽ പത്തുപേരുണ്ടായിരുന്നു. ഗുജറാത്തി കവിയും തത്ത്വചിന്ത പ്രൊഫസറുമായ പ്രബോധ് പരീഖ്, ഗുജറാത്തി നോവലിസ്റ്റും കവിയുമായ കാഞ്ചിപട്ടേൽ, ഹിന്ദിയിൽ കവിതയെഴുതുന്ന പഞ്ചാബി കവയിത്രി തേജിഗ്രോവർ, കന്നടത്തിൽ കഥയും കവിതയുമെഴുതുന്ന അബ്ദുൾ റഷീദ്, കന്നട കവയിത്രിയും പ്രസാധകയുമായ പ്രതിഭാനന്ദകുമാർ, നാടകസംവിധായകൻ പ്രസന്ന, ഒറിയയിലെ പ്രശസ്ത കവി രമാകാന്ത്രഥ്, മലയാളത്തിൽനിന്നു ബാലചന്ദ്രൻ ചുള്ളിക്കാടും ചന്ദ്രമതിയും, സംയോജകൻ കൂടിയായി ഞാനും. ചെറുപ്പക്കാർ ധാരാളം ഉൾപ്പെട്ട ഒരു ടീം ആകണമെന്ന് അവർ പ്രത്യേകം ആവശ്യപ്പെട്ടിരുന്നു.

കോപ്പൻഹെയ്ഗനിൽവച്ചുതന്നെ സ്കാൻഡിനേവിയൻ ശരത്കാലാന്ത്യത്തിന്റെ സൂചനകൾ ലഭിച്ചുകഴിഞ്ഞിരുന്നു. ഡൽഹിയിലെ ഡിസംബർ കാലാവസ്ഥ എന്നു പറയാം. ആറുമണിക്കു പുറപ്പെടേണ്ടിയിരുന്ന സ്കാൻഡിനേവിയൻ എയർലൈൻസ് വിമാനം ഒരു മണിക്കൂർ വൈകി പുറപ്പെട്ടതുകൊണ്ട് സ്റ്റോക്ഹോമിലേക്കുള്ള വിമാനം പൊയ്ക്കഴിഞ്ഞിരുന്നു. അവിടെ രണ്ടു മണിക്കൂർ കഴിച്ച് വൈകിട്ട് ആറുമണിക്ക് - ഇന്ത്യയിൽ പത്തരമണി - പതിനൊന്നു ഡിഗ്രി തണുപ്പിൽ ചെന്നിറങ്ങുമ്പോൾ ആർലാൻഡാ വിമാനത്താവളത്തിൽ കൂട്ടുകാർ പൂക്കളുമായി കാത്തുനിന്നിരുന്നു. റ്റൊമാസിനെയും ഹെർമനെയും സാക്കിനെയും സ്റ്റെഫാനെയും കണ്ടതോടെ ക്ഷീണം മറന്നു. ബെർഗ്മാൻ സിനിമകളിലെ കുട്ടികൾ ചുറ്റും ഓടിനടക്കുന്നുണ്ടായിരുന്നു. സ്റ്റോക്ഹോമിലെ ഓഗസ്റ്റ് സ്ട്രിൻഡ് ബെർഗിന്റെ ('ഗ'എന്നത് സ്വീഡിഷുകാർ ഉച്ചരിക്കുക 'യ' പോലെയാണ്. സ്വീഡിഷ് ഉച്ചാരണം മലയാളത്തിലെഴുതുക ബുദ്ധിമുട്ടായതിനാൽ ഞാൻ ഇംഗ്ലീഷ് രൂപങ്ങളാണ് ഈ ലേഖനത്തിലുടനീളം ഉപയോഗിക്കുന്നത്.) പേരിലുള്ള ഇടത്തരം ഹോട്ടലിലെത്തി ചൂടുവെള്ളത്തിൽ കുളിച്ച് അടുത്തുതന്നെയുള്ള റൈറ്റേഴ്സ് യൂണിയന്റെ 'റിഡ്ബെർഗ്' റെസ്റ്റോറണ്ടിൽ പോയി വൈനും ചോക്ലേറ്റും ഉൾപ്പെട്ട അത്താഴം കഴിച്ചതോടെ ബാക്കി ക്ഷീണവും മാറി. ജെറ്റ്ലാഗ് ഞങ്ങളുടെയെല്ലാം ഉറക്കം തകരാറിലാക്കിയെങ്കിലും റൈറ്റേഴ്സ് യൂണിയനും സ്വീഡിഷ് ഇൻസ്റ്റിറ്റ്യൂട്ടുമായിരുന്നു ഞങ്ങളുടെ പ്രധാന ആതിഥേയർ. 'സീഡാ' എന്ന ഏജൻസിയുടെ സാമ്പത്തിക സഹായവും ഉണ്ടായിരുന്നെന്നു പിന്നെ മനസ്സിലായി. എഴുത്തുകാരുടെ പോർട്രെയ്റ്റുകളും പുസ്തക ഷെൽഫുകളും നിറഞ്ഞ റിഡ്ബെർഗ് റെസ്റ്റോറണ്ട് സ്റ്റോക്ഹോമിലെ

ബുദ്ധിജീവികളുടെ സങ്കേതമാണ്; വിശേഷിച്ചും മാവോയിസ്റ്റുകൾ മുതൽ സോഷ്യൽ ഡെമോക്രാറ്റുകൾവരെയുള്ള ഇടതുപക്ഷ ബുദ്ധി ജീവികളുടെ. ഇന്ത്യയിൽ വന്നിരുന്ന എഴുത്തുകാരിൽ മൈക്കേൽ നൈബെർഗ് മാവോയിസ്റ്റാണ്. മറ്റുള്ളവരെല്ലാവരും പൊതുവെ സോഷ്യലിസ്റ്റ് ആശയങ്ങൾ പങ്കിടുന്നവരും അതുകൊണ്ട് യൂറോ പ്യൻ യൂണിയനിൽ സ്വീഡന്റെ പങ്കാളിത്തത്തെ എതിർക്കുന്നവരു മാണ്.

ഒന്ന്

വലിപ്പംകൊണ്ടു യൂറോപ്പിലെ അഞ്ചാമത്തെ രാഷ്ട്രമാണ് സ്വീഡൻ, നാലര ലക്ഷം ചതുരശ്ര കിലോമീറ്റർ ഭൂപ്രദേശം; തെക്കുനിന്നു വടക്കോട്ട് 1600 കിലോമീറ്റർ നീളം; ബെർളിനിൽനിന്നു മോസ്കോ വിലേക്കുള്ളത്ര ദൂരം. പടിഞ്ഞാറ് നോർവേ, കിഴക്ക് ഫിൻലാൻഡ്, ഫിൻലാൻഡ് അറുനൂറു വർഷക്കാലം-1809 വരെ - സ്വീഡനോടു ചേർക്കപ്പെട്ടിരുന്നു. ഫിന്നിഷുകാർക്ക് ആ പരിഭവം ഇപ്പോഴും തീർ ന്നിട്ടില്ല. നോർവേക്കാരനായ ഇബ്സനാണോ സ്വീഡൻകാരനായ സ്ട്രിൻഡ്ബെർഗാണോ കൂടുതൽ മഹാനായ നാടകകൃത്തെന്ന് നിരൂപകർ തർക്കിച്ചുതീർന്നിട്ടുമില്ല. എങ്കിലും ഈ സ്കാൻഡിനേ വിയൻ അയൽക്കാരുമായി സ്വീഡൻ പൊതുവെ ചങ്ങാത്തത്തിൽ ത്തന്നെ. തെക്കുപടിഞ്ഞാറു കിടക്കുന്ന ഡെന്മാർക്കിലേക്കാകട്ടെ, സ്വീഡൻ ഒരു തുരങ്കം പണിയുകയാണ്, മൂന്നുവർഷംകൊണ്ട് അതു തീർന്നേക്കും. സ്വീഡന്റെ പതിനഞ്ചു ശതമാനം സ്ഥലം ആർക്ടിക് വൃത്തത്തിനകത്താണ്. അവിടെ വേനലിൽ കുറേ ആഴ്ചക്കാലം സൂര്യൻ അസ്തമിക്കാറില്ല, ഹേമന്തത്തിൽ അത്രകാലം സൂര്യൻ ഉദിക്കാറുമില്ല. വടക്കൻ അത്‌ലാന്റിക്കിലെ 'ഗൾഫ് സ്ട്രീം' എന്ന ഉഷ്ണജലപ്രവാഹമില്ലായിരുന്നെങ്കിൽ സ്വീഡൻ ആകെ മരവിച്ചു പോകുമായിരുന്നു. ഇപ്പോൾ −12 ഡിഗ്രി സെന്റിഗ്രേഡിനും +17 ഡിഗ്രി സെന്റിഗ്രേഡിനുമിടയിൽ ഒതുങ്ങിനില്ക്കുന്നു പൊതുവെ ഇവിടത്തെ താപനില.

ഫെബ്രുവരിയിലാണ് അതിശൈത്യം. ജൂലൈയിൽ മൃദുതാപവും. ഏഴു ശതമാനം ഭൂപ്രദേശത്തെ കൃഷിയുള്ളൂ; വനങ്ങളും ചതുപ്പു കളും മലകളുമാണ് ബാക്കി. അല്ലല്ല, ഒരു ലക്ഷം തടാകങ്ങളുമുണ്ട്. വിമാനമിറങ്ങും മുൻപു താഴേക്കു നോക്കിയപ്പോൾ കണ്ട ദൃശ്യം ഞാൻ ഒരിക്കലും മറക്കുകയില്ല. മുകളിൽ നിന്നാരോ വലിച്ചെറിഞ്ഞ

മരതകച്ചിലമ്പുപോലെ ചിതറിനുറുങ്ങിക്കിടക്കുന്ന ഒരു ദ്വീപസമൂഹം. റഷ്യയ്ക്കു പോകുംവഴി മുകളിൽനിന്നു ഹിമാലയ ഗാംഭീര്യം കണ്ടതു മാത്രമേ ഇതിനോടൊപ്പം അവിസ്മരണീയമായി എനിക്കു തോന്നിയിട്ടുള്ളൂ. ലണ്ടനും ന്യൂയോർക്കും റോമും ഫ്രാങ്ക്ഫർട്ടും ബെൽഗ്രേഡും മോസ്കോയും ബെയ്ജിങ്ങും ഡൽഹിയും ഞാൻ മുകളിൽനിന്നു കണ്ടിട്ടുണ്ട്. എന്നാൽ ആ നശ്വരമായ മനുഷ്യനിർമ്മിതികൾ പ്രകൃതിയുടെ ഈ വിശാലസൃഷ്ടികൾക്കു മുൻപിൽ എത്ര നിസ്സാരം! പിന്നീട് ഒരു ഞായറാഴ്ച ബാലനും പ്രതിഭയും ചന്ദ്രമതിയും ഞാനും ഈ ഇരുപതിനായിരത്തിലേറെ ചെറുകരകൾക്കിടയിലൂടെ, 'സ്വീഡിഷ് ആർക്കിപെലാഗോ' മുഴുവൻ ബോട്ടിൽ സവാരി ചെയ്തു കണ്ടു. ഒരു പാറയും ചില മരങ്ങളുമുള്ള കൊച്ചുതുരുത്തുകൾ മുതൽ വൻ പട്ടണങ്ങളായ മഹാദ്വീപുകൾവരെ 'വോക്സ്ലാൻഡു' വരെയുള്ള ആ മൂന്നുമണിക്കൂർ ജലസവാരിയിൽ ഞങ്ങൾ കണ്ടു, നീലയുടെയും മഞ്ഞയുടെയും നിറഞ്ഞ മഹാനടനം. 'ഗോട്ലൻഡും''ഓലൻഡു' മാണ് ഇവയിലേറ്റവും വലിയ ദ്വീപുകൾ. വലിയ ദ്വീപുകളെല്ലാം പാലങ്ങൾകൊണ്ടു കൂട്ടിയിണക്കിയിരിക്കുന്നു. ഞങ്ങൾ തിരിച്ചു വന്നത് ബസ്സിലായിരുന്നു.

മനോഹര പുരാതനമായ ഉപ്പ്സാലായിലേക്കുള്ള യാത്രയായിരുന്നു മറ്റൊരു സുഖാനുഭവം. എന്റെ പൂർവവിദ്യാർത്ഥി രാജീവ് തോട്ടാപ്പള്ളി അവിടെ അസിസ്റ്റന്റ് പ്രൊഫസറാണ്. രാജീവ് ഞങ്ങളെ - രമാകാന്ത് രഥ്, ചന്ദ്രമതി, ഞാൻ, കാഞ്ചിപട്ടേൽ - ഉപ്പ് സാലാ മുഴുവൻ ചുറ്റിനടന്നു കാണിച്ചു. പഴയ പള്ളി, ഗോപുരം, സസ്യശാസ്ത്രത്തിന്റെ പിതാവായ ലിന്നയസ്സിന്റെ വീടും പുരയിടവും വൈക്കിങ് മൗൺടുകൾ എന്നറിയപ്പെടുന്ന യാത്രികരുടെ ശവകുടീരങ്ങൾ എല്ലാം.

ഈ വലിപ്പത്തിനൊത്ത ജനസംഖ്യ പക്ഷേ, ഇവിടെയില്ല. കഷ്ടിച്ച് തൊണ്ണൂറു ലക്ഷം ജനങ്ങൾ. അതിൽത്തന്നെയും മൂന്നിലൊരുഭാഗം സ്റ്റോക്ഹോം, ഗോട്ബെർഗ്, മാൽമോ എന്നീ നഗരങ്ങളിൽ, നള-ദമയന്തിമാർക്ക് ഇതു വിജനതതന്നെയായിത്തോന്നിക്കുമായിരുന്നു. വിമാനത്താവളത്തിലോ ട്യൂബ് (ഭൂഗർഭ റെയിൽവേയാണ് ഇവിടത്തെ ഏറ്റവും ജനകീയമായ ഗതാഗത രീതി. സ്റ്റേഷനിലോ അത്താഴസമയത്ത് റിഡ്ബെർഗ് റെസ്റ്റോറണ്ടിലോ നിൽക്കുമ്പോൾ മാത്രമാണ് ഇന്ത്യയിലെ ജനപ്രളയങ്ങളിൽ നിന്നെത്തിയിരുന്ന ഞങ്ങൾക്ക് ജനസാന്നിദ്ധ്യം അല്പമെങ്കിലും അനുഭവപ്പെട്ടിരുന്നത്.

ജനങ്ങൾ കുറവെങ്കിലും ഇന്ന് സ്വീഡൻ ഒരു ബഹുവംശീയ, ബഹുസംസ്കാര രാഷ്ട്രമാണ്. സ്റ്റോക്ഹോം തെരുവുകളിലൂടെ

ഒന്നു നടക്കുക, അഥവാ ഒരു സ്കൂൾ സന്ദർശിക്കുക, 'കബാബ് ഹൗസു'കളും ചൈനീസ് റെസ്റ്റോറണ്ടുകളും മക്ഡൊനാൾഡ് ഷോപ്പുകളും ഒന്നിച്ചണിനിരക്കുന്നതിനിടയിലൂടെ തുർക്കികളും ഇറാനികളും ഇറാക്കികളും കാബൂളികളും ബംഗ്ലാദേശികളും പാകിസ്ഥാനികളും ശ്രീലങ്കക്കാരും കറുത്ത വർഗ്ഗക്കാരും മംഗോളിയരും ഇന്ത്യാക്കാരും ഹങ്കറിക്കാരുമെല്ലാം നടന്നു പോകുന്നതു കാണാം. എല്ലാവർക്കും അഭയം കൊടുക്കുക മാത്രമല്ല, ചേരിചേരാരാഷ്ട്രമായ സ്വീഡൻ ചെയ്യുന്നത്. അവർക്കു സ്വീഡിഷ് പൗരർക്കുള്ള എല്ലാ അവകാശങ്ങളും നല്കുകയും ചെയ്യുന്നു.

ഞായറാഴ്ചച്ചന്തയിലെ ഇറാനിയൻ സ്ഫടികവ്യാപാരിയും നാഷണൽ മ്യൂസിയത്തിനടുത്ത തെരുവിൽ കാറോടിക്കുന്ന സിക്കുകാരനും ചൈനയിൽനിന്നോടിപ്പോന്ന് സ്വീഡിഷ് പഠിച്ച് അതിൽ കവിതയെഴുതുന്ന ലീലി എന്ന കവിയും സ്കൂളദ്ധ്യാപികയായ ആഫ്രിക്കക്കാരിയും ഒരേ പൗരാവകാശങ്ങൾ പങ്കിടുന്നു. മൂന്നുവർഷം ഇവിടെ താമസിച്ചാൽ അവർക്ക് വോട്ടുചെയ്യാം. തിരഞ്ഞെടുപ്പിലും മത്സരിക്കാം. സ്വീഡിഷ് ജനതയുടെ പത്തിലൊന്നോളം വരുന്ന ഈ പ്രവാസികളോടു ചോദിച്ചാൽ അവർ വംശപക്ഷപാതത്തെക്കുറിച്ചു പരാതി പറഞ്ഞെന്നു വരാം; എന്നെങ്കിലും പിതൃരാജ്യങ്ങളിലേക്കു തിരിച്ചുപോകാമെന്നു വെറുതെ സ്വപ്നം കാണുന്നവരാണിവർ. എങ്കിലും നിയമം ഇവരെ വേർതിരിക്കുന്നില്ല. ശരാശരി സ്വീഡൻകാരൻ ഇവരെ തുറിച്ചുനോക്കുന്നുമില്ല. തുറിച്ചുനോട്ടം ഇവിടെ അശ്ലീലമായി കരുതുന്നു. ശൃംഗരിക്കാനുദ്ദേശ്യമില്ലെങ്കിൽ ഒരു പെൺകുട്ടിയെയും രണ്ടാമതു നോക്കരുത് - റ്റൊമാസ് പറഞ്ഞു.

സ്പർശവും ആലിംഗനവും അതുപോലെതന്നെ അപൂർവം. ഇതൊരു തണുത്ത ജനതയാണെന്നു മൈക്കേൽ പറയും. ബെയ്ജിങ്ങിൽ കണ്ടയത്രപോലും കെട്ടിപ്പിടിച്ചു നടക്കുന്ന ഇണകളെ സ്റ്റോക്ഹോമിൽ കണ്ടില്ല. ഒരു സ്കൂൾ വരാന്തയിലാണ് കാലുകൾ പരസ്പരം പിണച്ച് ഉമ്മവയ്ക്കുകയും ഉമ്മ തുടരുന്നതിനിടയിൽത്തന്നെ അദ്ധ്യാപകനെ കൈവീശി എതിരേല്ക്കുകയും ചെയ്യുന്ന രണ്ടു പതിന്നാലുകാരെക്കണ്ടത്. ന്യൂയോർക്കിൽ ഒരു സാധാരണ ദൃശ്യമാകുമായിരുന്ന ഇത് ഇവിടെ ഒരു കലാപമായാണ് തോന്നിച്ചത്. വനിതാപ്രസ്ഥാനത്തിന്റെ അപൂർവ വിജയംകൊണ്ടാവാം അശ്ലീലസാഹിത്യവും ഇവിടെ മിക്കവാറും തിരോധാനം ചെയ്തതായി സുഹൃത്തുക്കൾ പറഞ്ഞു - സ്വീഡനെക്കുറിച്ച് അത്തരമൊരു തെറ്റിദ്ധാരണ നമുക്കുണ്ടല്ലോ. ഡെൽഹിയോളം 'അമേരിക്കാവത്കരണം' സ്റ്റോക്ഹോമിൽ കണ്ടില്ല. യൂറോപ്പ് ചെറുത്തു നില്ക്കുകയാണ്. ഇവിടത്തെ നൈറ്റ്ക്ലബ്ബുകൾ പോലും വിരസങ്ങളാണെന്നാണ്

ചിലതെല്ലാം സന്ദർശിച്ച യുവസുഹൃത്തുക്കൾ പറഞ്ഞത്. നട്ടുച്ചയ്ക്കു നഗ്നനൃത്തം നടത്തുന്ന ന്യൂയോർക്ക് തെരുവുക്ലബ്ബുകളിൽനിന്ന് എന്തൊരന്തരം!

രണ്ട്

ശരാശരി സ്വീഡൻകാർ തികഞ്ഞ ചരിത്രബോധമുള്ളവരാണ്. ഞങ്ങൾ പോയ മ്യൂസിയങ്ങളിലും ചരിത്രസ്മാരകങ്ങളിലുമെല്ലാം അദ്ധ്യാപികമാർ കുട്ടികളെയുംകൂട്ടി വന്നിരിക്കുന്നതു കണ്ടു. മൂന്നുനാലു വയസ്സാകുമ്പോഴേ സ്മാരകങ്ങളിലും സ്ഥലങ്ങളിലും കൂടി സ്വന്തം ചരിത്രത്തെക്കുറിച്ച് അവർ അറിയാൻ തുടങ്ങുന്നു. ഒരു ജനതയെന്ന നിലയിൽ ശക്തമായ സ്വത്വബോധം സ്വീഡുകൾക്കുണ്ട്. യൂറോപ്യൻ യൂണിയന്റെ ഭീഷണി ഈ ബോധത്തെ കൂടുതൽ തീക്ഷ്ണമാക്കിയതായിത്തോന്നി.

ഏതാണ്ട് ക്രി.മു. പതിനോരായിരമാണ്ടിൽ സ്കാൻഡിനേവിയയെ മൂടിക്കിടന്ന മഞ്ഞുപാളി അലിഞ്ഞുതുടങ്ങുമ്പോഴാണ് സ്വീഡന്റെയും പ്രാഗ്ചരിത്രം ആരംഭിക്കുന്നതെന്നു പറയാം. തെരുവുവക്കിലോ പുരയിടങ്ങളിലോ പെട്ടെന്നൊരു വലിയ പാറ കിടക്കുന്നതു കണ്ടാൽ അത്ഭുതപ്പെടേണ്ട. പഴയ ശ്ലേഷിയറുകളുടെ അവശിഷ്ടങ്ങളാണ്. തണുപ്പു കുറയുകയും ശിലായുഗവും വെങ്കലയുഗവും അയോയുഗവും രൂപപ്പെടുകയും ചെയ്തതോടെ നോർദിക് പ്രദേശത്തു മനുഷ്യസമൂഹം ഉടലെടുത്തുതുടങ്ങി.

റോമൻ ചരിത്രകാരനായ ടാസിറ്റസ്, ജെർമാനിക് വർഗ്ഗങ്ങളെക്കുറിച്ചു പറയുമ്പോൾ യുദ്ധപ്രിയരും നാവികരുമായ 'സ്വിയാർ' എന്നൊരു വർഗ്ഗത്തെ പരാമർശിക്കുന്നുണ്ട്. മാലറേൻ തടാകത്തിനു ചുറ്റും താമസിച്ചിരുന്ന അവരാണ് സ്വീഡുകളുടെ പൂർവികർ. ക്രിസ്തബ്ദം എണ്ണൂറാമാണ്ടിനോടടുത്താണ് ഇന്നത്തെ സ്വീഡനും നോർവേയും ഡെന്മാർക്കും ചേർന്നു സ്കാൻഡിനേവിയ എത്തോപ്യൻ അരങ്ങിൽ നാടകീയമായി പ്രത്യക്ഷപ്പെടുന്നത്. വൈക്കിങ്ങുകളുടെ ഈ കാലം നാവികസാഹസങ്ങളുടെയും കാലമായിരുന്നു. സ്കാൻഡിനേവിയക്കാർ ഫ്രാൻസിലും ബ്രിട്ടനിലും റഷ്യയിലും ഇസ്താംബുളിലും ബാഗ്ദാദിലും കടലും പുഴകളും വഴി എത്തി വാണിജ്യബന്ധങ്ങൾക്കു തുടക്കം കുറിച്ച കാലം. വൈക്കിങ് ശ്മശാനങ്ങളിൽ ഞങ്ങൾ പോയി - ഉപ്പ്സാലയിൽ. കുന്നുകൾക്കൊപ്പം ഉയരമുള്ള ഈ മൺകൂനകളിൽ യാത്രികരുടെ ജഡങ്ങൾക്കൊപ്പം ലോകമെമ്പാടുനിന്നും അവർ ശേഖരിച്ച നാണയങ്ങളും വസ്തുക്കളും അടക്കം

ചെയ്യപ്പെട്ടിരിക്കുന്നു. 'റൂൺ സ്റ്റോൺസ്' എന്നറിയപ്പെടുന്ന കിളരമുള്ള സ്മാരകശിലകളിൽ മഹാകാവ്യങ്ങൾക്കു വിഷയമാകാവുന്ന അവരുടെ സാഹസിക ജീവിതങ്ങൾ ശുഷ്കവാക്യങ്ങളിൽ രേഖപ്പെടുത്തിയിരിക്കുന്നു. വൈക്കിങ്ങുകൾ വസ്തുക്കൾക്കൊപ്പം അറിവുകളും സംസ്കാരങ്ങളും കൊണ്ടുവന്നു. നോർദിക് ദൈവങ്ങൾക്കു പകരം ക്രിസ്തുമതവും അതിന്റെ ദൈവവും വന്നതും ആവഴിതന്നെ. 1164ൽ ഉപ്പ്സാലയിൽ ആദ്യത്തെ കത്തോലിക്കാ ബിഷപ്പ് സ്ഥാനാരോഹണം ചെയ്തു. സ്വീഡിഷ് രാഷ്ട്രവും ഇക്കാലത്തുതന്നെ രൂപംകൊണ്ടതായിപ്പറയാം.

സ്വീഡന്റെ ചരിത്രത്തെക്കുറിച്ചു ഞങ്ങളോടു സംസാരിച്ചത് ജാൻ മിർദാൽ ആയിരുന്നു. ഇദ്ദേഹം ഗുണ്ണാർ മിർദാലിന്റെ മകൻ. തീവ്രവാദിയായിരുന്ന സ്വാതന്ത്ര്യ സമരസേനാനി കാളീപദ്ചൗധരിയുടെ ചെറുമകൻ, കാളീപദ്ചൗധരിയുടെ അപ്രകാശിതമായ ആത്മകഥയുടെ ചില രസികൻ ഭാഗങ്ങൾ ജാൻ ഞങ്ങളെ വായിച്ചു കേൾപ്പിച്ചു. മൂന്നു വർഷം മുൻപു ദില്ലിയിൽ വന്നപ്പോൾ ജാനിനെ ഞാൻ പരിചയപ്പെട്ടിരുന്നു. ഇന്ത്യയിൽ വലിയ താൽപര്യം പ്രദർശിപ്പിച്ചിരുന്നുവെങ്കിലും ഇന്ത്യയുമായി ജാൻ മിർദാലിനും ഗുണ്ണാർ മിർദാലിനും രക്തബന്ധമുണ്ടെന്നു ഞാൻ ധരിച്ചിരുന്നില്ല.

ജാനിന്റെ പ്രഭാഷണം പിന്തുടരുകയാണെങ്കിൽ സ്വീഡിഷ് ചരിത്രത്തെ ഇങ്ങനെ ചുരുക്കാം. 1100 മുതൽ 1350 വരെയുള്ള കാലം സ്വീഡന്റെ രൂപീകരണഘട്ടമായിരുന്നു. നാടുവാഴിത്ത കാലഘട്ടം. ദേശീയ നിയമവും ദേശവ്യാപകമായ ഒരധികാരിവർഗ്ഗവും അക്കാലത്തു രൂപംകൊണ്ടു. ക്രിസ്തീയസഭ മറ്റൊരു ഏകീകരണ ശക്തിയായി. പട്ടണങ്ങളുടെ ഒരു ശൃംഖല നിലവിൽ വന്നു. കൃഷിയുടെ സാങ്കേതികവിദ്യ മെച്ചപ്പെട്ടു. ഉൽപാദനം വർദ്ധിച്ചു. ജനസംഖ്യയും വർദ്ധിച്ചു. പിന്നീട് 1450 വരെ പ്രതിസന്ധിയുടെ കാലമായിരുന്നു. പ്ലേഗും വരൾച്ചയും മഹാമാരികളും ജനങ്ങളെ കൊന്നൊടുക്കി. നാടുവാഴിത്തം ക്രൂരമായി. കുടിയാന്മാരെ ഭൂമിയിൽത്തന്നെ അവർ കെട്ടിയിട്ടു. യുദ്ധങ്ങളും കൊള്ളകളും നടന്നു. നികുതി വർദ്ധിച്ചു. 1434നും 1523നുമിടയ്ക്ക് ഏറെ കർഷക കലാപങ്ങളുണ്ടായി. കൃഷിക്കാർക്ക് സഭയിൽ സ്ഥാനം ലഭിച്ചു. ആഢ്യവർഗ്ഗങ്ങൾ, പുരോഹിതർ, വണിക്കുകൾ (നാഗരികർ), കർഷകർ (ഗ്രാമീണർ) ഇങ്ങനെയൊരു 'ചതുർവർണ്ണ' സമൂഹം നിലവിൽ വന്നു. 1520–620 കാലത്ത് ആഢ്യവർഗ്ഗം ക്ഷയിച്ചു. അതും കത്തോലിക്കാ സഭയോടൊപ്പം ഭരണകൂടത്തിന്റെ ഭാഗമായി. ഭരണകൂടം ശക്തമായി - വിശേഷിച്ചും കർഷകനേതാവായി ഉയർന്നുവന്ന ഗുസ്താവ് വാസാ എന്ന രാജാവിനു കീഴിൽ. സഭയുടെ ഭൂമി ദേശസാൽക്കരിക്കപ്പെട്ടു. സാമ്പത്തിക മേഖല വളർന്നു. പിന്നീടുള്ള ആറു ദശാബ്ദം സാമ്രാജ്യത്തിന്റെ

വികാസത്തിന്റേതായിരുന്നു. ഡെന്മാർക്കിന്റെ ഒരു ഭാഗം സ്വീഡന്റേതായി.

1700ൽ കാർഷിക വിപ്ലവം സംഭവിച്ചു; 1850തോടെ വ്യവസായ വിപ്ലവവും ആരംഭിച്ചു. പിന്നീടുള്ള ഒരു നൂറ്റാണ്ട്, ഒരു വശത്തു സാമ്പത്തികവളർച്ചയുടെയും മറുവശത്തു നാടു വിട്ട് അമേരിക്കയുൾപ്പെടെയുള്ള വിദേശങ്ങളിലേക്കുള്ള കുടിയേറ്റത്തിന്റെയുമായിരുന്നു. ഇതേ കാലത്ത് ജനാധിപത്യവും വളർന്നു വേരുറച്ചു. ഇരുപതുകളിലെ സാമ്പത്തികമാന്ദ്യത്തിനും അവമൂല്യനത്തിനും ശേഷം 1932–1976 കാലത്തെ സോഷ്യൽ ഡെമോക്രാറ്റുകളുടെ ഭരണം ക്ഷേമരാഷ്ട്ര സങ്കല്പത്തിന് ഊന്നൽ നല്കി.

നാം 'കേരള മാതൃക'യെക്കുറിച്ചു പറയാറുള്ളതുപോലെതന്നെ സ്വീഡൻകാർ ഒരു 'സ്വീഡിഷ് മാതൃക'യെക്കുറിച്ചു പറയും. (രണ്ടു മാതൃകകളും ഇന്നു കടുത്ത പ്രതിസന്ധിയിലാണെന്ന് വേറെ കാര്യം.) പ്രയോഗികത, സുരക്ഷിതത്വം, സാമൂഹ്യജനാധിപത്യം ഇവയാണ് സ്വീഡിഷ് മോഡലിന്റെ മൗലികതത്ത്വങ്ങൾ. സ്വീഡനിൽ ഇടതുപക്ഷ തീവ്രവാദികളും (മാവോയിസ്റ്റുകൾ) വലതുപക്ഷ തീവ്രവാദികളും (പുതുനാസികൾ) ഉണ്ടെങ്കിലും അവർ വിരലിലെണ്ണാവുന്ന ന്യൂനപക്ഷമാണ്. സമുദായത്തിന്റെ പൊതുപ്രവണത സംവാദത്തിന്റെയും സന്ധിയുടെയുമാണ്. ഭരണകൂടവും സമൂഹവും ഇവിടെ ഏതാണ്ടൊന്നുതന്നെ. കർഷകർ സ്വതന്ത്രരാണ്, നാടുവാഴിത്തം ദുർബലം. സ്വീഡിഷ് ഭരണകൂടം അധികാരങ്ങളാസ്വദിക്കെത്തന്നെ ജനാധിപത്യത്താൽ നിയന്ത്രിക്കപ്പെടുന്നു. സഹകരണസ്ഥാപനങ്ങളാണ് ഏറെയും. മൂലധനവും അദ്ധ്വാനവും നേരിട്ടേറ്റുമുട്ടുന്ന സന്ദർഭങ്ങൾ ഇല്ലെന്നുതന്നെ പറയാം. തൊഴിൽത്തർക്കങ്ങൾ സംഭാഷണങ്ങളിലൂടെ പരിഹരിക്കപ്പെടുന്നു.

ഈ നൂറ്റാണ്ടിൽ രണ്ടു പ്രധാന പണിമുടക്കുകളേ സ്വീഡനിലുണ്ടായിട്ടുള്ളൂ. സാധാരണ വേതനത്തെയും തൊഴിലിനെയും സംബന്ധിച്ച തർക്കങ്ങൾ പണിമുടക്കിലെത്താതിരിക്കാൻ തൊഴിലാളി സംഘടനകളും മുതലാളി സംഘടനകളും ശ്രദ്ധിക്കുന്നു. എല്ലാവർക്കും തൊഴിൽ നല്കുന്നതും സാമൂഹ്യവർഗ്ഗങ്ങൾ സംഘർഷമൊഴിവാക്കാൻ ശ്രദ്ധിക്കുന്നതുമായ ഈ ക്ഷേമ രാഷ്ട്രമാതൃകയെ സുസംഘടിതമായ മുതലാളിത്തം എന്നു വിളിക്കാം. റോപ്യൻ യൂണിയന്റെയും കോമൺ മാർക്കറ്റിന്റെയും വരവ് സ്വീഡിഷ് മാതൃകയ്ക്കൊരു വെല്ലുവിളിയായേക്കാം. കോർപ്പറേറ്റ് മുതലാളിത്തം ഇവിടെ കൂടുതൽ അക്രമാസമാവുകയാണ്. തൊഴിലാളികൾ ഇപ്പോഴനുഭവിക്കുന്ന പല അവകാശങ്ങളും എടുത്തുകളയണമെന്ന് അവർ വാദിക്കുന്നു. ക്ഷേമരാഷ്ട്രത്തിന്റെ ചെലവുകൾ മൂലധന വളർച്ചയ്ക്കു

തടസ്സമായാണ് അവർ കാണുന്നത്. 'ഫ്രീമാർക്കറ്റ്' ആശയങ്ങൾ മാധ്യമങ്ങളിലൂടെ പ്രചാരം നേടുകയാണ്.

ഈ പുതുസമൂഹത്തിന്റെ വിമർശകയായ മാർഗറീറ്റാ നൊർളീൻ എന്ന പത്രപ്രവർത്തകയോടു ഞങ്ങൾ സംസാരിച്ചു. ഇപ്പോൾ നടക്കുന്നത് 'പിറകോട്ടുള്ള ഒരു വിപ്ലവ'മാണെന്ന് അവർ പറയുന്നു.

"രാഷ്ട്രീയത്തിൽ അഴിമതി വർദ്ധിക്കുന്നു. രാഷ്ട്രീയക്കാർക്കും ഉദ്യോഗസ്ഥപ്രമാണിമാർക്കും വിശ്വാസ്യത നഷ്ടപ്പെടുന്നു. 'ഔദ്യോഗിക രഹസ്യനിയമം' തുറന്ന പരിശോധനകൾക്കു തടസ്സം നില്ക്കുന്നു. വാണിഭ മാതൃക ക്ഷേമരാഷ്ട്രത്തെ തുരങ്കം വയ്ക്കുകയാണ്. വികലാംഗരും വൃദ്ധരും വേണ്ടപോലെ സംരക്ഷിക്കപ്പെടുന്നില്ല. നഗരപ്രാന്തങ്ങളിലെ കുടിയേറ്റക്കാരുടെ അവസ്ഥ ആശാവഹമല്ല. അധികാരം കൂടുതൽ കേന്ദ്രീകൃതമാവുകയാണ്. ദേശീയ ഭരണകൂടവും പ്രാദേശിക ഭരണകൂടങ്ങളും ഒരു ചെറിയ വരേണ്യവർഗ്ഗത്തിനും യൂറോപ്യൻ യൂണിയനും കീഴടങ്ങിക്കൊണ്ടിരിക്കുന്നു. മാദ്ധ്യമങ്ങളിൽ നടക്കുന്നത് വാർത്താവിനിമയമല്ല. വെറും പ്രചാരണമാണ്. യൂറോപ്യൻ യൂണിയന് അനുകൂലമായ സമ്മതം സൃഷ്ടിക്കപ്പെട്ടത് സംഘടിതപ്രചാരണംകൊണ്ടാണ്. ഇപ്പോൾ ജനങ്ങൾ വഞ്ചന തിരിച്ചറിഞ്ഞിരിക്കുന്നു. ഇന്ന് ഒരു വോട്ടെടുപ്പു നടന്നാൽ യൂറോപ്യൻ യൂണിയന് അനുകൂലമായി വോട്ടുചെയ്യാൻ ഒരു വരേണ്യവിഭാഗമേ കാണൂ. ജനാധിപത്യത്തെ ഒരു ഉപകരണമായി കാണുന്ന വീക്ഷണം വളരുകയാണ്. ജനങ്ങളെ വാഗ്ധാടിയാൽ തരണം ചെയ്യേണ്ട പ്രതിബന്ധമായാണ് നേതാക്കൾ കാണുന്നത്. വിദ്യാഭ്യാസം മുൻപു തുല്യമായിരുന്നു. ഇപ്പോൾ ഓരോ സ്കൂളിനും സ്വന്തം പാഠ്യക്രമമുണ്ടാക്കാമെന്നതുകൊണ്ട് പലതരം വിദ്യാഭ്യാസമാണ് കുട്ടികൾക്കു കിട്ടുന്നത്. പണമുള്ളവർ ചെലവേറിയ സ്കൂളുകളിൽ കുട്ടികളെ അയയ്ക്കുന്നു."

അവർ പറഞ്ഞു തീർച്ചയായും ഇത് ഒരിരുണ്ട ചിത്രമാണ്. കേട്ടാൽ ഇന്ത്യയെക്കുറിച്ചാണ് പറയുന്നതെന്നു തോന്നും. എന്നാൽ ഇന്ത്യയെപ്പോലെ അതിദാരിദ്ര്യം സ്വീഡനിലില്ല. അങ്ങിങ്ങ് ഏകാകികളും ദരിദ്രരുമായിത്തോന്നിച്ച ചില വൃദ്ധരെ ഞങ്ങൾ കാണാതിരുന്നില്ല; എന്നാൽ ഇതൊരപൂർവ ദൃശ്യമാണ്. വരുമാനത്തിൽ വലിയ അന്തരങ്ങളുണ്ട്, എന്നാൽ വീടും വസ്ത്രവും ഭക്ഷണവും പോലുള്ള പ്രാഥമികാവശ്യങ്ങൾ എല്ലാ വിഭാഗക്കാർക്കും എത്തിക്കുന്നതിൽ സ്വീഡിഷ് വ്യവസ്ഥ വിജയിച്ചിട്ടുണ്ട്.

കടൽത്തീരത്തെ വൃദ്ധസദനങ്ങൾ കാര്യക്ഷമമായിത്തന്നെ നടക്കുന്നുണ്ട്. എങ്കിലും അമേരിക്കയിൽ തോന്നിയതുപോലെതന്നെ ഇവിടെയും വൃദ്ധർ ഏകാകികളാണെന്ന് എനിക്കു തോന്നി. ഭൗതികമായി അവർക്കു പരിരക്ഷയുണ്ട്. എന്നാൽ കുട്ടികളുടെയും

പേരക്കുട്ടികളുടെയും സ്നേഹത്തിൽനിന്നു ലഭിക്കുന്ന ആത്മീയ പരിചരണം അവർക്കു നിഷേധിക്കപ്പെട്ടിരിക്കുന്നു. മേപ്പിളിലകൾ വീണുകിടക്കുന്ന പാർക്കുകളിൽ, ബെർഗ്മാൻ സിനിമകളിലെ ആ വൃദ്ധരെ ഞാൻ വീണ്ടും വീണ്ടും കണ്ടു; അനന്തമായ ഒരു ശരത് കാലത്തിൽ വിറച്ചുകൊഴിയുന്ന വിളറിയ ഇലകളെപ്പോലെ പാറി നടക്കുന്ന ഏകാകികൾ.

''യൂറോപ്യൻ യൂണിയനെക്കുറിച്ച് അതിലെ അംഗങ്ങൾക്കുതന്നെ വിഭിന്നദർശനങ്ങളാണുള്ളത്.'' രാഷ്ട്രീയ വിശകലന വിദഗ്ദ്ധനായ പോ എൻക്വിസ്റ്റ് പറയുകയായിരുന്നു. ''ഇതിൽ നാലു വിഭാഗങ്ങളെങ്കിലുമുണ്ട്. ഗ്രീസ്, ഇറ്റലി, സ്പെയിൻ, പോർത്തുഗൽ എന്നിവർ ഒരു ബ്ലോക്ക്, ബെൽജിയവും ജർമ്മനിയും മറ്റൊന്ന്; കിഴക്കൻ യൂറോപ്യൻ രാഷ്ട്രങ്ങൾ വേറൊന്ന്, പിന്നെ ഫിൻലൻഡ്, നോർവേ, ഡെന്മാർക്ക്, സ്വീഡൻ. ഇടതുപക്ഷത്തുതന്നെ യൂണിയനോടുള്ള സമീപനത്തിൽ ഭിന്നാഭിപ്രായമുണ്ട്. നികുതി, നാണ്യവ്യവസ്ഥ, ഭാഷകൾ, സാംസ്കാരിക സ്വത്വം - എല്ലാം തർക്കവിഷയമാണ്.

ചെറുരാജ്യങ്ങളെ സംബന്ധിച്ചു ചെലവേറിയ ഒരു കാര്യമാണ് യൂണിയൻ അംഗത്വം. സ്വീഡനു ശരിക്കും അടുപ്പമുള്ളത് പോളണ്ടിനോടാണ്. എന്നാൽ ഇപ്പോൾ സ്വീഡൻകാർ ബ്രിട്ടനെയും അമേരിക്കയെയും മാതൃകയാക്കാൻ ശ്രമിക്കുകയാണ്. എൻക്വിസ്റ്റിന്റെ സ്വരത്തിൽ ഉത്കണ്ഠ പ്രകടമായിരുന്നു. നികുതിവരുമാനം താഴേക്കു പോവുകയും തൊഴിലില്ലായ്മ വർധിക്കുകയും ചെയ്യുന്നതുകൊണ്ട് തൊണ്ണൂറുകളിൽ ഘടനാപരമായ ഒരു സാമ്പത്തിക പ്രതിസന്ധി ഉണ്ടായിട്ടുണ്ടെന്നും ഇതിനു ക്ഷേമരാഷ്ട്ര സങ്കല്പത്തെ കുറ്റപ്പെടുത്തുകയാണ് സ്വതന്ത്രവിപണിവാദക്കാരെന്നും ഒരു സുഹൃത്ത് കൂട്ടിച്ചേർത്തു. ഈ സാഹചര്യത്തിൽ ഗ്രീൻ പ്രസ്ഥാനവും വളരുന്നുണ്ട്. സോഷ്യൽ ഡെമോക്രാറ്റുകളുടെ അദൃശ്യമായ പരിപാടി മുതലാളിത്തത്തിന്റെ പരിപാടിതന്നെ എന്നാണ് അവരുടെ നിലപാട്. സോഷ്യലിസത്തിനും മുതലാളിത്തത്തിനും പൊതുവായ ഭൗതിക വികസന സങ്കല്പത്തെ അവർ ചോദ്യം ചെയ്യുന്നു.

മൂന്ന്

ലൈംഗികസമത്വത്തിന്റെ കാര്യത്തിൽ സ്വീഡൻ വളരെ മുന്നിലാണ്. സ്വീഡനിലെ പുരുഷന്മാരെക്കുറിച്ചു സ്ത്രീകൾ മതിപ്പോടെയാണ് സംസാരിച്ചത്. വീട്ടുജോലികളിലും കുട്ടികളെ നോക്കുന്നതിലും

പുരുഷന്മാർ സ്ത്രീകളെ സഹായിക്കുന്നു. സ്ത്രീകൾക്കു പ്രസവാവധിപോലെതന്നെ പുരുഷന്മാർക്കും 'പിതൃത്വാവധി' ഉണ്ട്. മിക്കവരും അതുപയോഗിക്കുന്നു. കുഞ്ഞു പിറന്നാൽ ആദ്യവർഷം ആറു മാസം അമ്മ ലീവെടുക്കുന്നു, ആറുമാസം അച്ഛനും. മന്ത്രിസഭയിൽ കൃത്യം പകുതി സ്ത്രീകളാണ്. പാർലമെൻറിൽ 43 തമാനം സ്ത്രീകൾ. എന്നാൽ സോഷ്യൽ ഡെമോക്രാറ്റിക് പാർട്ടിയുടെ എം.പിമാരിൽ 50 ശതമാനം സ്ത്രീകളാണ്.

ട്രേഡ് യൂണിയൻ നേതൃത്വത്തിൽ മൂന്നു പുരുഷന്മാർക്ക് രണ്ടു സ്ത്രീകൾ എന്നാണ് അനുപാതം. ബിസിനസ്സ് ലോകത്താണ് സ്ത്രീകൾ കുറവ് - ആറ്, ഏഴ് ശതമാനം മാത്രം. പൊതുമേഖലാ മാനേജ്മെന്റിൽ മുപ്പത്തഞ്ചു ശതമാനം സ്ത്രീകളുണ്ട്. ആരോഗ്യ-സാമൂഹ്യസേവന മേഖലകളിൽ സ്ത്രീകളും വ്യാവസായികോദ്ധ്വാനത്തിൽ പുരുഷന്മാരുമാണ് കൂടുതൽ. വീട്ടുജോലിയും മറ്റൊരു ജോലിയും ചെയ്യേണ്ടിവരുന്നതിനാൽ സ്ത്രീകളുടെ ജോലിസമയം ആറുമണിക്കൂറായി കുറയ്ക്കാൻ നിർദ്ദേശമുണ്ട്. ആദ്യം പുരുഷന്മാർ അതിനെ എതിർത്തിരുന്നുവെങ്കിലും ഇപ്പോൾ അനുകൂലിക്കുന്നു.

സാംസ്കാരികമേഖലയിൽ പുരുഷാധിപത്യത്തിന്റെ അവശിഷ്ടങ്ങൾക്കെതിരേ തങ്ങൾ സമരം തുടരുകയാണെന്നാണ് സ്ത്രീപ്രസ്ഥാന വക്താവായ ഗുണിലാ വെറ്റെർഗ്രെൻ പറയുന്നത്. എന്നാൽ സ്ത്രീപ്രസ്ഥാനം പുരുഷനെ ശത്രുവായല്ല സുഹൃത്തും പങ്കാളിയുമായാണ് കാണുന്നത്. പുറത്തു യാത്രകഴിഞ്ഞ് സ്വീഡനിൽ തിരിച്ചെത്തുമ്പോൾ സ്ത്രീകൾക്ക് അനുഭവപ്പെടുന്ന സുരക്ഷിതത്വത്തെക്കുറിച്ച് ആന്ന ലേന പറയുന്നുണ്ടായിരുന്നു.

സ്ത്രീകൾക്കാണ് സൗന്ദര്യമെന്നു പുരുഷന്മാരും പുരുഷന്മാർക്കാണ് സൗന്ദര്യമെന്നു സ്ത്രീകളും പറയുന്നതു കേട്ടപ്പോൾ ഇത് ആരോഗ്യകരമായ സമൂഹംതന്നെ എന്നു ബോധ്യമായി, സ്റ്റോക്ഹോമിലെ പാർക്കുകളിലും മ്യൂസിയങ്ങളിലും പോയാൽ ആരും ശ്രദ്ധിക്കുന്ന ഒരു കാര്യം നഗ്നപുരുഷശില്പങ്ങളുടെ പ്രകടമായ സാന്നിധ്യമാണ്. ഞങ്ങൾ താമസിച്ചിരുന്ന ഓഗസ്റ്റ് സ്ട്രിൻഡ്ബെർഗ് ഹോട്ടലിനരികെ സ്ട്രിൻഡ്ബെർഗ് പാർക്കിൽ ആ മഹാനായ നാടകകൃത്തിന്റെ പൂർണ്ണനഗ്നമായ ഒരു പ്രതിമയുണ്ടായിരുന്നു. അതിന്റെ പൊരുൾ പിന്നീട് സ്ട്രിൻഡ്ബെർഗ് അവസാനം പാർത്തിരുന്ന വീട്ടിൽ പോയപ്പോൾ മനസ്സിലായി. സ്ട്രിൻഡ്ബെർഗ് വരച്ച ചിത്രങ്ങളിലും എടുത്ത ഫോട്ടോകളിലും നഗ്നപുരുഷരൂപങ്ങൾ ധാരാളം. അദ്ദേഹത്തിന്റെ തന്നെ നഗ്നഫോട്ടോകളും അവിടെക്കണ്ടു. അവിടെ സ്ട്രിൻഡ്ബെർഗിന്റെ വലിയ പുസ്തകശേഖരവും കൈയെഴുത്തു

പ്രതികളും ഞങ്ങൾ കണ്ടു. അദ്ദേഹമുപയോഗിച്ചിരുന്ന കിടക്കയും വീട്ടുപകരണങ്ങളും ശ്രദ്ധയോടെ സൂക്ഷിച്ചിരിക്കുന്നു.

''രണ്ടുകുറി സ്ട്രിൻഡ്ബെർഗ് ഈ വീടിന്റെ ബാൽക്കണിയിൽ വന്നു ജനങ്ങളുടെ അഭിവാദ്യം സ്വീകരിച്ചു.'' മ്യൂസിയത്തിന്റെ വാചാലയായ ഗൈഡ് പറഞ്ഞു. ''ഒരിക്കൽ തന്റെ അറുപതാം പിറന്നാളിന്, പിന്നെ സ്റ്റോക്ക്ഹോമിലെ ജനങ്ങൾ നോബെൽ സമ്മാനത്തിനു തുല്യമായ ഒരു തുക പിരിച്ചെടുത്തു തങ്ങളുടെ എഴുത്തുകാരനു നല്കി ആദരിച്ചപ്പോൾ.''

സ്ട്രിൻഡ്ബെർഗ് നാടകകൃത്തു മാത്രമായിരുന്നില്ല. ഒരു സമ്പൂർണ്ണ നവോത്ഥാന പുരുഷനായിരുന്നു. പണ്ഡിതൻ, കവി, ചിത്രകാരൻ, ഛായാഗ്രാഹകൻ, സംഗീതജ്ഞൻ. ബീഥോവനെയായിരുന്നു സ്ട്രിൻഡ്ബെർഗിനു വിശേഷിച്ചും ഇഷ്ടം. ചിത്രകാരനായ എഡ്വേഡ് മുങ്ക്, സ്ട്രിൻഡ്ബെർഗിനെ ഗുരുവായി ആരാധിച്ചിരുന്നു. അദ്ദേഹം സ്ട്രിൻഡ്ബെർഗിനെക്കുറിച്ചെഴുതുകയും നാടകകൃത്തിന്റെ ധാരാളം ചിത്രങ്ങൾ വരയ്ക്കുകയും ഫോട്ടോകളെടുക്കുകയും ചെയ്തു.

സ്ട്രിൻഡ്ബെർഗിന്റെ ഒരു പ്രത്യേകത അദ്ദേഹം ഫോട്ടോകളിലൊന്നിലും ചിരിക്കുകയില്ലെന്നതായിരുന്നു. എല്ലാറ്റിലും ആ വലിയ മീശപിരിച്ചു നായാട്ടുകാരനെപ്പോലെ നില്ക്കുന്നു അദ്ദേഹം. സന്ധി ചെയ്യാത്ത പ്രകൃതം ആ ചിത്രങ്ങളിൽനിന്നുതന്നെ വ്യക്തം. സ്വീഡിഷ് അക്കാദമിയുമായി സ്വരച്ചേർച്ചയില്ലാതിരുന്നതുകൊണ്ട് സ്ട്രിൻഡ്ബെർഗിനു നോബൽ സമ്മാനം നല്കപ്പെട്ടില്ല. എന്നാൽ ജനങ്ങളുടെ സ്നേഹം ഇത്രയേറെ ലഭിച്ച മറ്റൊരു സ്വീഡിഷ് എഴുത്തുകാരനുണ്ടോ എന്നു സംശയം. അദ്ദേഹത്തിന്റെ ഷഷ്ട്യബ്ദപൂർത്തിക്കു പൂക്കളും ആർപ്പുവിളികളുമായി വീടിനു താഴെ തെരുവിൽ വന്നുകൂടിയ ഇരുപതിനായിരത്തിൽപ്പരം സാധാരണക്കാർതന്നെ അതിനു തെളിവ്. സ്ട്രിൻഡ്ബെർഗിന്റെ മൂന്നു ഭാര്യമാരും മരിച്ചുപോയി. എന്നാൽ ഇളയ ഭാര്യയിലുണ്ടായ മകൾ ഇപ്പോഴുമുണ്ട് - ആ തൊണ്ണൂറ്റാറുകാരി സ്റ്റോക്ക്ഹോമിൽത്തന്നെ ജീവിക്കുന്നു.

'സ്വീഡിഷ് മാതൃക'യുടെ രണ്ട് ആണിക്കല്ലുകളാണ് 'എൽ ഓ' (ലോ) എന്നറിയപ്പെടുന്ന സ്വീഡിഷ് ട്രേഡ് യൂണിയൻ കോൺഫെഡറേഷനും ''എസ്.എ.ഫ്.' (സാഫ്) എന്നറിയപ്പെടുന്ന സ്വീഡിഷ് എംപ്ലോയേഴ്സ് കോൺഫെഡറേഷനും. രണ്ടിന്റേയും ഓഫീസുകളിൽ ഞങ്ങൾ ഏതാനും മണിക്കൂർ ചെലവഴിച്ചു. എല്ലാ മേഖലകളിലും നീതിക്കായി പൊരുതുക, ഉൽപാദനത്തിന്റെ ഫലങ്ങൾ തുല്യമായി വിതരണം ചെയ്യാനും സാമൂഹ്യമായ ഉച്ചനീചത്വങ്ങളും

തൊഴിലില്ലായ്മയും കുറയ്ക്കാനുമായി പ്രവർത്തിക്കുക, തൊഴിൽ മേഖലയിലെ തീരുമാനങ്ങളിൽ തൊഴിലാളികളെ പങ്കാളികളാക്കുക, മർദ്ദനങ്ങൾക്കെതിരേ അടിസ്ഥാനാവശ്യങ്ങൾക്കായി പോരാടുക - ഇതൊക്കെയാണ് 'ലോ'യുടെ പൊതുലക്ഷ്യങ്ങൾ. 1898ലാണ് 'നീല ക്കോളർ' സംഘടനയെന്ന നിലയിൽ ഇതാരംഭിച്ചത്. ഇന്ന് ഇതിൽ ഏറെ തൊളിലാളി-ഉദ്യോഗസ്ഥ സംഘടനകൾ അംഗങ്ങളാണ്. ഇതിന്റെ സ്ഥാപകരിൽ പ്രമുഖൻ മാർക്സിസത്തിൽ നിന്നു പ്രചോദനമുൾ ക്കൊണ്ട ഗസ്റ്റ് പാമേ ആണ്. ആ കിളരം കുറഞ്ഞ നേതാവിന്റെ - തയ്യൽക്കാരനായിരുന്നു പമേ - പ്രതിമ, 'ലോ'യുടെ ഓഫീസിനു മുൻപിൽ ഞങ്ങൾ കണ്ടു. സമ്പന്നമായ ഒരു ട്രേഡ് യൂണിയൻ കോൺഫെഡറേഷനാണിതെന്നു വ്യക്തം. പല നിലകളുള്ള നന്നായി ആസൂത്രണം ചെയ്ത ഓഫീസ്. ചുവരുകൾ നിറയെ അംഗങ്ങളുടെ പെയിന്റിംഗുകൾ. ഇപ്പോൾ ഇതിൽ 20 അംഗസംഘടനകളുണ്ട്. 22 ലക്ഷത്തോളം അംഗങ്ങൾ, അതിൽ പന്ത്രണ്ടുലക്ഷത്തോളം സ്വകാര്യമേഖലയിൽ പ്രവർത്തിക്കുന്നവർ. മുനിസിപ്പൽ തൊഴിലാളി കൾ, കർഷകത്തൊഴിലാളികൾ, പെയിന്റർമാർ, സംഗീതജ്ഞർ, ഖനിവേലക്കാർ, അദ്ധ്യാപകർ, നഴ്സുമാർ തുടങ്ങി പല വിഭാഗ ങ്ങളുടെയും സംഘടനകൾ ഇതിൽ അംഗങ്ങളാണ്. എഞ്ചിനീയർ മാരും ഡോക്ടർമാരും മറ്റു പ്രൊഫഷനലുകളുമുള്ള സംഘടന കളുമുണ്ട്.

300 അംഗങ്ങളുള്ളതാണ് 'ലോ'യുടെ ഭരണസമിതി. പതിനഞ്ചം ഗങ്ങളുള്ള എക്സിക്യൂട്ടീവിനെ 140 അംഗങ്ങളുള്ള ജനറൽ കൗൺ സിൽ തിരഞ്ഞെടുക്കുന്നു. 680 ശാഖകൾ ഈ കോൺഫെഡറേഷ നുണ്ട്. പെൻഷൻ പ്രായം 55 മുതൽ 65 വരെയാണ് സ്വീഡനിൽ. പൊതുവെയുള്ള ഒരു പെൻഷനു പുറമെ സേവനകാലത്തിന്റെ അടിസ്ഥാനത്തിൽ കണക്കാക്കുന്ന പ്രത്യേക പെൻഷനും ഉണ്ട്. സംഘടനയ്ക്ക് എ.ബി.എഫ് എന്ന പേരിൽ ഒരു സാംസ്കാരിക-വിദ്യാഭ്യാസ വിഭാഗമുണ്ട്. ഇതു കോഴ്സുകൾ നടത്തുകയും കലാ -സാഹിത്യപ്രവർത്തനങ്ങൾ പ്രോത്സാഹിപ്പിക്കുകയും ചെയ്യുന്നു. സോഷ്യൽ ഡെമോക്രാറ്റുകളുടേതാണ് ഈ സംഘടന. നാല്പ ത്താറു ശതമാനം അംഗങ്ങളും സ്ത്രീകൾ. ബാലവിഭാഗവും യുവ വിഭാഗവും സ്ത്രീവിഭാഗവും പ്രത്യേകമുണ്ട്. മദ്യപാനശീലം നിരു ത്സാഹപ്പെടുത്തുന്ന 'വെർഡാൻഡി' എന്ന പ്രസ്ഥാനവും ഇതിനു കീഴിൽ പ്രവർത്തിക്കുന്നു. ആഴ്ചയിൽ 40 മണിക്കൂറാണ് തൊഴിൽ സമയം. രണ്ട് ഒഴിവുദിവസം. റിപ്പബ്ലിക് ദിനവും (ജൂൺ 6) തൊഴി ലാളി ദിനവും (മേയ് 1) പൊതു ഒഴിവാണ്. 1069ലെ ഖനിത്തൊഴി ലാളികളുടെ പണിമുടക്കും 1980ലെ ഫാക്ടറിത്തൊഴിലാളികളുടെ

ലോക്ക് ഔട്ടും ഒഴിച്ചാൽ സമീപകാലത്തു പണിമുടക്കുകളുണ്ടായിട്ടില്ല. ഉടമസ്ഥസംഘടനയുമായി ചർച്ചകളിലൂടെ പ്രശ്നങ്ങൾ പരിഹരിക്കുകയാണ് അംഗീകൃതരീതി. പണിമുടക്കില്ലെന്ന കരാറുണ്ടെങ്കിൽ, അതിന്റെ കാലാവധി കഴിഞ്ഞ്, നോട്ടീസ് നല്കി മാത്രമേ പണിമുടക്കാവൂ. 7.3 ശതമാനമാണ് ഇപ്പോൾ സ്വീഡനിലെ തൊഴിലില്ലായ്മ. ഇതു പരിഹരിക്കാനുള്ള ശ്രമങ്ങളിൽ 'ലോ' ഗവൺമെന്റുമായി സഹകരിക്കുന്നു - ഇപ്പോഴത്തെ ഗവൺമെന്റും അവരുടേതു തന്നെ - സോഷ്യൽ ഡെമോക്രാറ്റുകൾക്കാണ് അതിൽ ഭൂരിപക്ഷം, സ്വീഡനിലെ മൊത്തം ജോലിക്കാരിൽ 85 ശതമാനവും ഈ സംഘടനയിൽ അംഗങ്ങളാണ്. ഫ്രാൻസിൽ 9 ശതമാനം മാത്രമാണ് സംഘടിതത്തൊഴിലാളികൾ എന്നോർക്കുക.

തൊഴിൽ മേധാവികളുടെ സംഘടനയും ഇത്രതന്നെ ശക്തമാണ് സ്വീഡനിൽ. ബാൾടിക് തീരത്ത് അവർക്കുമുണ്ട് വലിയ ഒരോഫീസ്. 39 സംഘടനകൾ ഇതിൽ അംഗങ്ങളാണ്. 'സാഫ്' എന്നറിയപ്പെടുന്ന ഇതിൽ 42,000 കമ്പനികളുടെ ഉടമകളുണ്ട്. 1902-ലാണ് ഇതു സ്ഥാപിക്കപ്പെട്ടത്. 'ലോ' പോലെത്തന്നെ ശബ്ദമാണ് ഈ സംഘടനയും. 1938ൽ 'സാഫും' 'ലോ'യും എല്ലാ പ്രശ്നങ്ങളും ചർച്ചയിലൂടെ പരിഹരിക്കാമെന്ന ധാരണയുണ്ടാക്കി. 'സ്വീഡിഷ് മാതൃക' യുടെ ഒരു മുഖ്യതത്ത്വം ഇതാണ്. വ്യവസായ ബന്ധങ്ങൾ മെച്ചപ്പെടുത്തുക, ബിസിനസ്സിന് അനുകൂലമായ നിയമങ്ങൾക്കായി പ്രവർത്തിക്കുക - ഇതെല്ലാമാണ് ''സാഫി'ന്റെ മുഖ്യലക്ഷ്യങ്ങൾ. 'ലോ' പൊതുവെ യൂറോപ്യൻ യൂണിയനെക്കുറിച്ചു സംശയമുള്ളവരാണ്. 'സാഫ്' ചില ഭയമുള്ളപ്പോൾത്തന്നെ, യൂണിയനെ പിന്തുണയ്ക്കുന്നു. രണ്ടു സംഘടനകളുടെയും പ്രത്യയശാസ്ത്ര നിലപാടുകൾ സ്വാഭാവികമായും അന്യോന്യവിരുദ്ധംതന്നെ. വർഗ്ഗസമരത്തിന് ഇത്രയും പരിഷ്കൃതവും മൃദുലവുമായ രൂപം കൈക്കൊള്ളാനാവുമെന്നു ലെനിനും മാവോയും സ്വപ്നം കണ്ടിട്ടുണ്ടാവില്ല. യാഥാസ്ഥിതിക മാർക്സിസ്റ്റ് ഭാഷയിൽ ഇവിടെ വർഗ്ഗസമരമല്ല, വർഗ്ഗസഹകരണമാണുള്ളത്. തൊഴിലാളിയും മുതലാളിയും ദേശീയസാമ്പത്തിക വികസനത്തെ മുന്നിൽ നിർത്തുന്നു. ഒപ്പം സ്വന്തം ആനുകൂല്യങ്ങൾക്കായി പ്രചാരണ സംവാദങ്ങളിൽ ഏർപ്പെടുകയും ചെയ്യുന്നു. രണ്ടു കൂട്ടരും ആശയപരമായി വിയോജിക്കെത്തന്നെ പരസ്പരം ആദരവോടെയാണ് സംസാരിച്ചത് - തൊണ്ണൂറ്റഞ്ചു വർഷങ്ങളിലെ സമര-സംവാദങ്ങളുടെ സൗഹൃദം!

സ്വീഡനിൽ ജനാധിപത്യസംസ്കാരം ശരിക്കും വേരുറച്ചതായി തോന്നി. 1922-ലാണ് പ്രായപൂർത്തി വോട്ടവകാശം ഇവിടെ നടപ്പിലാക്കിയത്. വോട്ടർമാർക്കു സ്വന്തം സ്ഥലത്തെ പോളിംഗ് സ്റ്റേഷനിലോ

24 മണിക്കൂർ മുൻപു പോസ്റ്റോഫീസിലോ പോയി വോട്ടുചെയ്യാം. വോട്ടവകാശമുള്ളവർക്കെല്ലാം തിരഞ്ഞെടുപ്പിനു മത്സരിക്കാം. ഒരു രാഷ്ട്രീയ പാർട്ടി അവരെ നാമനിർദ്ദേശം ചെയ്യണമെന്നുണ്ട്. നാലു വർഷത്തിലൊരിക്കൽ സെപ്റ്റംബറിലെ മൂന്നാമത്തെ ഞായറാഴ്ച യാണ് തിരഞ്ഞെടുപ്പ്. 29 നിയോജകമണ്ഡലങ്ങളുണ്ടിവിടെ. മിക്ക വാറും ഓരോ കൗൺടിയും ഒരു നിയോജകമണ്ഡലമാണ്. മൂന്നു മുഖ്യനഗരങ്ങളും നിയോജകമണ്ഡലങ്ങൾ തന്നെ. 349 പാർലമെന്റ് സീറ്റുകളുണ്ട്. ഇവിടെ പ്രാതിനിധ്യ ജനാധിപത്യമാണ്. തിരഞ്ഞെടു പ്പിൽ ഓരോ പാർട്ടിക്കും ആകെ കിട്ടിയ വോട്ടിന് ആനുപാതികമാ യിരിക്കും അവർക്കു കിട്ടുന്ന സീറ്റ്.

സീറ്റുവിഭജനത്തിൽ ഒരു പാർട്ടിക്കു പങ്കു കിട്ടണമെങ്കിൽ രാജ്യ മൊട്ടാകെയുള്ള വോട്ടിന്റെ നാലു ശതമാനം, അഥവാ ഒരു നിയോ ജകമണ്ഡലത്തിൽ പന്ത്രണ്ടു ശതമാനം വോട്ടെങ്കിലും കിട്ടിയിരി ക്കണം. ഭരണഘടനാപരമായ പ്രശ്നങ്ങളിൽ ദേശീയമായ 'റെഫെറ ൻഡം' നടക്കുന്നു - യൂറോപ്യൻ യൂണിയന്റെ അംഗത്വമായിരുന്നു ഒടുവിൽ നടന്ന അഭിപ്രായ വോട്ടെടുപ്പിന്റെ വിഷയം. 53 ശതമാനം പേർ യൂണിയനെ അനുകൂലിച്ചു. അതിനുമുൻപു മദ്യനിരോധനവും ആണവായുധ നിർമ്മാണവും മറ്റും വലിയ വിഷയങ്ങളായിരുന്നു. പൊതുവെ പോളിംഗ് ശതമാന ഉയർന്നതാണ്.

കഴിഞ്ഞ തിരഞ്ഞെടുപ്പിൽ 86.8 ശതമാനമായിരുന്നു അത് സർ ക്കാരുപാധികൾ, പിന്തുടർച്ചാവകാശം (രാജാവകാശം ബെർണാഡൊ രാജവംശത്തിലെ അംഗങ്ങൾക്കുള്ളതാണ്.) പത്രസ്വാതന്ത്ര്യം, ആവി ഷ്കാര സ്വാതന്ത്ര്യം - ഇവയെ സംബന്ധിച്ച നാല് 'ആക്റ്റു'കളാണ് ഭരണഘടനയിൽ ഉള്ളത്. ഈ നിയമങ്ങൾ മാറ്റാൻ പാർലമെന്റ് രണ്ടുതവണ ഭേദഗതി പാസ്സാക്കണം - ഇവ രണ്ടു പാർലമെന്റുകളാ യിരിക്കണം. (ഇടയിലൊരു തിരഞ്ഞെടുപ്പു വേണമെന്നർത്ഥം.) ഇപ്പോ ഴത്തെ ഗവൺമെന്റിൽ 22 മന്ത്രിമാരുണ്ട്. 16 സ്റ്റാൻഡിങ് കമ്മിറ്റികൾ വിശ്വസ്തമായ ഭരണം ഉറപ്പുവരുത്തുന്നു. ഏഴു പാർട്ടികളാണ് ഇപ്പോൾ പാർലമെന്റിൽ. 45 ശതമാനം വോട്ടുകിട്ടിയ സോഷ്യൽ ഡെമോക്രാറ്റുകൾ ഭരിക്കുന്നു. യാഥാസ്ഥിതിക പാർട്ടിയാണ് അടുത്ത വലിയ പാർട്ടി. രാജാവുണ്ട്, പേരിനു മാത്രം. അധികാരങ്ങളൊന്നു മില്ല. പാർലമെന്റ് തീരുമാനങ്ങളിൽ ഒപ്പുവയ്ക്കലൊഴികെ. ഒപ്പു വയ്ക്കാതിരിക്കാൻ രാജാവിന് അവകാശമില്ല. രാജകുടുംബവും പാർലമെന്റും തമ്മിൽ നീണ്ട അധികാര വടംവലികൾ ഇവിടെ നടന്നു.

1970 മുതലാണ് രാജാധികാരം നാമമാത്രമാക്കപ്പെട്ടത്. പാർല മെന്റിന്റെ യഥാർത്ഥ നേതാവ് സ്പീക്കറാണ്. നമ്മുടെ പ്രസിഡന്റിനു തുല്യമാണ് ഇവിടെ സ്പീക്കറുടെ പദവി. ഇപ്പോഴത്തെ സ്പീക്കർ

ബിർജിറ്റാ ദാൽ ആണ് - ഏറെക്കാലം എം.പി.യായിരുന്നു നല്ല വിവരമുള്ള ഈ സ്ത്രീ. ഒരുമണിക്കൂർ അവർ ഞങ്ങൾക്കനുവദിച്ചു തന്നിരുന്നു. ഇന്ത്യൻ ജനാധിപത്യത്തെക്കുറിച്ചു മതിപ്പാണവർക്ക്. പലകുറി ഇവിടെ വന്നിട്ടുണ്ട്. ആണവക്കരാറിൽ ഇന്ത്യ ഒച്ചവയ്ക്കണ മായിരുന്നു എന്നവർ അഭിപ്രായപ്പെട്ടു.

സ്വീഡിഷ് ജനാധിപത്യത്തെക്കുറിച്ച് അവർ ആത്മവിശ്വാസ ത്തോടെ സംസാരിച്ചു. യൂറോപ്യൻ യൂണിയനെക്കുറിച്ചു രാജ്യം പുനർവിചാരം ചെയ്യുകയാണെന്ന് അവർ പറഞ്ഞു. പാർലമെന്റിലെ സന്ദർശക ഗ്യാലറിയിൽ ഞങ്ങൾ ചെല്ലുമ്പോൾ യൂറോപ്യൻ കോമൺ മാർക്കറ്റിനെക്കുറിച്ചുള്ള ചർച്ച നടക്കുകയാണ്. വളരെക്കുറച്ച് അംഗ ങ്ങളേ സന്നിഹിതരായിട്ടുള്ളൂ. ഇതിൽ അത്ഭുതപ്പെട്ട ഞങ്ങളോട് ഞങ്ങളുടെ ഗൈഡ് പറഞ്ഞു, മറ്റുള്ളവർ ടെലിവിഷനിൽ അതു കാണുന്നുണ്ടെന്ന്. വോട്ടെടുപ്പുസമയത്തു മാത്രമേ ക്വാറം നിർബന്ധ മുള്ളൂ. മുൻപ് ഒരു ബാങ്കായിരുന്നു പാർലമെന്റ് മന്ദിരം. പിന്നീടു കുറെ ഭാഗങ്ങൾ കൂട്ടിച്ചേർത്തു. ബാൾടിക് തീരത്തെ മനോഹരമായ ഒരു നിർമ്മിതിയാണിത്.

നാല്

സ്റ്റോക്ഹോം മ്യൂസിയങ്ങളുടെ നഗരമാണ്. ന്യൂയോർക്കിനെയോ പാരീസിനെയോ പോലെ - 'മ്യൂസിയം ഓഫ് മോഡേൺ ആർട്ടോ' (''മോമാ' മെട്രോപോളിറ്റൻ മ്യൂസിയമോ ലൈവ് മ്യൂസിയമോ പോലെ - ലോകപ്രസിദ്ധങ്ങളായ കാഴ്ചബംഗ്ലാവുകളില്ലെങ്കിലും ഈ നഗര ത്തിനു വേണ്ടത്ര മ്യൂസിയങ്ങൾ ഇവിടെയുണ്ട്.)

'വാസാ' മ്യൂസിയത്തിനു പിന്നിലൊരു കഥയുണ്ട്. 1625ൽ ഗുസ്താവ് അഡോൾഫ് രണ്ടാമൻ പണികഴിപ്പിച്ച പടക്കപ്പലാണ് 'ലാസാ'. തന്റെ സമ്പത്തും പ്രൗഢിയും മുഴുവൻ നിഴലിക്കുന്ന ഒരു കപ്പലാണ് രാജാവ് പണി കഴിപ്പിച്ചത്. ശത്രു കണ്ടാൽത്തന്നെ ഭയന്നു പിന്തിരി യണം. ഒപ്പം ദാരുശില്പങ്ങളുടെ ചേതോഹരമായ ഒരു പ്രദർശന ശാലയുമാവണം അത് എന്നായിരുന്നു ലക്ഷ്യം. പക്ഷേ, 1628-ൽ അതു കടലിലിറക്കി ഏതാനും വാര പോയപ്പോൾത്തന്നെ, കാഴ്ച ക്കാരുടെ ആഹ്ലാദാരവം അടങ്ങും മുൻപെ മുങ്ങിപ്പോയി - പീരങ്കി കളുടെ ഭാരം താങ്ങാനാകാത്തതായിരുന്നു കാരണം. 333 വർഷം കഴിഞ്ഞ് 1961ൽ ഈ കപ്പൽ കടലിൽനിന്നു ഭാഗം ഭാഗമായി ഉയർത്തി യെടുത്തു. ആ ഭഗീരഥയത്നത്തെക്കുറിച്ചൊരു ഫിലിം മ്യൂസിയത്തിൽ

ഞങ്ങൾ കണ്ടു. നൂറ്റൻപതോളം ആളുകളോടെയാണ് കപ്പൽ മുങ്ങിയിരുന്നത്. കപ്പലിൽനിന്ന് അവരുടെ അസ്ഥികൂടങ്ങൾ കിട്ടി.

1988-ൽ കപ്പൽ മ്യൂസിയത്തിലേക്കു കൊണ്ടുവന്നു. 1990ൽ കാൾ ഗുസ്താവ് പതിനാറാമൻ മ്യൂസിയം തുറന്നു. 1995 ഓടെ കപ്പലിന്റെ പുനർനിർമ്മാണവും വാസാ മ്യൂസിയവും പൂർത്തിയായി. ഒരൈതിഹ്യത്തിലേക്കു സഞ്ചരിക്കുംപോലെയാണ് ഈ കാഴ്ചബംഗ്ലാവിലേക്കുള്ള സഞ്ചാരം. കപ്പൽ മാത്രമല്ല കപ്പൽ മുങ്ങിയ സാഹചര്യവും വീണ്ടെടുപ്പിന്റെ വീരകഥയുമെല്ലാം അവരിവിടെ പുനഃസൃഷ്ടിച്ചിരിക്കുന്നു. എല്ലാ സമ്രാട്ടുകളുടെയും വീരസാഹസങ്ങൾ വെറും കഥകളാകുന്നു. യുദ്ധക്കപ്പലുകൾ കുട്ടികളുടെ കളിക്കോപ്പുകളാകുന്നു.

സ്റ്റോക്ഹോമിൽ മാത്രം അൻപത്തേഴു മ്യൂസിയങ്ങളുണ്ട് - ചരിത്രം, പ്രകൃതി, നാണയങ്ങൾ, പ്രാദേശിക സംസ്കാരങ്ങൾ, ആയുധങ്ങൾ, ആഭരണങ്ങൾ, നൃത്തം, സംഗീതം, ചിത്രം, ശില്പം, നാടകം, ആഫ്രിക്കൻ പൊയ്മുഖങ്ങൾ, വിദൂരപൂർവദേശത്തെ പുരാവസ്തുക്കൾ, ശാസ്ത്ര-സാങ്കേതിക വിദ്യ, വാസ്തുകല, ഗതാഗതം, തപാൽ, ടെലികമ്മ്യൂണിക്കേഷൻ ഇവ മുതൽ തുമ്പികൾക്കും പക്ഷികൾക്കും വരെയുള്ള മ്യൂസിയങ്ങൾ. ദേശീയ മ്യൂസിയത്തിൽ ഞങ്ങൾ ചെന്നപ്പോൾ ഒരു സെസാൻ പ്രദർശനം നടക്കുന്നുണ്ടായിരുന്നു. പോർട്രെയ്റ്റുകൾ, നിശ്ചല ജീവിതദൃശ്യങ്ങൾ, പ്രകൃതിദൃശ്യങ്ങൾ, സ്നാനദൃശ്യങ്ങൾ - ഈ നാലുവിഭാഗത്തിൽ നിന്നുമുള്ള പോൾ സെസാന്റെ ചിത്രങ്ങൾ പ്രദർശനത്തിലുണ്ടായിരുന്നു. ഇവിടത്തെ സ്ഥിരം പ്രദർശനത്തിൽ റെംബ്രാന്റ്, ഗോയാ, റൂബെൻസ്,റെന്വാർ, ദേഗാ, ഗോഗൈൻ തുടങ്ങിയവരുടേതുൾപ്പെടെ 12,500 ചിത്ര-ശില്പങ്ങളുണ്ട്. മദ്ധ്യകാലം മുതൽ വർത്തമാനകാലം വരെയുള്ള കലയുടെ ഒരേകദേശ ചിത്രം ഇവിടെ ലഭിക്കും - പതിനേഴാം നൂറ്റാണ്ടിലെ ഡച്ച് കലയ്ക്കും പതിനെട്ടാം നൂറ്റാണ്ടിലെ ഫ്രഞ്ചുകലയ്ക്കും 18–19 നൂറ്റാണ്ടുകളിലെ സ്വീഡിഷ് കലയ്ക്കും പ്രത്യേക പ്രാധാന്യമുണ്ട്. സ്വീഡിഷ് കല പൊതുവേ യൂറോപ്യൻ കലയുടെ തുടർച്ചയായിത്തന്നെയാണു തോന്നിച്ചത്. ചിത്രങ്ങളും ശില്പങ്ങളും സ്വീഡനിലെമ്പാടുമുണ്ട്, പാർക്കുകളിലും ഓഫീസുകളിലുമെല്ലാം എൻവയൺമെന്റൽ ശില്പങ്ങളാണു പലതും.

അഞ്ച്

സ്വീഡനിലെ ഏറ്റവും സജീവമായ കല നാടകം തന്നെ. സ്ട്രിൻഡ്ബെർഗിന്റെ നാട് തിയേറ്ററിനെ ഇന്നും തേജസ്സോടെ നിലനിർത്തിയിരിക്കുന്നു. രാജകീയമായ റോയൽ തിയേറ്ററിലാണ് ഞങ്ങൾ

സ്ട്രിൻഡ്ബെർഗിന്റെ പ്രശസ്തമായ 'പിതാവ്' (ഫാദർ) എന്ന നാടകം കണ്ടത്. സ്റ്റഫാൻ വാൾദേമാർ ഹോം എന്ന യുവസംവിധായകന്റെ പ്രസാധനമായിരുന്നു അത്. ലളിതമായ അവതരണം. ധ്വന്യാത്മകമായ രംഗസജ്ജ, പ്രകാശത്തിന്റെ പ്രതീകാത്മകപ്രയോഗം ഇവയെല്ലാംകൊണ്ടു മാത്രമല്ല നാടകം ശ്രദ്ധേയമായത്. സ്ത്രീകളുടെ പീഡനത്തിനു വിധേയനായി, മനസ്സിന്റെ സമനില തെറ്റുന്ന നായകനായി വന്ന ക്രിസ്റ്റഫർ ഹെന്റിക്സൊൺ എന്ന നടന്റെ അത്യുജ്ജ്വലമായ അഭിനയംകൊണ്ടുകൂടിയാണ്. സ്വീഡൻകാർക്കു നാടകകലയോടുള്ള അഭിനിവേശം പ്രകടമായിരുന്നു. തുടർച്ചയായ കൈയടിയിലൂടെ വീണ്ടും വീണ്ടും ടീമിനെ അവർ അരങ്ങിൽ വിളിച്ചുവരുത്തി.

ഗുസ്താവ് മൂന്നാമന്റെ കാലത്താണ് റോയൽ തിയേറ്റർ, റോയൽ ഡ്രമാറ്റിക് തിയേറ്റർ, ഓപ്പെറാൻ (സംഗീത നാടകവേദി) എന്നീ മൂന്നു ദേശീയ നാടകശാലകൾ സ്ഥാപിക്കപ്പെട്ടത് - പതിനെട്ടാം നൂറ്റാണ്ടിൽ. ഇപ്പോൾ ഇവ പൊതുമേഖലാസ്ഥാപനങ്ങളാണ്. ഇന്നും സ്വീഡിഷ് നാടകത്തിന്റെ പ്രമുഖകേന്ദ്രങ്ങൾ ഇവതന്നെ. സ്റ്റോക്ഹോമിൽത്തന്നെ മുപ്പത്തിമൂന്നു നാടകശാലകളുണ്ട്. ആദ്യകാലത്ത്, സഞ്ചരിക്കുന്ന നാടകസംഘങ്ങളാണ് നാടകത്തെ ജനങ്ങളിലെത്തിച്ചത്. അവ തമ്മിൽ കടുത്ത മത്സരവും ഉണ്ടായിരുന്നു. പത്തൊൻപതാം നൂറ്റാണ്ടിന്റെ രണ്ടാംപകുതിയോടെ സ്ട്രിൻഡ്ബെർഗും സെൽമാലാഗർലോഫും മറ്റും രംഗത്തെത്തി. ഈ നൂറ്റാണ്ടിൽ രണ്ടു തരം തിയേറ്ററുകളുണ്ടായി: വേനലിൽ 'പീപ്പിൾസ് പാർക്ക്' എന്നറിയപ്പെടുന്ന തുറന്ന നാടകവേദി, ശൈത്യകാലത്ത് 'പീപ്പിൾസ് ഹൗസ്' എന്നറിയപ്പെടുന്ന അകം നാടകവേദി.

'പീപ്പിൾസ് തിയേറ്റർ മൂവ്മെന്റ്' എന്ന ജനകീയ പ്രസ്ഥാനവും 'സ്വീഡിഷ് നാഷണൽ തിയേറ്റർ സെന്ററി'ന്റെ സ്ഥാപനവും നാടകപ്രസ്ഥാനത്തിന് ഊർജ്ജം പകർന്ന സംഭവങ്ങളായിരുന്നു. പെർലിൻഡ്ബെർഗ്, ഓലോഫ് മോലാൻഡർ എന്നീ സംവിധായകർ ജർമ്മനിയിൽനിന്നും ഫ്രാൻസിൽനിന്നും മറ്റുമുള്ള ആധുനികാശയങ്ങളുടെ സഹായത്തോടെ നാടകപരീക്ഷണങ്ങളിലേർപ്പെട്ടു. ആർത്തോദും ബ്രെഹ്റ്റും അൻപതുകളിലെ പ്രമുഖ സ്വാധീനങ്ങളായിരുന്നു. 'നാടകീയ നാടകവേദി' എന്ന പ്രസ്ഥാനവും ഇക്കാലത്തു വളർന്നുവന്നു. മുനിസിപ്പൽ തിയേറ്ററുകളുടെ ഒരു പരമ്പരയിലൂടെ നാടകം സ്വീഡൻ മുഴുവൻ പ്രചരിച്ചു. സ്ട്രിൻഡ്ബെർഗിന്റെയും സി.ജെ.എൽ. ആംകിസ്റ്റിന്റെയും കൃതികൾ തിയേറ്ററിനു നവജീവൻ നല്കി.

ബെർഗ്മാൻ (സിനിമാസംവിധായകനായ ബെർഗ്മാൻതന്നെ) ഇബ്സന്റെയും കാഫ്കയുടെയും കൃതികൾക്കു വ്യക്തിഗതമായ രംഗവ്യാഖ്യാനങ്ങൾ നല്കി. ഈ നാടകങ്ങളിലൂടെയാണ് ബെർഗ്മാൻസിനിമകളിലെ പ്രശസ്ത താരങ്ങൾ - മാക്സ് വോൺ സൈഡോ, ബീബി ആൻഡേഴ്സൺ തുടങ്ങിയവർ - രംഗത്തു വന്നത്. 1952ൽ ജയിലുകളിലും ചിത്തരോഗാശുപത്രിയിലും നഴ്സിങ് ഹോമുകളിലും മറ്റും നാടകം അവതരിപ്പിക്കാനായി. 'പയനിയർ തിയേറ്റർ' രൂപം കൊണ്ടു. പിന്നീടതു കേന്ദ്ര നാടകവേദിയിൽ ലയിച്ചു.

അറുപതുകളിൽ നാടകവേദി സ്വീഡനിലെ സാംസ്കാരിക ജീവിതത്തിന്റെ നട്ടെല്ലായി മാറി. വിയറ്റ്നാം യുദ്ധമുൾപ്പെടെയുള്ള ലോകസംഭവങ്ങൾ തിയേറ്ററിൽ പ്രതിഫലിച്ചു. നാടകവേദി രാഷ്ട്രീയവൽക്കരിക്കപ്പെട്ടു. 'അവാങ്-ഗാദ്' പ്രവണതകൾ ശക്തമായി. മ്യൂസിയങ്ങളും ബാറുകളും തെരുവുകളും അരങ്ങുകളായി മാറി. നടീനടന്മാർക്കു പ്രാധാന്യം ലഭിച്ചു. പലപ്പോഴും അവർതന്നെ നാടകമുണ്ടാക്കി. രാഷ്ട്രീയവും ഒപ്പം സൗന്ദര്യാത്മകവുമായ ഈ വിപ്ലവത്തിന്റെ വക്താക്കൾ സർക്കാർ നിയന്ത്രണത്തിനു പുറത്തുള്ള സ്വതന്ത്രഗ്രൂപ്പുകളായിരുന്നു. എങ്കിലും ഇതിന്റെ പ്രതിഫലനം നിലനില്ക്കുന്ന സ്വീഡിഷ് നാടകവേദിയിലും ടെലിവിഷനിലും ഉണ്ടായി. സമകാലികപ്രശ്നങ്ങൾ പ്രതിജ്ഞാ ബദ്ധതയോടെ കൈകാര്യം ചെയ്യാൻ അവ സന്നദ്ധമായി. രണ്ടും മൂന്നും സ്റ്റേജുകളുള്ള ഏറെ തിയേറ്ററുകൾ ഇക്കാലത്തു നിലവിൽ വന്നു - സ്വീഡൻ സാമ്പത്തികവളർച്ചയുടെ ഘട്ടത്തിലായിരുന്നല്ലോ. യുദ്ധങ്ങളിൽ നിന്നൊഴിഞ്ഞു നിന്നതായിരുന്നു ആ വളർച്ചയുടെ രഹസ്യം. മൊത്തം നാടകവേദി ഇക്കാലത്ത് ഉൾനാടുകളിലേക്കും കീഴാളരും കുടിയേറ്റക്കാരും പാർക്കുന്ന നഗരപ്രാന്തങ്ങളിലേക്കും നീങ്ങി; പുതിയ നാടകം പുതിയ കാണികളെയും കണ്ടെത്തി.

1967ൽ ലൂലിയാ എന്ന ചെറുപട്ടണത്തിൽ സ്ഥാപിക്കപ്പെട്ട ആദ്യത്തെ പ്രാദേശിക നാടകവേദി ഈ പുതിയ ഉന്മുഖത്വത്തിന്റെ ഉൽപന്നമായിരുന്നു - ഈ ഗ്രൂപ്പ് സ്വീഡന്റെ വടക്കൻപകുതിയിൽ മുഴുവൻ സഞ്ചരിച്ച് നാടകം അവതരിപ്പിച്ചു. തുടർന്ന് ഇത്തരം മൂന്നു സംഘങ്ങൾകൂടി പ്രവർത്തനമാരംഭിച്ചു. എഴുപതുകളിൽ കുട്ടികളുടെ നാടകവേദി ശക്തമായി. ഒപ്പം പൊതുസ്ഥലങ്ങളിൽ ചെലവില്ലാതെ പ്രദർശിപ്പിക്കുന്ന, 'കാൾ ഇൻ' എന്നറിയപ്പെടുന്ന, ലളിത നാടകങ്ങൾക്കുള്ള വേദിയും വളർന്നുവന്നു. 1970ലാണ് സ്റ്റോക്ഹോമിലെ നാടക ഇൻസ്റ്റിറ്റ്യൂട്ട് സ്ഥാപിതമായത് - സംവിധാനവും രംഗസജ്ജീകരണവും പഠിപ്പിക്കാനും തിയേറ്റർ, ടെലിവിഷൻ, ഫിലിം, റേഡിയോ എന്നിവയ്ക്കായി പ്രൊഫഷനലുകളെ ഒരുക്കാനുമാണ്

ഇതു സ്ഥാപിക്കപ്പെട്ടത്. ഞങ്ങൾ ഈ ഇൻസ്റ്റിറ്റ്യൂട്ടിൽ ഏറെനേരം ചെലവിട്ടു.

ഇൻസ്റ്റിറ്റ്യൂട്ട് ഡയറക്ടറായ പെർ ലൈസാൻഡർ ഈ സ്ഥാപനത്തെക്കുറിച്ച് ഏറെ വിവരങ്ങൾ നല്കി. സംവിധാനം, എഡിറ്റിങ്, സിനിമാട്ടോഗ്രഫി, ശബ്ദലേഖനം, സ്ക്രിപ്റ്റ് രചന, പ്രകാശനം, രംഗസജ്ജീകരണം, ചമയം ഇങ്ങനെ നാടക-ചലച്ചിത്രകലകളുടെ എല്ലാ വശങ്ങളിലും പരിശീലനം നല്കുന്ന കോഴ്സുകൾ ഇവിടെയുണ്ട്. ഇതിനെല്ലാമുള്ള വിശാല നവീനമായ സൗകര്യങ്ങളുമുണ്ട്. ഇവിടത്തെ വിദ്യാർത്ഥിവിദ്യാർത്ഥിനികളോട് ഇടപഴകുക രസമായിരുന്നു. ഇന്ത്യൻ നാടകസിദ്ധാന്തത്തെയും പ്രയോഗത്തെയും കുറിച്ചു ചെറിയ കേട്ടറിവുകളേ അവർക്കുള്ളൂ. കേരളത്തിലെ പരമ്പരാഗത നാടകങ്ങളെക്കുറിച്ചു ഞാൻ ചിലരോടു സംസാരിച്ചു. വിദ്യാർത്ഥികൾ ഒരു ടെലി-നാടകത്തിന് ഒരുക്കം നടത്തുന്നതും കണ്ടു.

എഴുപതുകളിൽ ഫിന്നിഷ് ഡയറക്ടർമാരായ വിവികാ ബാൻഡ്‌ലെർ റാൽഫ് ലാങ്ബാക്കാ, സ്വീഡിഷ് ഡയറക്ടരായ ലെന്നാർട് ഹ്യൂൽസ്ട്രോം, സൂസൻ ഓസ്റ്റെൻ തുടങ്ങിയവർ പുതിയ നാടകങ്ങൾക്കൊപ്പം, ഷേക്സ്പിയർ, ചെഖോവ്, ബ്രെഹ്റ്റ്, ഇബ്സൻ, സ്ട്രിൻഡ്ബെർഗ് തുടങ്ങിയവരുടെ നാടകങ്ങളുടെ പുതിയ രംഗവ്യാഖ്യാനങ്ങളും പരീക്ഷിച്ചു. ഒപ്പം സ്റ്റോക്ഹോമിലെ റോയൽ തിയേറ്ററും സജീവമായി; സ്യോബെർഗിന്റെ തീക്ഷ്ണ ധിഷണയും ബെർഗ്മാന്റെ തീവ്രവൈകാരികതയുമായിരുന്നു ഈ നവോത്ഥാനത്തിനു പ്രേരണയായത്. എന്നാൽ 1976ൽ ഒരു റിഹേഴ്സലിനിടയിൽ നികുതിവെട്ടിപ്പ് ആരോപിക്കപ്പെട്ട് (പിന്നീടിതു തെറ്റായ ആരോപണമായിരുന്നെന്നു തെളിഞ്ഞു.) ബെർഗ്മാനെ പൊലീസ് അറസ്റ്റു ചെയ്തു; അദ്ദേഹം ജർമനിയിൽ പോയി മ്യൂണിക്കിൽ താമസമാക്കി. 1983ൽ മാത്രമാണദ്ദേഹം തിരിച്ചുവന്നത്. 1980ൽ സ്യോബെർഗ് വാഹനാപകടത്തിൽ കൊല്ലപ്പെടുകയും ചെയ്തു. ഇതിനിടെ സ്വതന്ത്രഗ്രൂപ്പുകൾ പലതും ഒത്തുചേർന്ന് സ്വീഡിഷ് തൊഴിലാളിസമരങ്ങളുടെ കഥ പറയുന്ന 'ഞങ്ങൾ ആയിരങ്ങൾ' (1977) എന്നൊരു നാടകം സംവിധാനം ചെയ്തു - വൻതോതിൽ ഒന്ന്. ഇതു പലയിടങ്ങളിലും സഞ്ചരിച്ചു - ടെന്റുകൾ കെട്ടിയാണ് ഈ നാടകം കളിച്ചത്. എന്നാൽ ഈ സംരംഭത്തിന്റെ ചെലവും ഭാരവും സംഘർഷവുംകൊണ്ടാകാം. ഫ്രീഗ്രൂപ്പുകളെ സംബന്ധിച്ച് ഇതൊരു കലാശക്കളിയായി. ആണവ സാങ്കേതികതയെ എതിർക്കുന്ന 'കൊടുങ്കാറ്റ്', ഒരു തൊഴിൽസമരമാവിഷ്കരിക്കുന്ന 'നോർബെർഗ് സ്ട്രൈക്ക്' എന്നിവ എഴുപതുകളിലെ മറ്റു പ്രധാന നാടകങ്ങളായിരുന്നു.

എൺപതുകൾ അനിശ്ചിതത്വത്തിന്റെ കാലമായിരുന്നു. എഴുപതുകളിലെ രാഷ്ട്രീയ പ്രബുദ്ധത ദുർബലമായി; നാടകംതന്നെ വിഷയമാക്കുന്ന നാടകങ്ങളുണ്ടായി. ദിശാബോധത്തിന്റെ നഷ്ടം പ്രകടമായിരുന്നു. മുഖ്യമായും രൂപപരീക്ഷണങ്ങളുടെ ഘട്ടമായിരുന്നു ഇത്. തുറസ്സുകളിൽനിന്നു നാടകം അടഞ്ഞ ഇടങ്ങളിലേക്കു മാറി. കാബറേയും മാജിക്കും ഉള്ള വിനോദപ്രധാനമായ നാടകങ്ങളും പടർന്നുപിടിച്ചു. സംഘപ്രവർത്തനത്തിന്റെ സ്ഥാനത്ത് വ്യക്തിപ്രാഭവം പ്രധാനമായി, നാടകം കൂടുതലായി വാണിജ്യവത്കരിക്കപ്പെട്ടു. ഹാസ്യനാടകങ്ങളും സംഗീതനാടകങ്ങളും ധാരാളമുണ്ടായി. സ്വകാര്യ സ്പോൺസർഷിപ്പ് വ്യാപകമായി. തൊണ്ണൂറുകളിൽ ഈ പ്രവണതകൾ തുടർന്നു. ലാഴ്സ് നൊരെൻ സ്റ്റഫാൻ ഗോഥെ തുടങ്ങിയ നല്ല നാടകകൃത്തുക്കൾ ഇക്കാലത്തും ഉണ്ടാകാതിരിക്കുന്നില്ല. മൂകനാടകവും നൃത്തസംഗീതികകളും ഈ ദശാബ്ദത്തിൽ പ്രമുഖമായി. യുവാക്കൾ കൂടുതലായി സംഗീതത്തിലേക്കു തിരിയുകയാണെന്നാണ് സ്വീഡിഷ് തിയേറ്റർ ചരിത്രകാരന്മാരായ ലീഫ് ജാൻസൊൺ, ക്ലീസ് എംഗ്ലുണ്ട് എന്നിവർ അഭിപ്രായപ്പെടുന്നത്. എങ്കിലും ഞങ്ങൾ പോയ തിയേറ്റർ നിറഞ്ഞിരുന്നു. സാഹിത്യത്തിലുള്ള ആശ്രിതത്വം നാടകവേദിയിൽ കുറഞ്ഞുവരികയാണെന്നും രാഷ്ട്രീയ പ്രസ്താവങ്ങൾക്കു പകരം ശിഥിലവ്യവഹാരങ്ങൾ അരങ്ങിൽ നിറയുകയാണെന്നും പുതിയ മാദ്ധ്യമങ്ങളിൽനിന്നു തിയേറ്റർ പല അംശങ്ങളും ഉൾക്കൊള്ളുകയാണെന്നും സുഹൃത്തുക്കൾ പറഞ്ഞു.

ആറ്

നാടകവേദിയും സിനിമയും തമ്മിൽ സ്വീഡനിൽ ശത്രുതയില്ല. രണ്ടു മാദ്ധ്യമങ്ങളിലും പ്രവർത്തിക്കുന്നവരാണ് പലരും - ബെർഗ്മാൻതന്നെ ഈ പ്രവണതയ്ക്കുദാഹരണമാണല്ലോ. ഡ്രാമാ ഇൻസ്റ്റിറ്റ്യൂട്ടും സ്വീഡിഷ് ഫിലിം ഇൻസ്റ്റിറ്റ്യൂട്ടും പ്രവർത്തിക്കുന്നത് ഒരേ കെട്ടിടത്തിലാണ്. ഫിലിം ഇൻസ്റ്റിറ്റ്യൂട്ടിലും ഞങ്ങൾ ഏറെസമയം ചെലവഴിച്ചു. മരികാ യുൽസ്ട്രോം ഞങ്ങളെ ഇൻസ്റ്റിറ്റ്യൂട്ടു മുഴുവൻ കൊണ്ടുനടന്നു കാണിച്ചു. 1897 മുതലുള്ള സിനിമകൾ - 16,000 സിനിമകൾ - ഇവിടത്തെ ആർക്കൈവിലുണ്ട്, 40,000 പുസ്തകങ്ങളുള്ള സിനിമാലൈബ്രറിയും.

1500ലേറെ സിനിമകൾ ഇൻസ്റ്റിറ്റ്യൂട്ട് വിതരണം ചെയ്യുന്നു. വാണിജ്യാടിസ്ഥാനത്തിലുള്ള വിതരണ-പ്രദർശനങ്ങൾ കഴിഞ്ഞാണ് ഇൻസ്റ്റിറ്റ്യൂട്ട് ഫിലിമുകൾ ഏറ്റുവാങ്ങുന്നത്. 150 സിനിമകളിലെ രംഗങ്ങൾ

ചേർത്തുനിർമ്മിച്ച ഒരു ഒൻപതുമിനിറ്റു ചിത്രം അവർ ഞങ്ങളെ കാണിച്ചു; പല രംഗങ്ങളും പരിചിതമായിരുന്നു. ബർഗ്മാൻ, കുറാസോവാ, താർകോവ്സ്കി, ചാപ്ലിൻ, ത്രൂഫോ, ഫെല്ലിനി - പല ചലച്ചിത്രപ്രതിഭകളുടെയും ഫിലിമുകളിൽനിന്നുള്ള രംഗങ്ങൾ മിന്നിമറയുന്നുണ്ടായിരുന്നു. താർകോവ്സ്കിയുടെ 'സാക്രിഫൈസ്' എന്ന പ്രശസ്ത സിനിമ ഏറെ ഭാഗവും ഇവിടെയാണ് നിർമ്മിക്കപ്പെട്ടത്. (ബാക്കി ഗോട്ലാൻഡ് എന്ന ദ്വീപിൽ.) അതിലെ വീടിന്റെ ഒരു മാതൃക ഇവിടെ ഞങ്ങൾ കണ്ടു.

1963-ൽ സ്ഥാപിച്ച ഈ ഇൻസ്റ്റിറ്റ്യൂട്ട് ഫിലിമുകൾ പുനർനിർമ്മിക്കുകയും സൂക്ഷിക്കുകയും ഉയർന്ന ചലച്ചിത്രസംസ്കാരത്തിനായി പ്രവർത്തിക്കുകയും യുവസംവിധായകർക്കു സബ്സിഡി നല്കുകയും പ്രദർശനസൗകര്യങ്ങൾ ഒരുക്കുകയും ചെയ്യുന്നു. ബെർഗ്മാൻ സിനിമകൾ ഏതാണ്ടെല്ലാം ഇവിടെയാണ് നിർമ്മിക്കപ്പെട്ടത് - ചെലവ് ഏറ്റവും കൂടിയ 'ഫാനിയും അലക്സാണ്ടറും' ഉൾപ്പെടെ ആറു നിലകളുള്ള ഇൻസ്റ്റിറ്റ്യൂട്ട് കെട്ടിടത്തിൽ മൂന്നു സിനിമാഹാളുകളുണ്ട്. 'സ്വീഡിഷ് ഫിലിം ന്യൂസ്' എന്നൊരു പ്രസിദ്ധീകരണവും ഇൻസ്റ്റിറ്റ്യൂട്ടിന്റേതായി ഉണ്ട്. മറ്റു യൂറോപ്യൻ നാടുകളിലെന്നപോലെ ഹോളിവുഡിന്റെ മാരകസ്വാധീനം സ്വീഡിഷ് സിനിമയിലുമുണ്ടോ എന്ന എന്റെ ചോദ്യത്തിനു മരികാ മറുപടി പറഞ്ഞത് ഉണ്ട്, എങ്കിലും സ്വത്വം സംരക്ഷിക്കാനുള്ള മഹാപ്രയത്നങ്ങളും ഒപ്പമുണ്ട് എന്നാണ്.

സ്വീഡിഷ് സാഹിത്യത്തെ ഓഗസ്റ്റ് സ്ട്രിൻഡ്ബെർഗിലൂടെ അറിയുംപോലെതന്നെ സ്വീഡിഷ് സിനിമയെ നാം - ഒരുപക്ഷേ പുറംലോകം മുഴുവൻ തന്നെ - അറിയുന്നത് ഇംഗ്മാർ ബെർഗ്മാനിലൂടെയാണ്. ബെർഗ്മാൻ ഇന്നും സ്വീഡിഷ് സിനിമയുടെ (നാടകത്തിന്റെയും) 'കൾട് ഫിഗർ' തന്നെ. എന്നാൽ 1982ൽ 'ഫാനിയും അലസാണ്ടറും' എടുത്തശേഷം ബെർഗ്മാൻ ഒരു സിനിമയും എടുത്തിട്ടില്ലെന്നോർക്കണം. അതേസസമയം ബെർഗ്മാനെ മാനദണ്ഡമാക്കിയാണു കാണികളും നിരൂപകരും തുടർന്നുള്ള സ്വീഡിഷ് സിനിമയെ വിലയിരുത്തുന്നത്. ബെർഗ്മാനിൽനിന്ന് അല്പം മാത്രം പ്രായം കുറവുള്ളവരും ബെർഗ്മാന്റെ രീതിക്കെതിരെ ചലച്ചിത്രാവിഷ്കാരം നടത്തിയവരുമായ ബോവൈഡർബെർഗ്, ജാൻ ട്രോവെൽ തുടങ്ങിയവർക്കുപോലും ഇക്കാരണത്താൽ വേണ്ടത്ര ശ്രദ്ധ ലഭിക്കാതെപോയെന്നു ഫിലിം നിരൂപകനായ ഈവാ ഗൈജർസ്റ്റാം നിരീക്ഷിക്കുന്നുണ്ട്.

ബെർഗ്മാനു പിറകെ വന്നവർക്കെല്ലാം ഏറെക്കാലം 'യുവസംവിധായക'രായി തുടരേണ്ടിവന്നു. സോവിയറ്റ് യൂണിയനിൽ വിപ്ലവവും

ഫ്രാൻസിലും ഇറ്റലിയിലും ലോകമഹാ യുദ്ധങ്ങളും ചൈനയിൽ സാംസ്കാരികവിപ്ലവവും ജർമ്മനിയിൽ നാസി പ്രതിരോധവും പുതിയ ചലച്ചിത്രപ്രസ്ഥാനങ്ങൾക്കു കാരണമായി. എന്നാൽ സ്വീഡനിൽ ചരിത്രം ശാന്തമായാണൊഴുകിയത്. ഇതുമൂലം ഏകാന്തവും വിവിധവുമായ സംരംഭങ്ങളാണ് ഇവിടെ ഏറെയുമുണ്ടായത്. ബെർഗ്മാൻ ചലച്ചിത്രനിർമ്മാണം നിർത്തിയെങ്കിലും അദ്ദേഹത്തിന്റെ തിരക്കഥകൾ ഇന്നും ഉപയോഗിക്കപ്പെടുന്നു. ഉദാഹരണത്തിന് 'പെലേ ദ കോൺകറർ' എന്ന സിനിമയിലൂടെ പ്രശസ്തനായ ബിൽ ഓഗസ്റ്റ് ബെർഗ്മാന്റെ 'ബെസ്റ്റ് ഇന്റൻഷൻസ്' എന്ന സ്ക്രിപ്റ്റ് 1992ൽ സിനിമയാക്കി - ആദ്യം അഞ്ചു മണിക്കൂറുള്ള ഒരു ടെലിവിഷൻ പരമ്പരയായിട്ടാണ് ഇതെടുത്തത്. പിന്നീടത് എഡിറ്റു ചെയ്യുകയായിരുന്നു. കാൻഫെസ്റ്റിവലിൽ ഇതു 'പാംഡോർ' പുരസ്കാരം നേടി. സന്നിഹിതവും അസന്നിഹിതവുമായ ബിംബങ്ങളിലൂടെ ബെർഗ്മാൻ ഈ സിനിമയിൽ നിറഞ്ഞുനില്ക്കുന്നു. 1992ൽ തന്നെയാണ് ബെർഗ്മാന്റെ ലഘുനോവൽ 'സൊൺഡാഗ്സ്ബാൺ' (സൺഡേസ് ചിൽഡ്രൻ) അദ്ദേഹത്തിന്റെ പുത്രൻ ഡാനിയേൽ ബെർഗ്മാൻ ചലച്ചിത്രമാക്കിയത്. ഇപ്പോൾ ലിവ് ഉൾമാൻ 'എൻസ്കിൽ ഡാ സംതാൾ' (പ്രൈവറ്റ് കോൺവർസേഷൻസ്) എന്നൊരു ബെർഗ്മാൻ സ്ക്രിപ്റ്റ് സിനിമയാക്കിയിരിക്കുന്നു.

അറുപതുകളുടെ തലമുറ ഇന്നും സ്വീഡിഷ് സിനിമയിൽ ശക്തമാണ്. 'ദി എമിഗ്രന്റ്സി'ലൂടെ (1969-70) പ്രശസ്തനായ ജാൻട്രോവെൽ, സലോമോൺ ആന്ദ്രേ ആർക്ടിക്കിനു മുകളിലൂടെ നടത്തിയ ഹതാശമായ ബലൂൺ യാത്രയുടെ കഥ പറയുന്ന 'ദി ഫ്ളൈറ്റ് ഓഫ് ദി ഈഗ്ൾ' സംവിധാനം ചെയ്തത് 1982ലാണ് - ഓസ്കാറിനു നാമനിർദ്ദേശം ചെയ്യപ്പെട്ട ഈ സിനിമയ്ക്കുശേഷം 'ദി ലാൻഡ് ഓഫ് ഡ്രീംസ്' എന്നൊരു ഡോക്യുമെന്ററിയും (1988) 'ഇൻ ക്യാപ്പിറ്റാനോ' എന്ന - ഒരു കൊലപാതകത്തെ അടിസ്ഥാനമാക്കി ഹിംസയെ വിശകലനം ചെയ്യുന്ന - ചലച്ചിത്രവും (1991) അദ്ദേഹം നിർമ്മിച്ചു. തന്റെ രാജ്യത്തെ നാസി അധിനിവേശത്തെ എൺപതാം വയസ്സിൽ പിന്തുണച്ച നോർവീജിയൻ എഴുത്തുകാരനും നോബൽ സമ്മാനജേതാവുമായ ന്യൂട്ട് ഹാംസൂണിനെക്കുറിച്ചുള്ള ദുഃഖനിർഭരമായ ഒരു ചലച്ചിത്രമാണു ട്രോവലിന്റെ ഏറ്റവും പുതിയ സംരംഭമായ 'ഹാംസുൺ (1996). ബോവൈഡെർബെർഗിന്റെ 'ദി മാൻ ഫ്രം മജോർകാ' (1984), 'ദി സെർവെന്റ്സ്വേ' (1986), 'ആൾ തിങ്സ് ഫെയർ' (1995) എന്നീ ചിത്രങ്ങളും ചർച്ചാവിഷയങ്ങളായിട്ടുണ്ട്.

മതദർശനങ്ങൾ പഠിപ്പിക്കുന്ന ഒരു പ്രൊഫസറുടെ അക്കാദമിക് ആശയങ്ങളും ദന്തഗോപുരത്തിനു പുറത്തെ യഥാർത്ഥ ജീവിതത്തിന്റെ സങ്കീർണ്ണതകളും ഏറ്റുമുട്ടുന്ന വിൽഗോട്ട് സ്യോമാൻ

സംവിധാനം ചെയ്ത, 'ദി പിറ്റ്ഫാൾ' (1989) മറ്റൊരു ശ്രദ്ധേയമായ ചിത്രമാണ്. 1890കളിൽ ഡാനിഷ് കടൽത്തീരത്തെ 'സ്കാഗെൻ' എന്ന സ്ഥലത്തു താമസിച്ച് 'നോർത്തേൺ ലൈറ്റ്സ്' എന്നറിയപ്പെടുന്ന പ്രസ്ഥാനത്തിനു പിറവി നല്കിയ ഒരുകൂട്ടം സ്കാൻഡിനേവിയൻ ചിത്രകാരന്മാരുടെ കഥ പറയുന്നതിലൂടെ ചലച്ചിത്രത്തെ ചിത്രകഥയുടെ പൂർണ്ണ സൗന്ദര്യത്തിലേക്കുയർത്തുന്ന ജെൽഗ്രീഡിന്റെ 'ഹിപ്, ഹിപ് ഹുറാ'(1987) ആണ് മറ്റൊരു സമീപകാല മാസ്റ്റർപീസ്.

എഴുപതുകളിൽ ലോകപ്രസിദ്ധനായിത്തീർന്ന റോയ് ആൻഡേഴ്സൺ ഏറെക്കാലത്തെ നിഷ്ക്രിയതയ്ക്കുശേഷം കൂട്ടക്കൊലയ്ക്ക് മുതിരുന്ന ഒരു സമൂഹത്തെക്കുറിച്ചുള്ള ഹാസ്യാസ്പദമായ ഒരു ചിത്രം- 'തൊണ്ണൂറുകളിലെ തൊണ്ണൂറു മിനിറ്റ്' നിർമ്മിച്ചുവരികയാണ്. ഇതിന്റെ ചെറിയൊരു ഭാഗം 'വേൾഡ് ഓഫ് ഗ്ലോറി' എന്ന പേരിൽ 1992ൽ ഗോതൻബുർഗ് ഫിലിം ഫെസ്റ്റിവലിൽ പ്രദർശിപ്പിക്കപ്പെട്ടു. രണ്ടായിരാമാണ്ടിൽ ഇതു പൂർത്തിയാവും.

മാക്സ് ആൻഡേഴ്സൺ എന്ന കാർട്ടൂണിസ്റ്റ് എൺപതുകളിൽ 'നെയിൽ ബേബി' എന്ന പേരിൽ അഞ്ചു സിനിമകളുടെ ഒരു പരമ്പര നിർമ്മിച്ചു: ഇതിൽ 'നെയിൽ ബേബി' എന്ന ചിത്രം പ്രത്യേകിച്ചും ശ്രദ്ധിക്കപ്പെട്ടു. ധാരാളം അന്തർദ്ദേശീയ പുരസ്കാരങ്ങളും നേടി. ഇതിലെ മുഖ്യ കഥാപാത്രം - സംവിധായകൻതന്നെയാണ് അഭിനേതാവ് - ഓരോ ദിവസവും രാവിലെ തലച്ചോറു പുറത്തേക്കു ചിതറിയൊലിക്കുംവരെ എട്ടിഞ്ചു നീളമുള്ള ഒരാണി സ്വന്തം ശിരസ്സിലടിച്ചുകയറ്റുന്നു. ഏറെക്കാലമായി തങ്ങളെത്തന്നെ ബുദ്ധിശൂന്യരാക്കിക്കൊണ്ടിരിക്കുന്ന ഒരു സമൂഹത്തിന്റെ പ്രതീകമാണ് അയാൾ.

സ്വീഡിഷ് ചലച്ചിത്രരംഗത്തിന്റെ മറ്റൊരു സമീപകാല സവിശേഷത ഡോക്യുമെന്ററികളും ഫീച്ചറുകളുമെടുക്കുന്ന ഏറെ സ്ത്രീ സംവിധായകരുടെ രംഗപ്രവേശമാണ്. ഇംഗേലാ റൊമാറേ, മായ് റവഹ്സെൽമാൻ, ഗുണ്ണെൽലിഡ് ബ്ലോം, മരിയൻ ആഹ്ൺ, എലേഴ്സ് ജാൾമൻ, സ്റ്റെഫാനിയാ ലോപെസ്, ക്രിസ്റ്റീനാ ഒലോഫ്സൺ, മായ് സെറ്റർലിങ്ക്, ബീബി ആൻഡേഴ്സൺ തുടങ്ങി ഒട്ടേറെപ്പേർ ഇക്കൂട്ടത്തിലുണ്ട്. സ്ത്രീവിമോചനവും ആശുപത്രി സമ്പ്രദായത്തിന്റെ നിഷ്ഠൂരതയും ഉപഗ്രഹയാത്രയും ലൈംഗികതയും പ്രകൃതിയും എല്ലാം ഇവർ വിഷയമാക്കിയിരിക്കുന്നു.

മായ് സെറ്റർലിങ്കന്റെ 'ദി ഗേൾസ്' (1968) മുതൽ ക്രിസ്റ്റീനാ ഒലോഫ്സണിന്റെ 'ഹണി വൂൾവ്സ്' (1990) സൂസൻ ഓസ്റ്റന്റെ 'ജസ്റ്റ് യു ആന്റ് വി' (1994) തുടങ്ങിയ ചിത്രങ്ങൾവരെ ചർച്ചാവിഷയമായ

ഡസൻ കണക്കിനു ചിത്രങ്ങൾ ഇവർ നിർമ്മിച്ചിട്ടുണ്ട്. സൂസൻബിയർ, അഗ്നെറ്റാ ഓൽസൺ തുടങ്ങി ഏറെ പരീക്ഷണോന്മുഖരായ ചല ച്ചിത്രകാരികളും ഇന്നു രംഗത്തുണ്ട്. പുരുഷവീക്ഷണത്തിലൂടെ ലോകത്തെയും ബന്ധങ്ങളെയും നോക്കിക്കാണാനുള്ള എതിർ പരി ശ്രമങ്ങളും ഇന്നു സജീവമാണ്. പല യൂറോപ്യൻ രാജ്യങ്ങളിലും പുരുഷന്മാർ ഇന്നു കുറ്റബോധം നിറഞ്ഞ ഒരു പീഡിതവർഗ്ഗമാ ണല്ലോ.

സ്വീഡിഷ് ദേശത്തനിമയെ ആഖ്യാനം ചെയ്യാനുള്ള ശ്രമങ്ങളും – കോളിൻ നട്ലിയുടെ 'ഹൗസ് ഓഫ് ഏഞ്ചൽസ്' പോലെ – ഉണ്ടാകുന്നുണ്ട്. യൂറോപ്യൻ യൂണിയന്റെ വരവ് ഈ സ്വത്വാന്വേ ഷണ പ്രവണതയ്ക്ക് ആക്കം കൂട്ടിയേക്കാം. ഫീച്ചർ ഫിലിമിന്റെയും ഡോക്യുമെന്ററിയുടെയും അതിർത്തികൾ അലിയിച്ചുകളയുന്ന മാഗ് നസ് എൻകിസ്റ്റിന്റെ 'ദി അറ്റ്ലാന്റിക് (1995), സ്റ്റിഗ് ലാഴ്സണിന്റെ 'ബീറ്റ്വീൻ സമ്മേഴ്സ്' (1995) തുടങ്ങിയ സിനിമകളിൽ സംവിധാ യകനാണു ചലച്ചിത്രത്തിന്റെ യജമാനൻ എന്ന പഴയ തത്ത്വം സജീവ മാകുന്നു. ഏതായാലും സ്വീഡിഷ് സിനിമ ബെർഗ്മാനോടെ അവ സാനിച്ചു എന്നു കരുതുന്നത് അന്ധവിശ്വാസമായിരിക്കുമെന്നു കഴിഞ്ഞ രണ്ടു പതിറ്റാണ്ടിൽ നിർമ്മിക്കപ്പെട്ട നൂറുകണക്കിനു സിനിമ കൾ തെളിയിക്കുന്നു.

ഏഴ്

സ്വീഡനിലെ പ്രമുഖ പത്രങ്ങൾ രണ്ടെണ്ണമാണ്: സ്വെൻസ്കാ ഡെയ് ബ്ളേഡറ്റ്, ഡെയൻസ് നൈഹെറ്റെർ. ഇരുവരും ഞങ്ങളുടെ സംഘ ത്തിനു സ്വീകരണമേർപ്പെടുത്തിയിരുന്നു. പ്രത്യയശാസ്ത്രപരമായി പരസ്പരവിരുദ്ധമായ നിലപാടുകളാണ് ഇവയ്ക്ക്. ആദ്യത്തേത് ഒരു യാഥാസ്ഥിതിക പത്രമാണ്. മറ്റേതു കുറേക്കൂടി സോഷ്യലിസ്റ്റു ചായ്വുള്ളത്. 'സ്വെൻസ്കാ ഡെയ്ബ്ളേഡറ്റി'ന്റെ ഉടമസ്ഥത വാലെൻ ബെർഗിനാണ്. ഇതിന്റെ മുഖ്യപത്രാധിപരായ മാറ്റ്സ് സ്വെഗ്ഫോഴ്സി നോടു ഞങ്ങൾ സംസാരിച്ചു; സാംസ്കാരികവിഭാഗം പത്രാധിപ യായ ബീറ്റാ ആൺബൊർഗ് ആ വിഭാഗം കൊണ്ടുനടന്നു കാണിച്ചു തരികയും ചെയ്തു. പ്രത്യയശാസ്ത്രം തങ്ങളെ സംബന്ധിച്ചു രണ്ടാം സ്ഥാനത്താണെന്നും മാർക്കറ്റ് പിടിച്ചെടുക്കലാണു പ്രധാന ലക്ഷ്യ മെന്നും പത്രാധിപർ പറഞ്ഞു.

സ്വീഡനിലെ ആദ്യത്തെ വാർത്താപത്രമാണിത്. 1884–ലാണു സ്ഥാപിച്ചത്. രണ്ടുലക്ഷത്തിലേറെയാണു പ്രചാരം. അഞ്ചുലക്ഷം

വായനക്കാരുണ്ട്. പതിനായിരം പേർ ഓഫീസിലും പുറത്തുമായി പത്രത്തിൽ പ്രവർത്തിക്കുന്നു. എഡിറ്റർമാർക്കും പ്രാതിനിധ്യമുള്ള ന്യൂസ്പേപ്പർ അസോസിയേഷനും സ്വീഡിഷ് ജേർണലിസ്റ്റ് യൂണിയനുമാണ് രണ്ടു പത്രപ്രവർത്തകസംഘടനകൾ. ആദ്യസംഘടന പത്രങ്ങളുടെ സദാചാരത്തിൽ നിഷ്കർഷിക്കുന്നു. പരാതിക്കാർക്കു പോകാൻ പ്രസ് കൗൺസിൽപോലെ ഓംബുഡ്സ്മാൻ ഉണ്ട്. സ്വീഡനിൽ ജേർണലിസം പഠിപ്പിക്കുന്ന സ്കൂളുകളുണ്ടെങ്കിലും പത്രപ്രവർത്തകർ ഏറെയും പുറത്തു നിന്നാണ്. പത്രത്തിൽ നാലിലൊന്നു സാർവ്വദേശീയ വാർത്തകളാണ്. സാംസ്കാരികപ്പേജുകളിൽ അറുപതു ശതമാനവും ഫ്രീലാൻഡ് ജേർണലിസ്റ്റുകളുടെ സംഭാവനയാണ്. പുസ്തകനിരൂപണവും ചിത്ര-സംഗീത-ചലച്ചിത്ര-നാടകനിരൂപണങ്ങളും പത്രത്തിൽ പതിവുണ്ട്. ഇവയിൽ ഒരു സ്വാധീനവും തങ്ങൾ അനുവദിക്കാറില്ലെന്നു സാംസ്കാരിക പത്രാധിപന്മാർ അവകാശപ്പെട്ടു. മാസത്തിലൊരിക്കൽ സാഹിത്യപ്പേജുണ്ട്. പത്രത്തിനു നാല് എഡിഷനുകളുണ്ട്. സ്വീഡിഷ് ദ്വീപസമൂഹത്തിൽ സോവിയറ്റ് മുങ്ങിക്കപ്പലുകളുണ്ടെന്ന വാർത്ത തങ്ങളാണ് ആദ്യം പുറത്തുകൊണ്ടുവന്നതെന്നു പത്രാധിപർ പറഞ്ഞു. ഒലോഫ് പാമേയുടെ കൊലപാതകത്തെക്കുറിച്ചും ബെൽജിയത്തിലെ 'പീഡോഫൈലു'കളെ(കുട്ടികളെ ലൈംഗികമായി ഉപയോഗിക്കുന്നവർ)ക്കുറിച്ചും തങ്ങൾ അന്വേഷണം നടത്തിയതായും പറഞ്ഞു. പത്രത്തിന്റെ രാഷ്ട്രീയം മിക്കവാറും എഡിറ്റോറിയൽ പേജിൽ ഒതുങ്ങിനില്ക്കുന്നു. 'ഡെയെൻസ് നൈഹെറ്ററ്' സാംസ്കാരിക വാർത്തകൾക്കു കൂടുതൽ പ്രാധാന്യം നല്കുന്നു. മൂന്നുലക്ഷത്തിലേറെ കോപ്പികളുണ്ടതിന്. ബൊഫോഴ്സ് വാർത്തകൾക്ക് ഇവരാണു കൂടുതൽ പ്രാധാന്യം നല്കിയിരുന്നത്.

സ്വീഡനിൽ ഇംഗ്ലീഷ് പത്രങ്ങൾക്കുവേണ്ടി ഞങ്ങൾ തിരയാതിരുന്നില്ല. ചില ട്യൂബ് സ്റ്റേഷനുകളിൽ ഇംഗ്ലണ്ടിലെ 'ഗാർഡിയൻ' കണ്ടു. സ്വീഡനിലും ചില ഇംഗ്ലീഷ് ടാബ്ലോയ്ഡുകൾ ഉണ്ടത്രെ. സ്വീഡിഷിലും തൊഴിലാളികൾക്കും മറ്റുമിടയിൽ കൂടുതൽ പ്രചാരം ടാബ്ലോയ്ഡുകൾക്കാണ് - പലതും സംഘടനകളുടെ മുഖപത്രങ്ങളാണ്. പത്രങ്ങൾക്കു ഭരണഘടന പൂർണ്ണ സ്വാതന്ത്ര്യം അനുവദിക്കുന്നു - രാജ്യരക്ഷ അപകടത്തിലാകാത്തിടത്തോളം മാത്രം. 'സ്വെൻസ്കാ ഡെയ്ബ്ളേഡറ്റ്' സോവിയറ്റ് ചാരപ്രവൃത്തി പുറത്തുകൊണ്ടുവന്നപ്പോൾ ഗവൺമെന്റ് പത്രത്തിനെതിരെ കേസ്സെടുത്തു. സോവിയറ്റ് വിരുദ്ധ പ്രചാരണം സ്വീഡന്റെ ദേശീയ താൽപര്യങ്ങൾക്കു വിരുദ്ധമാണെന്നായിരുന്നു വാദം. അന്ന് സ്വീഡൻ സോവിയറ്റ് യൂണിയനുമായി ചങ്ങാത്തത്തിലായിരുന്നു. ഇന്ത്യൻ വാർത്തകൾ

സ്വീഡിഷ് പത്രങ്ങളിൽ അപൂർവമായേ വരാറുള്ളൂ. സ്വീഡൻ സ്വയം മൂന്നാംലോകരാഷ്ട്രങ്ങളുമായി താദാത്മ്യം പ്രാപിച്ചിരുന്ന പഴയ കാലത്ത് ഇന്ത്യയ്ക്കു കുറെക്കൂടി പ്രാധാന്യം ലഭിച്ചിരുന്നു.

എട്ട്

ഇന്ത്യയെക്കുറിച്ചു സ്വീഡൻകാർക്കു പൊതുവെ വളരെക്കുറച്ചേ അറിയുകയുള്ളൂ. മൈക്ക് പവേഴ്സ് ഹെഡ്മാസ്റ്ററായ 'കുങ്ഷോൽമെൻ കോളേജ്' (ഇതൊരു ഹയർ സെക്കന്ററി സ്കൂളാണ്. കോളേജല്ല.) സന്ദർശിച്ചപ്പോൾ ഇതു കൂടുതൽ ബോധ്യമായി. പല ക്ലാസുകളിലും വിദ്യാർത്ഥീവിദ്യാർത്ഥിനികളോടു ഞങ്ങൾ ഒറ്റയ്ക്കൊറ്റയ്ക്ക് സംഭാഷണത്തിലേർപ്പെട്ടു. പൊതു ഹാളിൽ ബാലചന്ദ്രനും ഞാനും കവിത വായിക്കുകയും ചെയ്തു. 'സതി'യെക്കുറിച്ചും മന്ത്രവാദത്തെക്കുറിച്ചും മറ്റുമുള്ള ചോദ്യങ്ങളിൽനിന്ന് ഇന്ത്യയെക്കുറിച്ചുള്ള അവരുടെ മുൻവിധികൾ ഞങ്ങൾക്കു ബോധ്യമായി. ഇന്ത്യയുടെ പ്രശ്നങ്ങൾ ആധുനികതയുടെ പ്രശ്നങ്ങൾതന്നെയാണെന്ന് എല്ലാ ക്ലാസുകളിലും എനിക്കു പറയേണ്ടിവന്നു. ചന്ദ്രമതിയും ഞാനും കൂടി പോയ ഒരു ക്ലാസിൽ ചന്ദ്രമതിയുടെ പൊട്ടും സാരിയും തുടർന്ന് ഇന്ത്യൻ വിവാഹരീതികളും സ്ത്രീകളുടെ അവസ്ഥയും മറ്റും ചർച്ചാവിഷയമായി. സ്നേഹവും ശ്രദ്ധയും കുട്ടികൾക്കുണ്ടായിരുന്നു. പ്രശ്നം അറിവില്ലായ്മയായിരുന്നു. നേരെ മറിച്ചൊരനുഭവമുണ്ടായത് അനിതാ തിയൊറെലിന്റെ വീട്ടിൽ അത്താഴത്തിനു പോയപ്പോഴാണ്. ഇന്ത്യയുമായി പലതരത്തിൽ ബന്ധമുള്ള ഏറെ സ്വീഡൻകാരെ അവർ വിളിച്ചുകൂട്ടിയിരുന്നു. സ്വീഡനിലെ ഏറ്റവും ജനപ്രിയരായ എഴുത്തുകാരിലൊരാളായ ലൂയീസ് ബൊയ്ജേയുടെ കടൽത്തീരത്തെ മനോഹരമായ വീട്ടിലും ഇന്ത്യയോടടുപ്പമുള്ള ചിലർ അത്താഴത്തിനെത്തിയിരുന്നു - ഇന്ത്യയിലെ മുൻ ഫ്രെഞ്ച് അംബാസഡറും പത്നിയുമുൾപ്പെടെ. അവർ ഇന്ത്യയെക്കുറിച്ചു ഗൃഹാതുരത്വത്തോടെ സംസാരിച്ചു. 'സീഡാ' എന്നറിയപ്പെടുന്ന സ്വീഡിഷ് ഡെവലപ്മെന്റ് കോർപ്പറേഷൻ നല്കിയ വിരുന്നിലും ഇന്ത്യയുമായി ബന്ധപ്പെട്ട ചിലരെക്കണ്ടു: രാജസ്ഥാൻ ഗ്രാമങ്ങളിൽ അവരുടെ സഹായത്തോടെ ഒരു സാക്ഷരതാ പരീക്ഷണം നടക്കുകയാണിപ്പോൾ. അവരുടെ ഏഷ്യൻ വകുപ്പുതലവനായ ക്ലാസ് മാർകെൻസ്റ്റൈനുമായി അതേക്കുറിച്ചു ഞാൻ ദീർഘമായി സംസാരിച്ചു. പരീക്ഷണം വിജയകരമാണെന്ന് അദ്ദേഹം കരുതുന്നു.

ഇന്ത്യൻ സാഹിത്യത്തെക്കുറിച്ച് സ്വീഡൻകാർ - പാശ്ചാത്യർ പൊതുവെ എന്നെപ്പോലെതന്നെ - അറിയുന്നത് ഇംഗ്ലീഷിലെഴുതുന്നവരിലൂടെ മാത്രമാണ്. 'പാതിലോകത്തിന്റെ സാഹിത്യം' എന്ന മാസിക ഇറക്കിയ പ്രത്യേക ഇന്ത്യാപതിപ്പിൽ എന്റേതുൾപ്പെടെ ചില കവിതകൾ ഭാഷകളിൽ നിന്നുണ്ടായിരുന്നെങ്കിലും ഏറെയും ചർച്ച സൽമൻ റഷ്ദിയെയും റോഹിൻ ടൺ മിസ്ട്രിയെയും അരുന്ധതീറോയിയെയുംകുറിച്ചായിരുന്നു. അരുന്ധതിയെക്കുറിച്ചു പലരും അന്വേഷിക്കുന്നുണ്ടായിരുന്നു. ഞങ്ങൾ അവിടെയുള്ളപ്പോഴാണ് ആ കുട്ടിക്ക് ബുക്കർസമ്മാനം പ്രഖ്യാപിച്ചത്. അവൾക്കുവേണ്ടി ഞങ്ങൾ അഭിനന്ദനങ്ങൾ ഏറ്റുവാങ്ങി; ഞങ്ങളിൽ ചിലർ അവളുടെ വിമർശകരായിരുന്നുവെങ്കിലും.

ഒമ്പത്

ദാരിയോ ഫോയ്ക്ക് നോബെൽ സമ്മാനം പ്രഖ്യാപിക്കപ്പെട്ടതും ഞങ്ങൾ സ്റ്റോക്ഹോമിലുള്ളപ്പോൾത്തന്നെ. പ്രതികരണം സമ്മിശ്രമായിരുന്നു. ഇടതുപക്ഷത്തിനു പൊതുവെ ആഹ്ലാദമായിരുന്നു. ബ്രെഹ്റ്റിന് നോബൽ സമ്മാനം കൊടുക്കാതിരുന്നതിനു സ്വീഡിഷ് അക്കാദമി പ്രായശ്ചിത്തം ചെയ്യുംപോലെ തോന്നി അവർക്ക്. ദാരിയോ ഫോ പ്രാഥമികമായും ഒരു ജനകീയ നാടകകൃത്താണല്ലോ. നാടകകൃത്തുകൾക്ക് അപൂർവമായേ ഈ പുരസ്കാരം ലഭിക്കാറുള്ളു എന്നതിനാൽ നാടകപ്രവർത്തകർക്കും സന്തോഷമായിരുന്നു. റഷ്ദിക്കു കിട്ടേണ്ടിയിരുന്നു എന്ന് അഭിപ്രായമുള്ളവരെയും കണ്ടു.

സ്വീഡിഷ് അക്കാദമിയിൽ ഞങ്ങൾ പോയതു പിന്നീടാണ്. അക്കാദമിയുടെ ബോർഡ് ചെയർമാൻ സ്റ്റൂൾ അല്ലെൻ ഞങ്ങളെ സ്വീകരിച്ചു. മറ്റു ബോർഡംഗങ്ങളും ഉണ്ടായിരുന്നു. രണ്ടുലക്ഷത്തിലേറെ പുസ്തകങ്ങളുള്ള അക്കാദമി ലൈബ്രറിയും നോബെൽ ക്കമ്മറ്റിയോഗം കൂടുന്ന മുറിയും സമ്മാനം പത്രക്കാരെ അറിയിക്കുന്ന മുറിയും ഞങ്ങൾ കണ്ടു. പഴയ ഒരു ബാങ്കു കെട്ടിടത്തിലാണ് - രാജകീയപ്രൗഢിയുള്ളതാണിതിന്റെ വാസ്തുശില്പം - അക്കാദമി പ്രവർത്തിക്കുന്നത്. 1767ൽ നിർമ്മിച്ചതാണ് കെട്ടിടം. 1786-ലാണ് ഗുസ്താവ് മൂന്നാമന്റെ കീഴിൽ റോയൽ സ്വീഡിഷ് അക്കാദമി സ്ഥാപിക്കപ്പെട്ടത്. ''സ്വീഡിഷ് ഭാഷയുടെ വിശുദ്ധിയും ശക്തിയും പ്രൗഢിയും'' നിലനിർത്തുകയെന്ന ലക്ഷ്യത്തോടെ. 'സ്നിൽഒക്സ് മാക്' ('വാസനയും അഭിരുചിയും') എന്നാണ് അക്കാദമിയുടെ

മുദ്രാവാക്യം. സ്വീഡിഷ് ഭാഷയുടെ നിഘണ്ടുവും വ്യാകരണവും ഇവിടെയാണ് രചിക്കപ്പെട്ടത്.

ആദ്യകാലത്ത് സാഹിത്യമത്സരങ്ങൾ നടത്തി സുവർണമുദ്രകൾ സമ്മാനിക്കുന്ന പതിവുണ്ടായിരുന്നു. പലതരം ഭാഗ്യ-നിർഭാഗ്യങ്ങളിലൂടെ കടന്നുപോന്ന ഈ സ്ഥാപനത്തിന് ഇപ്പോൾ പതിനെട്ട് ആയുഷ്കാലാംഗങ്ങളുണ്ട്-എഴുത്തുകാരും ചരിത്രകാരന്മാരും ഭാഷാ പണ്ഡിതരുമുൾപ്പെടെ. എല്ലാ വ്യാഴാഴ്ചകളിലും വൈകിട്ട് അഞ്ചു മണിക്കു കമ്മറ്റിയോഗം കൂടും. ഈ രഹസ്യയോഗങ്ങളിലാണ് അക്കാദമിയുടെ വിവിധ സമ്മാനങ്ങൾ തീരുമാനിക്കപ്പെടുന്നത്. നോർദിക് പ്രൈസ്, കെൽഗ്രൻ പ്രൈസ്, ഡ്രാമാ പ്രൈസ് ബെൽമാൻ പ്രൈസ്, റോയൽ പ്രൈസ് ഇങ്ങനെ അൻപതോളം പുരസ്കാരങ്ങൾ അക്കാദമി നല്കുന്നുണ്ടെങ്കിലും ഏറ്റവും പ്രശസ്തമായത് നോബൽ പുരസ്കാരംതന്നെ. ആൽഫ്രഡ് നോബൽ തന്റെ മരണപത്രത്തിൽ നിർദ്ദേശിച്ചതനുസരിച്ചാണ് അക്കാദമി ഈ ചുമതല ഏറ്റെടുത്തത്. സമ്മാനം നല്കുന്നത് എപ്പോഴും ഡിസംബർ 10നാണ്. ലോകത്തിന്റെ നാനാഭാഗത്തുനിന്നും വരുന്ന 200 നാമനിർദ്ദേശങ്ങൾ ആദ്യം അഞ്ചായും പിന്നെ മൂന്നായും 'ഷോർട്ട് ലിസ്റ്റ്' ചെയ്ത ശേഷമാണ് അവസാനവട്ടം ചർച്ചകൾ നടത്താറ്. അൻപതു വർഷക്കാലം ഈ ഷോർട് ലിസ്റ്റുകൾ രഹസ്യമായിരിക്കണമെന്നാണു വ്യവസ്ഥ. സമ്മാനജേതാവിനെ താമസിപ്പിക്കാറുള്ള ഗ്രാൻഡ് ഹോട്ടലും ചടങ്ങു നടക്കുന്ന ടൗൺഹാളും - രണ്ടും ബാൾടിക് തീരത്താണ് - ഞങ്ങൾ കണ്ടു.

സ്വീഡിഷ് ഇൻസ്റ്റിറ്റ്യൂട്ടും റൈറ്റേഴ്സ് യൂണിയനുമാണ് സ്റ്റോക്ഹോമിലെ മറ്റു രണ്ടു സാഹിത്യസ്ഥാപനങ്ങൾ, ഇൻസ്റ്റിറ്റ്യൂട്ട് സാംസ്കാരിക പരിപാടികൾ സംയോജിപ്പിക്കുകയും സ്വീഡനെക്കുറിച്ചുള്ള ഗ്രന്ഥങ്ങളും സാഹിത്യകൃതികളും പ്രസിദ്ധീകരിക്കുകയും ചെയ്യുന്നു. ഇൻസ്റ്റിറ്റ്യൂട്ട് നടത്തുന്ന സ്വീഡൻ ബുക്ഷോപ്പിൽ ഇംഗ്ലീഷിലുള്ള കുറെ സ്വീഡിഷ് സാഹിത്യകൃതികൾ കാണാൻ കഴിഞ്ഞു. കുറെ എനിക്കായും കുറെ സാഹിത്യ അക്കാദമി ലൈബ്രറിക്കായും വാങ്ങുകയും ചെയ്തു. 'ആർട്സ്' എന്ന പേരിൽ ഉത്കൃഷ്ടമായ ഒരു വാർഷിക പ്രസിദ്ധീകരണം ഇൻസ്റ്റിറ്റ്യൂട്ട് പ്രസിദ്ധീകരിക്കുന്നു. 'സി.ഡി. റോമു'കളും ഇറക്കുന്നുണ്ടിവർ.

ഇൻസ്റ്റിറ്റ്യൂട്ടിന്റെ ഡയറക്ടർ ജനറൽ പെർ സാർബോം പ്രവർത്തനനിരതനായ ഒരു സഹൃദയനാണ്. ഇന്ത്യയിലെ സാഹിത്യ അക്കാദമിയെക്കുറിച്ച് അദ്ദേഹം വിശദമായി ചോദിച്ചറിഞ്ഞു. ഞങ്ങൾ 22 ഭാഷകളിലായി മുപ്പതു മണിക്കൂറിൽ ഒരു പുസ്തകം വച്ചു പ്രസിദ്ധീകരിക്കുകയും ഇന്ത്യയുടെ വിഭിന്ന ഭാഗങ്ങളിൽ ശരാശരി ദിവസത്തിൽ

ഒരു പരിപാടിയെങ്കിലും നടത്തുകയും ചെയ്യുന്നുവെന്നത് അദ്ദേഹത്തിന് അത്ഭുതമായിത്തോന്നി; അതും വളരെ പരിമിതമായ ബജറ്റിൽ. അക്കാദമിയുടെ ചില പ്രധാന പ്രസിദ്ധീകരണങ്ങൾ ഇൻസ്റ്റിറ്റ്യൂട്ടിനും റൈറ്റേഴ്സ് യൂണിയനും ഞങ്ങൾ സമ്മാനിച്ചു. റൈറ്റേഴ്സ് യൂണിയൻ മുഖ്യമായും എഴുത്തുകാരുടെ അവകാശങ്ങൾ സംരക്ഷിക്കാനും ഗ്രാന്റുകൾ നൽകാനും യാത്രകൾ സംഘടിപ്പിക്കാനും വിദേശ എഴുത്തുകാരെ ക്ഷണിച്ചുവരുത്തി വിനിമയം നടത്താനുമുള്ള സംഘടനയാണ്.

സ്വീഡിഷ് ഭാഷ, ഇൻഡോ-ജെർമാനിക് വംശത്തിലെ സ്കാൻഡിനേവിയൻ കുടുംബാംഗമാണ്. മദ്ധ്യകാലഘട്ടത്തിൽ മാത്രമാണു ലിഖിതഭാഷയെന്ന നിലയിൽ ആധുനിക സ്വീഡിഷ് രൂപപ്പെടുന്നത്. 1541ൽ വിശുദ്ധ ഗ്രന്ഥം സ്വീഡിഷിൽ പരിഭാഷ ചെയ്യപ്പെട്ടു. 1680ൽ പള്ളികളിലെ ചടങ്ങുകൾക്കു സ്വീഡിഷ് നിർബന്ധമാക്കപ്പെട്ടു. 18-ാം നൂറ്റാണ്ടിൽ അക്ഷരമാലയും സ്പെല്ലിങ്ങും മറ്റും ഏകീകൃതമായി. പത്തൊൻപതാം നൂറ്റാണ്ടുവരെ ഏറെയും വാമൊഴിപ്പാരമ്പര്യമാണു സ്വീഡിഷ് സാഹിത്യത്തിനുണ്ടായിരുന്നത്.

മദ്ധ്യ സ്വീഡിഷ്, തെക്കൻ സ്വീഡിഷ്, ഫിന്നിഷ് സ്വീഡിഷ് എന്നിങ്ങനെ മൂന്നുതരം വാമൊഴി രൂപങ്ങൾ സ്വീഡിഷിനുണ്ട്. ആധുനികമായ മുദ്രണവിദ്യയും (1830) പൊതുസ്കൂൾ സമ്പ്രദായവും (1842) മതപരിഷ്കരണ പ്രസ്ഥാനവും (1850) വ്യവസായവൽക്കരണവും (1870) തൊഴിലാളിവർഗ്ഗ പ്രസ്ഥാനവും (1880) സ്വീഡിഷ് ഭാഷയുടെ പ്രചാരത്തെയും ഏകീകരണത്തെയും സഹായിച്ച ഘടകങ്ങളായിരുന്നു. പുറംനാട്ടുകാർ കുടിയേറിപ്പാർത്തതോടെ, അവർ തിങ്ങിപ്പാർക്കുന്ന പുതിയ നഗരപ്രാന്തമായ റിങ്കെബിയുടെ പേരുള്ള 'റിങ്കെബി സ്വീഡിഷ്' എന്നൊരു സംസാരരൂപം ഉരുവംകൊണ്ടിരിക്കുന്നു. ഇംഗ്ലീഷിന്റെ സ്വാധീനം സ്വീഡിഷ് ഭാഷയിൽ വർദ്ധിച്ചുവരുന്നുമുണ്ട്. ശാസ്ത്രസാങ്കേതിക പദങ്ങൾ ഏതാണ്ടു മുഴുവൻ ഇംഗ്ലീഷിലാണ്. കമ്പ്യൂട്ടറിന്റെ പ്രചാരവും യൂറോപ്യൻ യൂണിയന്റെ വരവും ഇംഗ്ലീഷിന് അനുകൂലമാണ്. ഇംഗ്ലീഷറിയാത്തവർ സ്വീഡനിൽ തീരെ ചുരുക്കമാണ്. വൃദ്ധർക്കുപോലും അത്യാവശ്യം ഇംഗ്ലീഷറിയാം.

സ്വീഡിഷ് കവിതാരംഗം ഇന്നു സജീവമാണ്. ഗുസ്താഫ് ഫ്രോഡിങ്, വില്ഹെം എക്കെലുണ്ട് നിൽസ് ഫെലിൻ, കരീൻ ബോയേ, ഗുണ്ണാർ എക്കെലോഫ്, എറിക് ലവിണ്ടെഗ്രെൻ തുടങ്ങിയ കവികൾ ഇന്നില്ലെങ്കിലും അവരുടെ കൃതികൾ വായിച്ചു ചർച്ച ചെയ്യപ്പെടുന്നു. പൊതുവായ പ്രസ്ഥാനങ്ങളും ഗ്രൂപ്പുകളും ഇന്നു സ്വീഡിഷ് കവിതയിൽ ഇല്ലെന്നു പറയാം. പ്രശാന്തമായ നർമ്മവും

ഹ്യൂമനിസത്തോടുള്ള പ്രതിജ്ഞാബദ്ധതയും യുദ്ധവിദ്വേഷവും നിറഞ്ഞ കവിതയാണ് ഈ വർഷം (1997) അന്തരിച്ച ജൊഹാന്നസ് എഡ്ഫെൽട്ടിന്റേത്. ആധുനിക കവിത സ്വയം രചിക്കുകയും പരിഭാഷകളിലൂടെ പരിചയപ്പെടുത്തുകയും ചെയ്ത ആർതർ ലുണ്ട്ക്വിസ്റ്റും അരങ്ങൊഴിഞ്ഞു. ഏകാകിതയ്ക്കും സാമൂഹ്യബോധത്തിനുമിടയ്ക്കു ചാഞ്ചാടുന്ന, സംശയത്തിന്റെയും കലാപത്തിന്റെയും കവിതയാണ് കാൾവെൻബെർഗ് എഴുതിയിരുന്നത്. അദ്ദേഹവും 1995-ൽ മരിച്ചു. മിത്തും അഭിലാഷവും കലർന്ന ലൈംഗികപ്രണയത്തിന്റെ കവിതയാണ് റൂട്ട് ഹില്ലാർപിന്റേത്. പിൽക്കാലത്ത് ഫോട്ടോകളും കവിതകളും അവർ ഒന്നിച്ചു പ്രസിദ്ധീകരിച്ചുതുടങ്ങി. തോമാസ് ട്രാൻസ്ട്രോമർ ദൃശ്യബിംബങ്ങളുടെ കവിയാണ്. സമകാലികരിൽ ഏറ്റവും പരിഭാഷ ചെയ്യപ്പെട്ട കവിയും ട്രാൻസ്ട്രോമർ തന്നെ. ഇപ്പോൾ പക്ഷവാതരോഗിയായി കിടപ്പിലാണദ്ദേഹം.

അസ്തിത്വത്തിന്റെ വിസ്മയവും അധിഭൗതികമായ അന്വേഷണവും നിറഞ്ഞ കവിതകളെഴുതുന്ന ഓസ്റ്റൻ സ്യോസ്ട്രാൻഡ് മറ്റൊരു പ്രധാന കവിയാണ്. അനീതിക്കെതിരെ ശബ്ദമുയർത്തുന്ന കവിതയാണ് ഫോൾക് ഐസാക്സൺ എഴുതുന്നത്. ഐന്ദ്രജാലികവും നിഗൂഢവുമായ അനുഭവങ്ങളുടെ കവിയാണ് ലാഴ്സ് ലുണ്ക്വിസ്റ്റ്. ലാഴ്സ് ഫോർസെൽ ബിർജിറ്റാ ട്രോട്സിഗ്, ജെൽ എസ്പ്മാർക്ക്, ഗൊരാൻ പാം, ലെന്നാർട് സ്യോഗ്രെൻ, പെർവാസ്ട്ബെർഗ് എന്നിവർ അൻപതുവയസ്സുകഴിഞ്ഞ തലമുറയിലെ ശ്രദ്ധേയരായ കവികളാണ്. ഗൊരാൻ സൊന്നെവി, തോബിയാസ് ബെർഗ്മാൻ അഗ്നെറ്റാ പ്ളേജെൽ, ഗബ്രിയേലാ മെലിനെസ്ക്യൂ, ഈവാ സ്ട്രോം ലീലീ, ഹെലേനാ എറിക്സൺ എന്നിങ്ങനെ അൻപതിനും മുപ്പതിനുമിടയിൽ ഏറെ നല്ല കവികളുണ്ട്. ലോട്ടാ ഓൽസൺ, യോഹന്നാ എക്സ്ട്രോം തുടങ്ങിയവരുടെ ഒരു പുതുതലമുറയും രംഗത്തെത്തിയിരിക്കുന്നു.

പാർലാഗർ ക്വിസ്റ്റിന്റെയും മറ്റും നോവലിന്റെ ഘടനയിൽനിന്നു സ്വീഡിഷ് ആഖ്യായിക വ്യതിചലിക്കുന്നതു സ്റ്റീഗ്ലാഴ്സെൻ, സാറാ ലിഡ്മാൻ, സ്വെൻ ഡെൽബ്ലാൻക്, കെഴ്സ്റ്റിൻ എക്മാൻ തുടങ്ങിയവരുടെ കൃതികളിൽ കാണാം. ഗ്രാമീണജീവിതം ഇവരുടെ ഒരു മുഖ്യപ്രമേയമാണ്. നഗരസമൂഹത്തിൽ വന്നുപെടുന്ന അപരിചിതനായ ഒരാളുടെ മൂല്യരഹിതവും അസ്ഥിരവുമായ അഹംബോധം എൺപതുകളുടെ നോവലിന്റെ ഒരു കേന്ദ്രവിഷയമാണ്. രാഷ്ട്രീയവും ലൈംഗികവുമായ അധികാരവും ആ അധികാരത്തിന്റെ തകർച്ചയിൽ നിന്നുണ്ടാവുന്ന അക്രമവും ആവിഷ്കരിച്ച് ആധുനിക പരിഷ്കൃതിയുടെ ഉള്ളിലുള്ള ഹിംസയിലേക്കു വിരൽചൂണ്ടുകയാണു

മാഗ്നസ് ഡാൽസ്ട്രോമിന്റെ 'ഡെലിവറി' (1993), 'ഹോം' (1996) തുടങ്ങിയ നോവലുകൾ. യുവാക്കളേറെയും വലിയ നോവലുകൾ എഴുതുന്നില്ല. പകരം 'നോവെല്ലാ'കളിലാണവർക്കു താൽപര്യം.

ചെറുനോവലുകളുടെ നവോത്ഥാനമാണ് കഴിഞ്ഞ രണ്ടു പതിറ്റാണ്ടിലെ സ്വീഡിഷ് ആഖ്യാനസാഹിത്യത്തിലെ മുഖ്യസംഭവം. സെസീലിയാ ഡേവിഡ്സൺ, നിന്നി ഹോംക്വിസ്റ്റ് തുടങ്ങിയ കഥാകാരികൾ മനുഷ്യബന്ധങ്ങളുടെ സൂക്ഷ്മാഖ്യാനം അളന്നുമുറിച്ച ഭാഷയിലൂടെ നിർവഹിക്കുന്നവരാണ്. സാമ്പ്രദായികമായ സ്ത്രീയുടെ 'റോളി'ൽനിന്നു മുഖംതിരിക്കുന്ന കഥാപാത്രങ്ങളാണ് നിന്നി ഹോംക്വിസ്റ്റിന്റേത്. സ്നേഹത്തിനും വിദ്വേഷത്തിനുമിടയിൽ ഉഴലുന്നവർ. ഒപ്പം ചവർപ്പുറ്റ നർമ്മബോധമുള്ളവർ. മാതൃത്വത്തെയും ശരീരത്തെയും പ്രകീർത്തിക്കുന്നവയല്ല സ്വീഡനിലെ ഇപ്പോഴത്തെ സ്ത്രീരചനകൾ. വിനാശകരമായ ലൈംഗികത അവയിൽ പലതിനും ആവിഷ്കാരവിഷയമാണ്. ഉദാഹരണത്തിന്, ആൻ മേരീ ബെർഗ്ലണ്ടിന്റെ ('ആഹ്ലാദത്തിനും പാരതന്ത്ര്യത്തിനുമിടയിൽ' എന്ന കവിതാസമാഹാരവും ഇവരുടേതായി ഉണ്ട്.) കഥാപാത്രങ്ങൾ വിരസതയെ കീഴ്പ്പെടുത്താനായി പല നാടുകളിൽ സാഹസയാത്ര നടത്തുന്നവരാണ്. എഴുത്തുകാരി സ്വയം ഒരു കഥാപാത്രമാണ്. എഴുത്ത് ഒരന്വേഷണവിഷയവും. മാർഗറീറ്റ് ദൂറായെ(ഫ്രഞ്ച് എഴുത്തുകാരി, സിനിമകളിലൂടെ പ്രശസ്ത)ക്കുറിച്ചുള്ള ഏറെ സൂചനകൾ ഇവരുടെ കഥകളിൽ കാണാം. വേദനയും ലൈംഗികതയും ഇവിടെ കണ്ണിചേർക്കപ്പെടുന്നു. പരിഹാസം, സർ റിയലിസം, ശിഥില ബിംബങ്ങൾ, വിസ്മയം, ഭാവഗീതാത്മകത, അശ്ലീലം - ഇവയൊക്കെ ഇടകലരുന്നു ഇവിടെ. മറ്റൊരു പ്രമുഖ കഥാകാരിയാണ് കരീനാ റിഡ്ബെർഗ്. ഇന്ത്യയിൽ പലകുറി വന്നിട്ടുള്ള ഈ മുപ്പത്തഞ്ചുകാരി സ്വീഡനിൽ മിക്കപ്പോഴും ഞങ്ങളുടെ കൂടെത്തന്നെ ഉണ്ടായിരുന്നു. സോപ്പ് ഓപ്പെറാകളുടെയും ത്രില്ലർ നോവലുകളുടെയും സങ്കേതങ്ങളുപയോഗിച്ച് സ്ത്രൈണാവബോധത്തെ അനാവരണം ചെയ്യുന്നവയാണ് കരീനയുടെ 'അൺക്വയറ്റ് സ്പിരിറ്റ്' (1990), 'ആംനെസ്റ്റി ഓഫ് ദി നൈറ്റ്' (1994) തുടങ്ങിയ നോവലുകൾ.

ഞങ്ങൾ ചെല്ലുമ്പോൾ കരീനാ വലിയൊരു വിവാദത്തിന്റെ നടുവിലായിരുന്നു. 'ദി ഹയസ്റ്റ് കാസ്റ്റ്' ('ദെൻ ഹോയ്സ്റ്റാ കാസ്റ്റെൻ' 1977) എന്ന അവരുടെ ആത്മകഥാപരമായ പുതിയ നോവലിന്റെ ആദ്യപകുതി ഇന്ത്യയിലാണ് നടക്കുന്നത്. ഇന്ത്യയിലുണ്ടായ അസുഖകരമായ ഒരു ബന്ധമാണ് അതിലെ വിഷയം. രണ്ടാംഭാഗം ഒരു സ്റ്റോക് ഹോം റെസ്റ്റോറണ്ടിലാണ് നടക്കുന്നത്. അവൾ ഒരു വക്കീലുമായി പ്രണയത്തിലാവുന്നു. എന്നാൽ അയാൾക്ക് ആ പ്രേമം തിരിച്ചു

നല്കാനാവുന്നില്ല. അവൾ നോവലിലൂടെ അയാളോടു പ്രതികാരം ചെയ്യുന്നു. നോവലിലുടനീളം ജീവിച്ചിരിക്കുന്ന ആളുകളെ അവരുടെ യഥാർത്ഥ പേരിൽത്തന്നെ അവതരിപ്പിക്കുകയാണു കരീനാ. അവർക്കെതിരെ കേസും ഭീഷണികളുമുണ്ട്.

ആവിഷ്കാരസ്വാതന്ത്ര്യം വീണ്ടും സ്വീഡനിൽ ചർച്ചാവിഷയമായിരിക്കുന്നു - ഒറ്റയ്ക്കു കഴിയുകയും രാത്രി വൈകുവോളം നൈറ്റ് ക്ലബ്ബുകളിൽ ചെലവിടുകയും ചെയ്യുന്ന ഈ കഥാകാരിയിലൂടെ, യക്ഷിക്കഥകളുടെ ഘടനയുപയോഗിച്ച് പെൺകുട്ടി സ്ത്രീയായി വളരുന്നതാവിഷ്കരിക്കുന്ന മാരേകാന്ദ്രയുടെ 'ദി അനൺസ്യേഷൻ', 'ബേണിങ് ട്രീ', 'അലീദേ അലീദേ' തുടങ്ങിയ നോവലുകളും ശ്രദ്ധയാർജിച്ചവയാണ്. ഫ്രോയ്ഡിനെ പരിഹസിക്കുന്നതാണ് 'ദി വുമൺ ആന്റ്ഡോ-ഡ്യൂഫ്' എന്ന നോവൽ. മേരീ ഹെർമാൻസൺ, സാറാ ലിഡ്മാൻ, ഇംഗർ എഡെൽഫെൽട്, കരോളാ ഹാൻസൺ, കരീനാ ബർമാൻ ഇങ്ങനെ ഒട്ടേറെ നോവലിസ്റ്റുകൾ സ്വീഡിഷ് യാഥാർത്ഥ്യത്തെ നവീനമായ രൂപങ്ങളിൽ ആവിഷ്കരിക്കാൻ ശ്രമിക്കുന്നുണ്ട്. 'ഡോക്യുമെന്ററി നോവൽ' എന്നാണ് ഇവരിൽ പലരുടെയും രചനകളെ നിരൂപകർ വിളിക്കുന്നത്. സാറാ ലിഡ്മാൻ, ഗൊരാൻടൺസ്ട്രോം എന്നിവർ ഈ സംവർഗ്ഗത്തിന്റെ അഗ്രദൂതരാണ്. യുദ്ധാനന്തരകാലത്തെ സ്വീഡിഷ് ചരിത്രം ഇവരുടെ ആഖ്യാനങ്ങളിലൂടെ ചുരുൾ നിവരുന്നു.

സ്വീഡിഷ് സിനിമ ബെർഗ്മാനിൽ അവസാനിക്കാത്തതുപോലെ തന്നെ സ്വീഡിഷ് നാടകസാഹിത്യം സ്ട്രിൻഡ്ബെർഗിൽ തീരുന്നില്ല. സ്ട്രിൻഡ്ബെർഗിനു ശേഷമുള്ള ഏറ്റവും പ്രധാന നാടകകൃത്ത് റിയലിസവും സ്വപ്നാത്മകതയും ചേർത്തു സാമൂഹ്യവും വ്യക്തിഗതവുമായ ജീവിതവിശ്ലേഷണം നടത്തുന്ന ലാഴ്സ് നൊരേൻ ആണ്. സ്ട്രിൻഡ്ബെർഗ് നാടകത്തിലെത്തിയതു നോവലിലൂടെ ആയിരുന്നുവെങ്കിൽ, നൊരേൻ കവിതയിലൂടെ നാടകത്തിലെത്തിയ ആളാണ്. 'സമ്മർപ്ലേസ്' എന്നറിയപ്പെടുന്ന ഒരുകൂട്ടം നാടകങ്ങളാണ് നൊരേന്റെ സ്ഥാനം സ്വീഡിഷ് നാടകരംഗത്ത് ഉറപ്പിച്ചത്.

സ്വീഡന്റെ ഭൗതികക്ഷേമത്തിനടിയിലുള്ള ആത്മീയദാരിദ്ര്യത്തെ തുറന്നുകാട്ടുകയും യുവജനതയുടെ സ്വപ്നങ്ങളുടെ ക്ഷണികതയിലേക്കു വിരൽചൂണ്ടുകയും ഉള്ളിലേക്കു നോക്കാൻ കാണികളെ പ്രേരിപ്പിക്കുകയും ചെയ്യുന്നതാണ് ഈ പരമ്പരയിലെ 'രാത്രിയാണ് അമ്മ', 'വേനൽ,' 'കുഴപ്പ ദൈവത്തിന്റെ അയൽക്കാരൻ' തുടങ്ങിയ നാടകങ്ങൾ. സ്ട്രിൻഡ്ബെർഗിന്റെയും ഒനീലിന്റെയും നാടകങ്ങളുമായി ഇവയെ വിമർശകർ താരതമ്യം ചെയ്യുന്നു. പലപ്പോഴും സുഘടിതമായ ഒരാഖ്യാനം നരേന്റെ നാടകങ്ങളിലില്ല. അദ്ദേഹത്തിന്റെ

ഒടുവിലത്തെ നാടകം - 'ഒരുതരം പാതാളം' ('എൻഡോർട്സ് ഹേഡിസ്') - ഒരു ചിത്തരോഗാശുപത്രിയിലെ ശബ്ദങ്ങളും ബിംബങ്ങളും കൊണ്ടു നിർമ്മിക്കപ്പെട്ടതാണ്. ഇവയിൽ പല നാടകങ്ങളും നൊരേൻ തന്നെ സംവിധാനം ചെയ്തവതരിപ്പിച്ചിട്ടുണ്ട്. മരുഭൂമിയിലുഴലുന്ന ആത്മാക്കളുടെ ഗാഥാകാരനാണദ്ദേഹം. കാതറീനാ ഫ്രൊസ്റ്റെൻ സൺ 'നൈൽ,' 'ട്രോം' എന്നീ നാടകങ്ങളിൽ ആശയങ്ങളും ബിംബങ്ങളും നൃത്തവും വഴി ചിന്തയെ പ്രകോപിപ്പിക്കുന്നു. അവരുടെ 'പി-വാർഡ്' എന്ന നാടകത്തിൽ സ്ത്രീകളുടെ ഹിസ്റ്റീരിയായാണ് ആലോചനാവിഷയം.

ക്രിസ്റ്റിനാലുൺ ഏറെ ആരാധകരുള്ള മറ്റൊരു നാടകകാരിയാണ്. ചിരിയും ചിരിക്കടിയിലെ ഉത്കണ്ഠയും ഒന്നിച്ചു പുറത്തുകൊണ്ടു വരുന്നു 'ഓൺഫ്ളവർ' തുടങ്ങിയ നാടകങ്ങളിൽ അവർ. കുട്ടികളുടെയും മദ്ധ്യവയസ്കരുടെയും പ്രശ്നങ്ങൾ അവതരിപ്പിക്കുന്ന അവരുടെ കൃതികൾക്ക് നാടകത്തിനും കവിതയ്ക്കുമിടയിലാണു സ്ഥാനം. സ്ട്രിൻഡ്ബെർഗിന്റെ കുടുംബജീവിതം വിഷയമാക്കുന്ന പെർ ഒലോവ് എൻകിസ്റ്റിന്റെ 'ട്രിബാഡേണാസ് നാറ്റ്', 'വിക്റ്റർ ജോസ്ട്രോം' എന്ന ചലച്ചിത്രകാരനെക്കുറിച്ച് അദ്ദേഹംതന്നെ രചിച്ച 'ബിൽഡ് മകാർണാ' ('ചിത്രനിർമ്മാതാക്കൾ') എന്നിവയും ഏറെ പ്രചരിച്ച നാടകങ്ങളാണ്.

രണ്ടാമത്തെ നാടകം 1998ൽ ഇംഗ്മാർ ബെർഗ്മാൻ സംവിധാനം ചെയ്ത് അവതരിപ്പിക്കാനൊരുങ്ങുകയാണ്. സ്വീഡിഷ് സമൂഹത്തിന്റെ വർത്തമാന സമസ്യകൾ ആവിഷ്കരിക്കുന്ന നാടകങ്ങളാണ് സ്റ്റഫാൻ ഗോഥേയുടേത്. ''കരയുന്ന പൊലീസുകാരൻ', 'വടക്കൻ കാറ്റ്', 'സമ്പൂർണ്ണ ചുംബനം' തുടങ്ങിയ നാടകങ്ങളിൽ കുടുംബങ്ങളുടെയും ചെറുസമുദായങ്ങളുടെയും പ്രശ്നങ്ങൾ പ്രാദേശിക സംസാരഭാഷയുപയോഗിക്കുന്ന സാധാരണക്കാരായ കഥാപാത്രങ്ങളിലൂടെ അവതരിപ്പിക്കുന്നു അദ്ദേഹം. മാഗ്നസ് നിൽസൺ, മാർഗറെറ്റാ ഗാർപേ, കരീൻ ബോൾഡ്മാൻ, മാഗ്നസ് ദാൽസ്ട്രോം, സ്റ്റിംഗ് ലാർസൺ, ബോസിൽ മാംസ്റ്റെൻ, ഈവാസ്ട്രോം, ഗുനിലാ ലിൻ പെഴ്സൊൺ, സ്റ്റഫാൻ വെസ്റ്റർബെർഗ് ഇങ്ങനെ ഏറെ നാടകകൃത്തുകൾ പല രീതിയിലുള്ള അന്വേഷണ പരീക്ഷണങ്ങളിലൂടെ സ്വീഡിഷ് നാടകവേദിയെ സജീവമായി നിലനിർത്തിവരുന്നു.

* * *

ഈ നാളുകളിൽ കവിത എവിടെയായിരുന്നു? കവിത ഞങ്ങളോടൊപ്പംതന്നെ ഉണ്ടായിരുന്നു. പീറ്റർ കുർമന്റെ നേതൃത്വത്തിൽ ഒക്ടോബർ 10ന് എ.ബി.എഫ്. ഹാളിൽ നടന്ന കവിതാവായനയ്ക്ക്

നല്ല തിരക്കുണ്ടായിരുന്നു - ടിക്കറ്റുവച്ചായിരുന്നിട്ടും. മുൻകൂട്ടിത്തന്നെ സംഘാംഗങ്ങളുടെ രചനകളിൽ ചിലതു സ്വീഡനിൽ പരിഭാഷ ചെയ്യപ്പെട്ടിരുന്നു. 'ഇന്ത്യയിൽ നിന്നുള്ള ശബ്ദങ്ങൾ' എന്നപേരിൽ ഈ രചനകൾ മനോഹരമായി പ്രസാധനം ചെയ്ത ഒരു സമാഹാരം ഞങ്ങളെത്തിയതിന്റെ പിറ്റേന്നുതന്നെ റൈറ്റേഴ്സ് യൂണിയൻ പുറത്തിറക്കിയിരുന്നു. അതു പെട്ടെന്നു പ്രചരിക്കുകയും ചെയ്തു. ചന്ദ്രമതിയുടെ 'ജ്യോതിവിശ്വനാഥിന്റെ (പോസ്റ്റ് മോഡേൺ) കഥ'യും ബാലചന്ദ്രന്റെ 'സ്വാതന്ത്ര്യം', 'ഇടവേള' എന്നീ രചനകളും എന്റെ 'മഴയുടെ നാനാർത്ഥം,' 'സുലേഖ', 'ഞാൻ പുതുവർഷം' എന്നീ കവിതകളും മറ്റ് അംഗങ്ങളുടെ കവിതകൾക്കൊപ്പം ഈ സമാഹാരത്തിലുണ്ട്. ബിർജിറ്റാവലിൻ പത്രാധിപസമിതി അംഗമായ 'പാതിലോകത്തിന്റെ സാഹിത്യം' എന്ന മാസികയും ('മൂന്നാംലോക' സാഹിത്യമാസിക) ഞങ്ങളുടെ വരവു പ്രമാണിച്ച് ഒരു പ്രത്യേകലക്കം ഇറക്കിയിരുന്നു. അതിൽ പ്രതിഭാ നന്ദകുമാർ, തേജിഗ്രോവർ, രുക്മിണി ഭയ്യാനായർ എന്നിവരുടെ കവിതകൾക്കൊപ്പം 'എന്റെ ശരീരം ഒരു നഗരം', 'നാട്' എന്നീ കവിതകളുടെ പരിഭാഷയും ഉൾപ്പെടുത്തിയിരുന്നു.

കവിതവായനകൾ ഔപചാരികവും അനൗപചാരികവുമായി പിന്നെയും തുടർന്നു. ഓഗസ്റ്റ് സ്ട്രിൻഡ്ബെർഗ് ഹോട്ടലിന്റെ വരാന്തകളും മുറികളും മലയാളത്തിനും ഗുജറാത്തിക്കും കളിയരങ്ങായി. ബിർജിറ്റയുടെ വീട്ടിൽ സ്വീഡിഷ് കവികളിൽ ചിലരും സ്വന്തം കവിതകൾ വായിച്ചു. ഹെർമനും ലീലിയും ബിർജിറ്റും എല്ലാം. ബെൻക്ട് എറിക് ഹെയ്ഡിൻ എന്ന തലമുതിർന്ന കവിയുടെ വീട്ടിലെ വിരുന്നിലും കവിതയും സംഗീതവും പ്രധാന ഇനങ്ങളായിരുന്നു. കുങ്ഷോൽമെൻ കോളേജിൽ ബാലചന്ദ്രനും ഞാനും കവിതകൾ ചൊല്ലിയതെഴുതിയല്ലോ. ഡെരക്വാൾകോട് ഉൾപ്പെടെ ഏറെ പ്രശസ്തർ കവിത വായിച്ചിട്ടുള്ള 'പൊയെറ്റിക് പ്ലാറ്റ്ഫോം' എന്ന ക്ലബ്ബിലും രമാകാന്ത്രഥും ഞാനും തേജീഗ്രോവറും ബാലചന്ദ്രനും പ്രബോധ് പാരിഖും കവിതകൾ വായിച്ചു. ബാലചന്ദ്രൻ സ്റ്റോക്ഹോമിൽ വച്ചെഴുതിയ ഒരു കവിതയായിരുന്നു ഇംഗ്ലീഷ് പരിഭാഷയിലൂടെ അവതരിപ്പിച്ചത്. ഞാൻ 'അമ്മൂമ്മ', 'താവോക്ഷേത്രത്തിൽ പോകേണ്ടതെങ്ങനെ?' എന്നീ കവിതകൾ ഇംഗ്ലീഷ് പരിഭാഷയോടൊപ്പവും മറ്റു രണ്ടു കവിതകൾ സ്വീഡിഷ് പരിഭാഷയോടൊപ്പവും അവതരിപ്പിച്ചു. എവിടെയും കവിതകൾ ഊഷ്മളമായി സ്വീകരിക്കപ്പെട്ടു.

* * *

ഒരു മാസമാണ് സന്ദർശന പരിപാടി. പക്ഷേ, തിരക്കുകൾ തിരിച്ചു വിളിക്കുന്നു. രമാകാന്ത്രഥിനും എനിക്കും ചന്ദ്രമതിക്കും തിരിച്ചു വന്നേ തീരൂ. രണ്ടാഴ്ചക്കാലത്തെ ഓർമ്മകളും സ്വപ്നങ്ങളും അനുഭവങ്ങളും അറിവുകളുമായി ഞങ്ങൾക്കു മറ്റു സംഘാംഗങ്ങളോടും കുടുംബാംഗങ്ങൾപോലെ അടുത്തുപോയിരുന്ന സ്വീഡിഷ് സുഹൃത്തുക്കളോടും വിട പറയേണ്ടിവന്നു. യാത്രയുടെ കൂടുതൽ മനോഹരമായ ഭാഗം മറ്റുള്ളവർക്കു വിട്ടുകൊടുത്തുകൊണ്ട്. ആർലാൻഡാ വിമാനത്താവളത്തിൽവച്ച് ആശ്ലേഷത്തോടെ യാത്ര പറഞ്ഞ് ഇനിയും വരാനഭ്യർത്ഥിക്കുമ്പോൾ, അതുവരെ ശക്തയായിത്തോന്നിച്ചിരുന്ന ആന്നാലേനാ കരച്ചിലടക്കാൻ പണിപ്പെടുകയായിരുന്നു.

(1997)

പാരീസ് ഡയറി

1997 നവംബർ 10: എയർഫ്രാൻസിന്റെ വിമാനം നാല്പതു മിനിറ്റു താമസിച്ചാണ് പുറപ്പെട്ടത്. അശോക് വാജ്പൈയുടെ ഇളയ സഹോദരൻ കവിയും നിരൂപകനും മെഡിക്കൽ അധ്യാപകനുമായ ഉദയൻ വാജ്പൈ, കൂടെയുണ്ടാകുമെന്ന് എം. മുകുന്ദൻ പറഞ്ഞിരുന്നു. ഉദയൻ പന്തീരാണ്ടു പഴക്കമുള്ള സുഹൃത്തായതുകൊണ്ട് യാത്ര വിരസമാവില്ലെന്നുറപ്പായിരുന്നു. ഹിന്ദി കവിത, ഭാരത്ഭവൻ, പൊതുസുഹൃത്തുക്കൾ: സംഭാഷണവിഷയങ്ങൾക്ക് ക്ഷാമമില്ലായിരുന്നു. പോരെങ്കിൽ കവിതയും ഷാംപെയ്നും കൂട്ടിനുണ്ടായിരുന്നു.

ഒന്നരവർഷം മുൻപാണ് ഫ്രാൻസിലെ ഒരു മുതിർന്ന ഇടതുപക്ഷ കവിയും ഒരു കവിതാസംഘടനയുടെ (Des Poetes En Val-De-Marne) അദ്ധ്യക്ഷനുമായ ഓറി ദെൽവി (Henri Deluy) '97 നവംബറിൽ പാരീസിലും പരിസരങ്ങളിലുമായി നടക്കുന്ന തങ്ങളുടെ നാലാം ലോകകാവ്യോത്സവത്തിൽ പങ്കെടുക്കാനുള്ള ക്ഷണവുമായി എം. മുകുന്ദനോടൊപ്പം എന്നെ വന്നുകണ്ടത്. മറ്റു കവികളെ നിർദ്ദേശിക്കാൻകൂടി അദ്ദേഹം ആവശ്യപ്പെട്ടിരുന്നു. മറ്റു പലരിലുംനിന്ന് നിർദ്ദേശങ്ങൾ വാങ്ങിയതായി പിന്നീട് അറിഞ്ഞു. ഒടുവിലദ്ദേഹം നടത്തിയ തിരഞ്ഞെടുപ്പിൽ എല്ലാതരം കവികളുമുണ്ടായിരുന്നു. മുതിർന്ന കവികളായി തമിഴിലെ ജ്ഞാനക്കൂത്തനും ഞാനും മാത്രമേ ഉണ്ടായിരുന്നുള്ളൂ. ബംഗാളിയിൽനിന്ന് വിജയാ മുഖോപാദ്ധ്യായ, അനുരാധാ മഹാപത്ര, അവരുടെ ഭർത്താവ് സോമിക് ദാസ്, പാരീസിൽ തന്നെയുള്ള പുഷ്കർദാസ് ഗുപ്ത എന്നിവരായിരുന്നു. ഇവരിൽ അനുരാധ നല്ല കവയിത്രിയാണ്. ഹിന്ദിയിൽനിന്ന് പരീക്ഷണാത്മകമായ ഗദ്യകവിതകളെഴുതുന്ന ഉദയൻ വാജ്പൈ മാത്രമേ ഉണ്ടായിരുന്നുള്ളൂ. തമിഴിൽനിന്ന് ജ്ഞാനക്കൂത്തനെ കൂടാതെ സിങ്കപ്പൂരിൽ താമസിക്കുന്ന, കരുണാനിധിയുടെ മകൾ കണിമൊഴിയുമുണ്ടായിരുന്നു. അവരുടെ ചില കവിതകൾ മുൻപ് വായിച്ചിരുന്നു. വാസനാബലമുണ്ട്. കന്നഡഭാഷയുടെ പ്രാതിനിധ്യം ദുർബലമായിരുന്നു -

ബോംബെയിൽ താമസിക്കുന്ന, നാടകങ്ങളിലും ടെലിവിഷൻ പരമ്പരകളിലും അഭിനയിക്കുന്ന കനക ഹ. മാ. മാത്രം. ഒറിയയും മറാഠിയും ഗുജറാത്തിയും പോലെ കവിതയിൽ സമ്പന്നമായ ഭാഷകൾക്കൊന്നും പ്രാതിനിധ്യമേയില്ല. ചൈനയിൽനിന്ന് പതിനൊന്നു കവികളുണ്ടായിരുന്നു, ജനപ്രിയനായ ബെയ്ദാവോ ഉൾപ്പെടെ, ഇറാൻ, ഹോളണ്ട്, അമേരിക്ക, കന്നഡ ഇവിടങ്ങളിൽനിന്ന് രണ്ടു കവികൾ വീതം, ക്യൂബ, ഇംഗ്ലണ്ട്, റഷ്യ ഇവിടങ്ങളിൽനിന്ന് ഓരോ കവി. പിന്നെ മുപ്പത് ഫ്രഞ്ച് കവികളും. അങ്ങനെ അറുപത്തൊന്നു കവികളാണ് ഈ ദ്വൈവാർഷികോത്സവത്തിലുണ്ടാവുകയെന്ന് ഞങ്ങളുടെ ചിത്രങ്ങളും ജീവിതപരിചയവും ചേർത്തച്ചടിച്ച ലഘുപുസ്തകം അറിയിച്ചിരുന്നു. ഞങ്ങളുടെയെല്ലാം ചില കവിതകൾ ചേർത്ത ഒരു പുസ്തകവും സംഘാടകർ അയച്ചുതന്നിരുന്നു. ഉത്സവത്തിന്റെ ബൃഹത് സമാഹാരം പിന്നീടിറങ്ങുമെന്നും അറിയിച്ചിരുന്നു. കഴിഞ്ഞ ബിയെന്നാലിന്റെ സമാഹാരങ്ങളും അയച്ചുതന്നിരുന്നു. രണ്ടു സമ്മേളനങ്ങൾക്കിടയ്ക്കുള്ള രണ്ടുവർഷം അവർ പ്രസിദ്ധീകരണങ്ങൾക്കുപയോഗിക്കുന്നു - വ്യക്തിസമാഹാരങ്ങളും സംഘസങ്കലനങ്ങളും ഫ്രഞ്ചിൽ പ്രകാശിപ്പിക്കുവാൻ. ഞങ്ങളുടെ കവിതകൾ മുൻപേ അയച്ചുകൊടുത്തിരുന്ന. ഫ്രഞ്ചു പരിഭാഷകൾക്കായി. ഉത്സവത്തിൽ മൂലഭാഷയും ഫ്രഞ്ചും മാത്രമേ ഉണ്ടാകൂ എന്ന് മുൻപേ അറിയിച്ചിരുന്നു.

നവംബർ 11: രാവിലെ ഏഴര മണിയുടെ തണുപ്പിൽ ഷാൾ-ദ്-ഗോൾ വിമാനത്താവളത്തിൽ ചെന്നിറങ്ങുമ്പോൾ ചിത്രകാരൻ വിശ്വനാഥന്റെ ദൂതനായി നാടക-ചലച്ചിത്ര വിദ്യാർത്ഥിയായ ജോർജ് വർഗ്ഗീസ് കാത്തുനില്പുണ്ടായിരുന്നു. തൃശ്ശൂരിൽ കേരളവർമ്മയിലും സെന്റ് തോമസിലും പഠിച്ചിരുന്ന ജോർജിന് എന്നെ കൃതികളിലൂടെ പരിചയമുണ്ടെന്നു മനസ്സിലായി, ഉദയനെ കാത്ത് ഞങ്ങളുടെ സുഹൃത്തും ഹിന്ദി കവിയും ഹൃദയ ശസ്ത്രക്രിയാവിദഗ്ദ്ധനുമായ ഗിരീഷ് ഢോബ്‌ലേ വന്നിരുന്നു; പാരീസിൽ ഉപരിപരിശീലനത്തിനായി വന്ന ഢോബ്‌ലേ തനിക്കിവിടെ ഒന്നും പഠിക്കാനില്ലെന്നു മനസ്സിലാക്കി, പാരീസിനെ ഒരാഴ്ചകൊണ്ടുതന്നെ വെറുത്ത് തിരിച്ചുപോകാൻ തയ്യാറായിരിക്കുകയായിരുന്നു. ജോർജ് ആകട്ടെ, ഇന്ത്യയോടുള്ള പുച്ഛവുമായി ഇവിടെയാണ് എല്ലാം പഠിക്കാനുള്ളതെന്നു കരുതി ഇവിടെത്തന്നെ തുടരാനുള്ള തയ്യാറെടുപ്പിലും. ബ്രെഹ്റ്റിനും ഗ്രൊട്ടോവ്സ്കിക്കും ഏറെ പാഠങ്ങൾ പഠിപ്പിച്ച ഇന്ത്യയിൽനിന്ന്, അതും കഥകളിയുടെയും കൂടിയാട്ടത്തിന്റെയും നാട്ടിൽ നിന്ന്, ഇവിടെ നാടകമഭ്യസിക്കാൻ വരുന്നത് എന്തിനെന്നായിരുന്നു എന്റെ അത്ഭുതം. പുറത്തുള്ളതു തിരിച്ചറിയുക അകത്തുള്ളതു തിരിച്ചറിയുന്നതിനേക്കാൾ എളുപ്പമായിരിക്കാം.

വിശ്വനാഥൻ കാത്തുനില്പുണ്ടായിരുന്നു. ഏഴാം നമ്പർ റൂറിക്കോവിൽ. പുതിയൊരു ചിത്രപ്രദർശനത്തിനുള്ള ഒരുക്കങ്ങളുടെ തിരക്കുകൾക്കിടയിലും സംസാരിക്കാനും പ്രാതലുണ്ടാക്കാനും അദ്ദേഹം സമയം കണ്ടെത്തി. കുറച്ചുകാലമായി പാരീസിലുള്ള ഈനാശുതലക്, ചിത്രകാരനായ അക്കിത്തം നാരായണൻ, പാരീസ് സന്ദർശനത്തിനെത്തിയ അക്കിത്തം വാസുദേവൻ: സദസ്സ് വിപുലമായിക്കൊണ്ടിരുന്നു. ഉച്ചതിരിഞ്ഞപ്പോൾ ഴെറാർഡ് ഒഗുസ്താൻ ഭാര്യയോടൊപ്പം വന്നു. എന്റെ കവിതകൾ ഫ്രഞ്ചിലേക്കു പരിഭാഷപ്പെടുത്തിയിരുന്ന ഒഗുസ്താൻ ലൂയി അരഗങ്ങിന്റെയും പോൾ എലാദിന്റെയും മറ്റും സുഹൃത്തായിരുന്നു. ഏറെ ദൂരെ നിന്നാണ് ഞാൻ വന്നിട്ടുണ്ടെന്നറിഞ്ഞ് അദ്ദേഹമെത്തിയത്. ഇംഗ്ലീഷ് പറയാൻ ബുദ്ധിമുട്ടായിരുന്നെങ്കിലും ഫ്രഞ്ച് കവിതയെയും മലയാള കവിതയെയുംകുറിച്ച് ഞങ്ങൾ സംസാരിച്ചു. 'ദി ഗ്രാഫ്' എന്ന പ്രശസ്ത കലാസാഹിത്യമാസിക പ്രസിദ്ധീകരിച്ച സമകാലീന മലയാളകവിതയുടെ വിശേഷപതിപ്പ് ചർച്ചാവിഷയമായിരിക്കുന്നു. പാരീസിലെ ഒരു കലാസംഘടന അതിനെക്കുറിച്ചൊരു ചർച്ചാസായാഹ്നംതന്നെ സംഘടിപ്പിച്ചിരിക്കുന്നു. 'ദി ഗ്രാഫി'ൽ പല കവിതകളും വിശ്വനാഥനോടൊത്തു പരിഭാഷ ചെയ്ത ഒഗുസ്താൻ, മലയാള കവിതയുടെ വക്താവായിക്കഴിഞ്ഞു.

വൈകിട്ട് ഇവ്റി-സുർ-സൈനിൻ കവികൾക്കേർപ്പാടു ചെയ്തിരുന്ന 'കബാനിൽ' ഹോട്ടലിലേക്ക് ഞാൻ നവവധുവിനെപ്പോലെയാണ് ആനയിക്കപ്പെട്ടത്, വിശ്വനാഥൻ, ഈനാശു, ജോർജ്, ഗുസ്താൻ, അദ്ദേഹത്തിന്റെ ശ്രീമതി എന്നിവരുടെ അകമ്പടിയോടെ. കവികളിൽ ഒരു വലിയ ഭാഗം എത്തിയിരുന്നു. അത്താഴവിരുന്നിൽ വച്ച് ചിലരെയെല്ലാം പരിചയപ്പെട്ടു. ഫ്രാൻസിൽ നാം കരുതിയേക്കാവുന്നപോലുള്ള പ്രചാരമൊന്നും കവിതയ്ക്കില്ലെന്ന് ഒഗുസ്താനുമായുള്ള സംഭാഷണത്തിൽ നിന്നെന്നപോലെ ഇപ്പോഴും വ്യക്തമായി. ഈയിടെ ലൂയി അരഗങ്ങിന്റെ കവിതകളുടെ പുതിയ പതിപ്പ് മുന്നൂറു കോപ്പി മാത്രമാണത്രെ വിറ്റത്. അതേസമയം അരഗങ്ങിന്റെ ജീവചരിത്രം രണ്ടാഴ്ചകൊണ്ട് നാല്പതിനായിരം കോപ്പി വിറ്റു. കവിതകളുടെ സമാഹാരങ്ങൾപോലും മുന്നൂറും അഞ്ഞൂറും പ്രതികൾ ഉള്ള പരിമിതമായ എഡിഷനിലാണ് ഇറങ്ങാറുള്ളത്. ചിലപ്പോൾ ലൈബ്രറി ഫൗണ്ടേഷൻ ഗ്രന്ഥശാലകളിൽ വിതരണത്തിനായി കുറെ കോപ്പികൾ ഒന്നിച്ചുവാങ്ങി സഹായിക്കും. ഇന്ത്യയിൽ ഫ്രാൻസിന് താല്പര്യം തീരെ കുറവാണ്. ചൈനയിലുള്ളതിന്റെ പകുതിപോലുമില്ല. ഇടയ്ക്ക് ചില ഫ്രഞ്ചുകാർ കഥകളിയിലും ഭരതനാട്യത്തിലും മറ്റും ഭ്രമിച്ച് ഇവിടെ വരികയും ഇവയെക്കുറിച്ച് പുസ്തകങ്ങൾ രചിക്കുകയും ചെയ്യുന്നുണ്ടെങ്കിലും ഇന്ത്യൻ സംസ്കാരത്തെയും

സാഹിത്യത്തെയുംപറ്റി ശരാശരി ഫ്രഞ്ചുകാരന്റെ ജ്ഞാനം ചില കേട്ടുകേൾവികളിൽ ഒതുങ്ങുന്നു; ടാഗൂർ മുതൽ രവിശങ്കർ വരെയുള്ള ചില പേരുകളിൽ. ചൈനയിലും ജപ്പാനിലുംനിന്ന് ധാരാളം പരിഭാഷകൾ ഫ്രഞ്ചിലിറങ്ങുന്നുണ്ട്. ഇന്ത്യയിൽനിന്ന് പണ്ട് ചില പണ്ഡിതർ നടത്തിയ ഇതിഹാസ-വേദോപനിഷത്തുകളുടെ പരിഭാഷകളുണ്ടെങ്കിലും സമകാലീന സാഹിത്യപരിഭാഷകൾ തീരെ കുറവാണ്. മറ്റു യൂറോപ്യൻ നാടുകളിലെന്നപോലെ ഇംഗ്ലീഷിലെഴുതപ്പെടുന്ന ഇന്ത്യൻ സാഹിത്യമാണ് ഇവിടേയും അല്പമെങ്കിലും അറിയപ്പെടുന്നത്.

നവംബർ 12: പാരീസിൽ (ഫ്രഞ്ചുകാർ 'പാരീ' എന്നേ പറയൂ.) പോകുമ്പോഴുള്ള എന്റെ പ്രധാന സ്വപ്നം ലൂവ്ര് മ്യൂസിയം സന്ദർശിക്കുക. എന്നതായിരുന്നു. സ്വാഭാവികമായും ആദ്യം ചെയ്തത്, അതുതന്നെ. (അവസാനം ചെയ്തതും അതായിരുന്നു; ആദ്യദിവസം വിട്ടുപോയ ഭാഗങ്ങൾ ഒടുവിൽ സന്ദർശിച്ചു.) മെട്രോവിൽ സഞ്ചരിക്കുക പാരീസിൽ അനായാസമാണ്. റെയിൽ ഭൂപടത്തിന്റെ സഹായമുണ്ടെങ്കിൽ തെറ്റുപറ്റാതെ എവിടെയും എത്താം. മ്യൂസിയത്തിന്റെ മുറ്റത്തുതന്നെ ചെന്നുകയറാം. ബസ്സിലും അകത്തു ചെന്നിറങ്ങാം.

ക്രി.പി. 1200-ലാണ് ഇന്ന് ലൂവ്ര് മ്യൂസിയം സ്ഥിതിചെയ്യുന്ന കൊട്ടാരവും കൊത്തളവും പണികഴിക്കപ്പെട്ടത്. നഗരം സംരക്ഷിക്കാനായി ഫിലിപ്പ് ഓഗസ്തേ രാജാവ് പണിതതാണിത്. പിന്നീട് ഫ്രാൻസ്വാ ഒന്നാമൻ, കാതറിൻ ഡി മെഡിസീസ്, ലൂയി പതിനാലാമൻ, നെപ്പോളിയൻ തുടങ്ങിയവരെല്ലാം കെട്ടിടം വിപുലീകരിക്കുകയും പരിഷ്കരിക്കുകയും ചെയ്തു. ചിത്രകാരന്മാരും കുത്തിയിരിപ്പു കച്ചവടക്കാരും ലൂവ്ര് കൈയടക്കിയപ്പോൾ ഇതാകെ തകർത്തുകളയാൻ ലൂയി പതിനാലാമൻ ആലോചിച്ചതാണ്; ഇതിനകം വെഴ്സായ് കൊട്ടാരം പണിതീർന്നിരുന്നു. എന്നാൽ കൊട്ടാരം ഉദ്യോഗസ്ഥർ ചക്രവർത്തിയെ അക്രമത്തിൽനിന്ന് പിന്തിരിപ്പിച്ചു. മിത്തറാങ് പ്രസിഡന്റായപ്പോഴാണ്, 1981ൽ, ലൂവ്ര് മ്യൂസിയത്തിന്റെ വൻപദ്ധതി സങ്കല്പിക്കപ്പെട്ടത്. ഫ്രാൻസിലെ ആധുനിക മന്ദിരങ്ങൾ മിക്കവയും ഫ്രാൻസ്വാ മിത്തറാങ് പണികഴിപ്പിച്ചതാണ്. ഈ നിർമ്മാണഭ്രമം മൂലം ജനങ്ങൾ അദ്ദേഹത്തിന് 'ഫ്രാൻസ്വാ ഒന്നാമൻ' എന്ന ചെല്ലപ്പേര് നല്കിയിരുന്നു. പല പരിഷ്കാരങ്ങൾ കഴിഞ്ഞിട്ടും ലൂവ്രിന്റെ ഗാംഭീര്യത്തിനും ഫ്രഞ്ച് സ്വഭാവത്തിനും ഉടവു തട്ടിയിട്ടില്ല. കൊട്ടാരനടുവിലെ 'നെപ്പോളിയൻ അങ്കണ'ത്തിൽ മിത്തറാങ് പണികഴിപ്പിച്ച പളുങ്കു പിരമിഡ് സ്വയം കാണാൻ ചന്തമുണ്ടെങ്കിലും കല്ലിൽ പണിത കൊത്തളത്തിൽനിന്ന് തികച്ചും വിട്ടുനില്ക്കുന്നു. കൊട്ടാരത്തിന്റെ മൂന്നു പൂമുഖങ്ങളെയും അത് വികൃതമാക്കുന്നതായി തോന്നി. കൊട്ടാരത്തിനു താഴെ ഭൂഗർഭ ശാസ്ത്രജ്ഞർ പല

പ്രാക്തന സ്മാരകങ്ങളും കണ്ടെത്തിയിട്ടുണ്ട്. പ്രാചീന ശിലായുഗത്തിലെ ഉപകരണങ്ങൾ, അയോയുഗത്തിൽനിന്നുള്ള കാർഷികോപകരണങ്ങൾ, ക്രി.മു. മുന്നൂറാമാണ്ടിൽ പണിത ഒരു വീട്, പതിനാലാം നൂറ്റാണ്ടിലെ ഒരു ജന്മിഗൃഹം, മെഡിചി രാജാക്കൾ പണി കഴിപ്പിക്കാനാരംഭിച്ചിരുന്ന കൊട്ടാരത്തിന്റെ അവശിഷ്ടങ്ങൾ - അങ്ങനെ പലതും. ഇപ്പോൾ ഇവിടെ ഗവേഷണവിഭാഗവും കടകളും കാർ പാർക്കുകളും ലൂവ്ര് തിയേറ്ററും മറ്റുമാണുള്ളത്. വടക്കുഭാഗത്തെ രാജഭവനത്തിൽ ഇപ്പോൾ ഗവൺമെന്റ് ആപ്പീസുകളും ഫ്രഞ്ച് ക്ലാസിക് നാടകങ്ങൾ അരങ്ങേറുന്ന 'കോമഡി ഫ്രാൻസെയ്സും' പ്രവർത്തിക്കുന്നു. മുൻപ് ചൂതുകളിയുടെ കേന്ദ്രമായിരുന്നു രാജകീയോദ്യാനം. 1838ൽ ഗാംബ്ലിങ് നിരോധിച്ചു. എഴുത്തുകാരനും ചലച്ചിത്ര നിർമ്മാതാവുമായിരുന്ന ഴ്ങ് കൊക്തുവിന്റെ വസതി ഇവിടെയായിരുന്നു.

റിഷ്‌ലു, ദെനൊങ്, സുള്ളി എന്നിങ്ങനെ മൂന്നു വിഭാഗങ്ങളുണ്ട് ലൂവ്രിന്. നാലു നിലകളും. ലൂവ്രിലൂടെ നടക്കുന്നത് ഒരേസമയം മഹത്തായൊരു സൗന്ദര്യാനുഭവവും വിപുലമായൊരു സംസ്കാരാദ്ധ്യയനവുമാണ്. മെസൊപ്പൊട്ടാമിയ, ഇറാൻ, അറേബ്യ, ഈജിപ്ത്, സുമേരിയ, ഗ്രീസ്, റോം എന്നീ പ്രാചീന സംസ്കാരങ്ങൾ സൃഷ്ടിച്ച ശില്പങ്ങളും ലിപിമാതൃകകളും വിഗ്രഹങ്ങളും മദ്ധ്യകാല കലയുടെയും നവോത്ഥാന കലയുടെയും ഉത്തമമാതൃകകളും 19-ാം നൂറ്റാണ്ടുവരെയുള്ള യൂറോപ്യൻ ചിത്ര-ശില്പകലയുടെ മാസ്റ്റർ പീസുകളുംകൊണ്ട് സമ്പന്നമാണ് ലൂവ്രിന്റെ അകത്തളങ്ങൾ: ഓരോന്നിനെക്കുറിച്ചും സമൃദ്ധമായ വിവരണങ്ങളുമുണ്ട്. മൈലോവിലെ വീനസ് പ്രതിമ മുതൽ ഡാവിഞ്ചിയുടെ മൊണാലിസ വരെ, സുമേരിയൻ ദേവതാ വിഗ്രഹങ്ങൾ മുതൽ മൈക്കലാഞ്ചലോവിന്റെ അടിമകൾ വരെ. അസീറിയൻ മന്ദിരാവശിഷ്ടങ്ങൾ മുതൽ ഡേവിഡിന്റെയും റൂബെൻസിന്റെയും ഇൻഗ്രിസിന്റെയും ദലാക്ര്വായുടെയും പൗസ്സിന്റെയും ടിഷ്യന്റെയും പിസ്സാറോയുടെയും ചിത്രങ്ങൾ വരെ കണ്ടുതീരുമ്പോഴേക്കും പാശ്ചാത്യകലയുടെ പല നൂറ്റാണ്ടുകളിലൂടെയുള്ള പരിണാമം നമ്മുടെ സൗന്ദര്യാനുഭവത്തിന്റെ അവിസ്മരണീയമായ അംശമായി മാറിക്കഴിയുന്നു.

വൈകിട്ട് കംപാനീൽ ഹോട്ടലിലെ എന്റെ 401-ാം നമ്പർ മുറിയുടെ ജനലിലൂടെ പുറത്തേക്ക് നോക്കിയിരിക്കുക രസമാണ്. ദൂരെ രണ്ടു വൻ പുകക്കുഴലുകൾ: ക്യൂബെക്കിൽനിന്നു വന്ന മാർട്ടിൻ ഓഡെറ്റ് എന്ന കവയിത്രി അവയെ 'മേഘങ്ങളുടെ ഫാക്ടറികൾ' എന്നു വിശേഷിപ്പിക്കുന്നു. പ്രധാന തെരുവിലൂടെ അങ്ങോട്ടുമിങ്ങോട്ടും കാറുകളുടെ നിരന്തര പ്രവാഹം - വെള്ളച്ചാട്ടത്തിന്റെ

ഇരമ്പംപോലെ സ്ഥിരമായ ഒരു ശബ്ദപശ്ചാത്തലം. കാറുകൾ മൂടൽ മഞ്ഞിൽ അദൃശ്യമാവുന്നു. അവയുടെ ചുകപ്പും വെളുപ്പും വെളിച്ച ങ്ങൾ മാത്രം സഞ്ചരിക്കുന്നു. ദൂരെ പാരീസിന്റെ നിയോൺ ബോർഡു കൾ, ഏറെ അകലെയല്ലാതെ സെയ്ൻ നദി. സ്റ്റോക്ഹോമിൽ നിന്ന് എഴുതാനാരംഭിച്ച ഒരു കവിതയുമായി തന്നത്താൻ ഉണ്ടാക്കിയ കടുത്ത കാപ്പി മോന്തി മുറിയിലിരിക്കയാണ് ഞാൻ, ഒരു ചെറിയ കവിതയായി സങ്കല്പിച്ച അത് വലുതാവുന്നതും യാത്രാകവിത പ്രണയകവിതയുടെ രൂപം കൈവരിക്കുന്നതും കണ്ട് വിസ്മയിച്ചു കൊണ്ട്.

നവംബർ 13: ലൂവ്രിലേക്കെന്നപോലെ ഐഫൽ ഗോപുരത്തി ലേക്കും ഉദയനും കനകയും ഒന്നിച്ചാണ് പോയത്. അകലെനിന്നും അടുത്തുനിന്നും അകത്തുനിന്നും ഞങ്ങൾ ഗോപുരം കണ്ടു. 1889ൽ ഗുസ്താഫ് ഐഫേൽ എന്ന എൻജിനീയർ നിർമ്മിച്ച ഈ ഗോപുര ത്തിന് 320 മീറ്റർ ഉയരമുണ്ട്. ഏഴായിരം ടൺ ഇരുമ്പ് ഇതിന്റെ നിർ മ്മാണത്തിനുപയോഗിച്ചു. 1652 പടികളുണ്ട് മുകളിൽ കയറാൻ. പ്രതിവർഷം 30 ലക്ഷം സന്ദർശകർ ഇത് കാണാനെത്തുന്നു. മുക ളിൽ കയറിയാൽ പാരീസ് മുഴുവൻ കാണാം. അതു കാണാൻ ചുറ്റും ദൂരദർശനികളുണ്ട്. ഓരോ ഭാഗത്തുനിന്നും കാണുന്നതെന്തെല്ലാ മെന്ന് ചിത്രങ്ങളോടെ വിശദീകരിച്ചിട്ടുണ്ട്. പാരീസിന്റെ അഭിമാന പ്രതീകമായി മാറിയിരിക്കുന്ന ഈ ഗോപുരം അങ്ങേയറ്റം വികൃത മായാണ് എനിക്കനുഭവപ്പെട്ടത്. ഒരു വലിയ പുരാതന സരീസൃപ ത്തിന്റെ അസ്ഥികൂടംപോലെ പരിസരത്തോടു തീർത്തും ഇണ ങ്ങാതെ നില്ക്കുന്നു ഇത്. ഒരുപക്ഷേ, കുട്ടിക്കാലത്തു വന്നിരുന്നു വെങ്കിൽ ഇതെനിക്കൊരു വിസ്മയമാകുമായിരുന്നു. ഞാൻ ദക്ഷി ണേന്ത്യൻ ക്ഷേത്രങ്ങളുടെ മനോഹരങ്ങളായ ഗോപുരങ്ങൾ ഓർ ക്കുകയായിരുന്നു ഇവിടെനിന്ന്. അവയുടെ ഉത്തുംഗ സർഗാത്മ കതയുടെ മുൻപിൽ ഈ ഉരുക്കുചട്ടക്കൂട് എത്ര വിരൂപമാണ്. ഇവിടെ നിന്നും കാണുന്ന പാരീസും എനിക്ക് സുന്ദരമായി അനുഭവപ്പെട്ടില്ല. ചിട്ടയില്ലാതെ ചിതറിക്കിടക്കുന്ന പുരാതനവും ആധുനികവുമായ പലതരം കെട്ടിടങ്ങളുടെ ഒരു പെരുംപരപ്പ്.

തിരിച്ചെത്തിയപ്പോഴേക്കും കാവ്യോത്സവത്തിന്റെ ഉദ്ഘാടന ത്തിനു പോകാൻ സമയമായിരുന്നു. ദ്ഗാൾ അവന്യുവിലെ 'ക്രെറ്റിൽ' എന്ന ഹാളിലായിരുന്നു ഉദ്ഘാടനം ആറു രാജ്യങ്ങളിൽ നിന്നായി എട്ടു കവികൾ കവിത വായിച്ചു. പാരീസിൽ താമസമാക്കിയ കാകോളി സെൻഗുപ്തയുടെ പാട്ടും രാജസ്ഥാൻകാരി ശർമ്മിലാശർമ്മയുടെ കഥക് നൃത്തവും ഉണ്ടായിരുന്നു. പാട്ട് അത്ര നന്നായില്ലെങ്കിലും നൃത്തം നല്ല അഭ്യാസബലം പ്രദർശിപ്പിച്ചു. വായനയ്ക്കിടയ്ക്ക്

പലതരം ആഫ്രിക്കൻ വാദ്യങ്ങളുടെ വാദനവും ഉണ്ടായിരുന്നു. ഷെയ്ഖ് തിദിയാൻ ഫാൾ എന്ന ഫ്രഞ്ച് നീഗ്രോ ഗായകനായിരുന്നു വാദകൻ. വിസ്മയകരമായ അനുഭവമായിരുന്നു അത്.

നവംബർ 14: കവിതവായനയ്ക്ക് ഇന്നു തുടക്കം കുറിക്കുകയാണ്. എന്റെ ആദ്യത്തെ വായന പാരീസ് സെൻട്രൽ ജയിലിലാണ് - ഫ്രെഫനേ (Fresnes)യിൽ. നാലുപേർ സ്ത്രീതടവുകാരുടെ വിഭാഗത്തിൽ. വേറെ നാലുപേർ പുരുഷവിഭാഗത്തിൽ. റഷ്യൻ കവി എവ്ഗെനി ബൗണിമോവിച്ച്, ഫ്രഞ്ചു കവികളായ നദീൻ അഗൊസ്ത്രീനി, ഒലിവിയൻ ഡെവേഴ്സ് എന്നിവരോടൊപ്പം ഞാൻ തടവുകാരികളുടെ വിഭാഗത്തിലാണ് വായിക്കുന്നത്.

ഫ്രാൻസിലെ ഏറ്റവും നിഷ്കരുണമായ ജയിലുകളിലൊന്നാണ് ഫ്രെഫനേയിലെ സെൻട്രൽ ജയിൽ. ജയിലിനെ 'പശ്ചാത്താപഗൃഹം' (Penitentiaire) എന്നാണവർ വിശേഷിപ്പിക്കുന്നതെങ്കിലും തടവുകാരനുഭവിക്കുന്നത് ആത്മീയമായ ശിക്ഷയാണെന്നൊന്നും കരുതേണ്ടതില്ല. ആ വലിയ മതിൽ കണ്ടപ്പോൾ ഞാൻ വിക്തോർ യൂഗോവിന്റെ 'പാവങ്ങളി'ലെ ചില രംഗങ്ങൾ ഓർക്കുകയായിരുന്നു. ശിക്ഷാസമ്പ്രദായത്തെപ്പറ്റി 'അനുസരിപ്പിക്കുക, ശിക്ഷിക്കുക' (Discipline and Punish) എന്ന ഗ്രന്ഥമെഴുതിയ മിഷേൽ ഫൂക്കോവിന്റെ ഗവേഷണ-പരീക്ഷണങ്ങളുമായും ഈ ജയിലിനു ബന്ധമുണ്ട്. പരിഷ്കാരങ്ങൾക്കുശേഷമാണ് ഈ ജയിൽ ഇങ്ങനെയായതെങ്കിൽ ഇതിനുമുമ്പുള്ള അവസ്ഥ ഊഹിക്കാനാവുന്നതേയുള്ളൂ.

ഞങ്ങളുടെ പാസ്പോർട്ടുകളും ക്യാമറകളും വാങ്ങിവച്ചശേഷമാണ് അകത്തുകയറ്റിയത്. മുൻപ് പേരു കൊടുത്തിരുന്നില്ലെന്ന കാരണത്താൽ ഉദയൻ വാജ്പൈയെ പുറത്തുതന്നെ നിർത്തി. ക്യാമറകളും ഇന്റർകോം ഏർപ്പാടുമെല്ലാമുള്ള ഒരു ചെറിയ ഹാളിലായിരുന്നു പാരായണം. അല്പം ചില തടവുകാരികളും അവരുടെ ഒരദ്ധ്യാപകനുമായിരുന്നു കേൾവിക്കാർ. 'അഞ്ചു സൂര്യൻ', 'അമ്മൂമ്മ,', 'എല്ലാം ഓർമ്മിച്ചവൻ, കവി എന്നീ കവിതകളാണ് ഞാൻ വായിച്ചത്.

നദീൻ പരിഭാഷകൾ വായിച്ചു. ഇന്ത്യയെക്കുറിച്ചും കേരളത്തെക്കുറിച്ചും അറിയാൻ പലർക്കും താൽപര്യമായിരുന്നു. ഇന്ത്യ വരച്ച് ഞാൻ കേരളം അടയാളപ്പെടുത്തിക്കാണിച്ചു. മലയാള ലിപി കാണുവാനായി അവർ എന്റെ പുസ്തകങ്ങൾ വാങ്ങിനോക്കി. അവർ എങ്ങനെ ഇവിടെ എത്തി എന്നു ചോദിക്കണമെന്നുണ്ടായിരുന്നുവെങ്കിലും അതവരെ വേദനിപ്പിച്ചേക്കുമെന്നു ഭയന്ന് ചോദിച്ചില്ല. എന്നാൽ ചോദിക്കാതെതന്നെ അവരിൽ ഏറ്റവും പ്രായം കുറഞ്ഞവൾ സ്വയം പരിചയപ്പെടുത്തി. ലിസാ എന്നാണവളുടെ പേര്. മയക്കു

മരുന്നു കള്ളക്കടത്തുനടത്തി എന്ന പേരിലാണ് തന്നെ തടവിലിട്ടിരിക്കുന്നതെന്ന് ആ പെൺകുട്ടി പറഞ്ഞു.

''തടവിലായാൽ രണ്ടു പോംവഴികളേയുള്ളൂ: ഒന്നുകിൽ തടവു ചാടുക അല്ലെങ്കിൽ എഴുതുക. ആദ്യത്തേത് കഴിയാത്തതുകൊണ്ട് ഞാൻ എഴുതുവാൻ നിശ്ചയിച്ചു.''

ലിസ ശുദ്ധമായ ഇംഗ്ലീഷിലാണ് സംസാരിച്ചത്. തന്റെ അനുഭവങ്ങളെ ആധാരമാക്കി അവൾ ഒരു നോവലെഴുതി പൂർത്തിയാക്കിയിരിക്കുന്നു.

''താങ്കളുടെ കവിതകൾ എനിക്കേറെ ഇഷ്ടമായി.''

എന്റെ കൈകൾ മുറുകെപ്പിടിച്ച് അവൾ പറഞ്ഞു. ''ഞാനിവിടെ രണ്ടുവർഷം കഴിഞ്ഞു. ഇവിടത്തെ ചിട്ടകൾ കഠിനമാണ്. പുറത്തു വന്നാലുടൻ ഞാൻ ഇന്ത്യയിൽ വന്ന് താങ്കളെ കാണും.''

അതൊരു സ്വപ്നം മാത്രമായിരിക്കാം. എങ്കിലും സ്വാതന്ത്ര്യത്തിനും സ്നേഹത്തിനും കവിതയ്ക്കും വേണ്ടി കൊതിക്കുന്ന ഒരു ഏകാകിനിയുടെ മനസ്സ് എനിക്കു വായിക്കാൻ കഴിഞ്ഞു. ജയിലിന്റെ കാഠിന്യത്തെക്കുറിച്ച് ഫിലിപ്പീൻസിൽനിന്ന് വിസയില്ലാതെ വന്ന ഫരീദയും പറഞ്ഞു. അവളും ലീഡി ബുവാസോ എന്ന കറുത്ത യുവതിയും തങ്ങളുടെ വിധി സ്വീകരിച്ചതായിത്തോന്നി. മൂവരും തങ്ങളുടെ സന്ദർശകരുടെ വിലാസങ്ങൾ തന്നു. ചില പുസ്തകങ്ങൾ എത്തിച്ചുകൊടുക്കണമെന്നു പറഞ്ഞു. പുസ്തകങ്ങൾക്കു വേണ്ടിയുള്ള ആർത്തിയായിരുന്നു അവരിൽ. ജയിലിൽ ഒരു ലൈബ്രറിയുണ്ടെങ്കിലും ഫ്രഞ്ചു പുസ്തകങ്ങളേയുള്ളൂ. ഇവർ ഫ്രഞ്ച് പഠിച്ചു വരുന്നതേയുള്ളൂ. അതുകൊണ്ടാവാം, ഇംഗ്ലീഷ് പുസ്തകങ്ങൾ ആവശ്യപ്പെട്ടത്. ഞാൻ അവർക്ക് ചില പുസ്തകങ്ങൾ അയച്ചുകൊടുക്കുന്നുണ്ട്. ഞങ്ങളുടെയൊക്കെ കവിതകളുടെ ഫോട്ടോ കോപ്പികൾ വാങ്ങിയിട്ടേ അവർ ഞങ്ങളെ പറഞ്ഞയച്ചുള്ളൂ. എന്നോടു സംസാരിച്ച മൂന്നുപേരേക്കാളും എന്റെ മനസ്സിൽ തറച്ചുനില്ക്കുന്നത് ആ സമയം മുഴുവൻ വാ തുറക്കാതെ തുറിച്ചുനോക്കിയിരുന്ന വൃദ്ധയായ ഒരു തടവുകാരിയുടെ മുഖമാണ്. ഭാഷ അറിയാഞ്ഞിട്ടാണോ, മാനസികമായ തകരാറുകൊണ്ടാണോ, നീണ്ടകാലത്തെ തടവ് പൂർണ്ണമായും അവരെ ഒരു 'സിനിക്' (ദോഷൈകദൃക്ക്) ആക്കിയതുകൊണ്ടോ അവരങ്ങനെ സംവാദവിമുഖയായി ഇരുന്നതെന്നറിഞ്ഞുകൂടാ. കവിതകളുടെ കോപ്പികൾ നല്കിയപ്പോൾ അവർ കീറി വലിച്ചെറിയും എന്നെനിക്കു തോന്നി. അതുണ്ടായില്ലെങ്കിലും.

പുറത്തു വന്നപ്പോൾ കനക പൊട്ടിക്കരയുന്നുണ്ടായിരുന്നു. അവൾ പോയിരുന്നത് പുരുഷരുടെ വിഭാഗത്തിൽ കവിത വായിക്കാനാണ്. അവിടെ സംവാദങ്ങളോ ചോദ്യങ്ങളോ ഒന്നും ഉണ്ടായില്ലത്രെ.

തങ്ങളോട് ഈ ക്രൂരത എന്തിന് എന്ന മട്ടിലാണ് ആ തടവുകാർ ഇരുന്നതെന്ന് അവൾ പറഞ്ഞു. കനക ആദ്യമായാണ് ഒരു ജയിലിന്റെ അകത്തു കയറുന്നത്.

"നമ്മുടെ പരിഷ്കാരം നമ്മെ ഇവിടെയാണോ എത്തിച്ചത്? അവിടെ ഏറെയും വിസയില്ലാത്തതുകൊണ്ട് തടവിലിട്ട ചൈനക്കാരും മറ്റുമായിരുന്നു. ഈ വിസയും പാസ്പോർട്ടും എല്ലാം നിർത്തലാക്കിക്കൂടേ?" അവൾ കരയുന്നതിനിടയിൽ പിറുപിറുക്കുന്നുണ്ടായിരുന്നു. "നിങ്ങൾ പോയത് സ്ത്രീകളുടെ വിഭാഗത്തിലായതുകൊണ്ടാണ് കരയാത്തത്." അവൾ പറഞ്ഞു. "സ്ത്രീകൾക്ക് സഹനശക്തി കൂടുതലാണ്. പുരുഷന്മാർ ദുർബലരാണ്. പെട്ടെന്ന് കോപവും ദുഃഖവും കൊണ്ടു തകർന്നുപോകുന്നവർ. വ്യസനം പുറത്തുകാട്ടാൻ പോലും അനുവാദമില്ലാത്തവർ."

ഈ കുട്ടി പുരുഷന്മാരെ ശരിക്കും മനസ്സിലാക്കിയിരിക്കുന്നല്ലോ എന്ന് എനിക്ക് തോന്നി. ഉദയനും ഞാനുംകൂടി യാഥാർത്ഥ്യത്തിന്റെ - അവളറിയാത്ത - ക്രൗര്യത്തെക്കുറിച്ചു പറഞ്ഞും കണ്ണീർ തുടച്ചും അവളെ ആശ്വസിപ്പിക്കുമ്പോഴും ഞങ്ങളുടെ ഉള്ളാണ് കൂടുതൽ കലങ്ങിയിരിക്കുന്നതെന്ന് ഞങ്ങൾക്കറിയാമായിരുന്നു. ശക്തി കൂടുതൽ പ്രകൃതി നല്കിയത് സ്ത്രീകൾക്കാണ്; പ്രായോഗികബുദ്ധിയുമതെ. എന്നാൽ ശക്തിയും ബുദ്ധിയും അഭിനയിക്കാൻ വിധിക്കപ്പെട്ടത് ദുർബ്ബലരും വിഡ്ഢികളുമായ പുരുഷന്മാരും.

നവംബർ 15: ഇന്ന് പോകുന്നത് ജയിലിലേക്കല്ല. ശ്മശാനത്തിലേക്കാണ്.

പാരീസിൽ പോകുമ്പോൾ മോപർണ്ണാസ്സിൽ പോകണമെന്ന് നിശ്ചയിച്ചിരുന്നു. പുതിയതും പഴയതുമായ കെട്ടിടങ്ങൾ ഉരുമ്മി നില്ക്കുന്ന തെരുവുകളും പഴങ്ങളുടെയും പച്ചക്കറികളുടെയും മാർക്കറ്റും കടന്ന് ഞങ്ങൾ അവിടത്തെ സെമിത്തേരിയിൽ എത്തിച്ചേർന്നു. ഗിരീഷും ഉദയനും ഞാനും പ്രധാന വ്യക്തികളുടെ ശ്മശാനങ്ങൾ അടയാളപ്പെടുത്തിയ ഭൂപടവുമായി ഞങ്ങൾ ആ സെമിത്തേരിയിൽ മൂന്നുമണിക്കൂർ ചുറ്റിനടന്നു. സാർത്രിനെയും സിമോങ്ദ്ബുവ്വയെയും ഒരൊറ്റ കുഴിമാടത്തിലാണ് അടക്കിയിരിക്കുന്നത്. കയറിച്ചെല്ലുമ്പോൾതന്നെ ആയതിനാൽ അതു കണ്ടുപിടിക്കാൻ ബുദ്ധിമുട്ടുണ്ടായില്ല. ധാരാളം പുതിയ പൂക്കളുണ്ടായിരുന്നു അവിടെ, സാർത്രിന്റെ യുഗം അസ്തമിച്ചുവെങ്കിലും അദ്ദേഹത്തിന് ഒരുപക്ഷേ, അതിലും കൂടുതലായി സിമോങിന്, ഇന്നും ആരാധകരുണ്ടെന്ന് വ്യക്തം. തുടർന്ന് എഴുത്തുകാരായ ബോദ്‌ലേർ, റായ്മണ്ട് ആരോൺ, സാമുവൽ ബെക്കെറ്റ്, അയൊനെസ്കോ, ഹൂലിയോ, കോർത്തസാർ, റോബർട്ട് ദെസ്നോസ്, മാർഗറിറ്റ് ദുരാ

('ഹിരോഷിമാമോൺ - അമോർ' കണ്ടിട്ടില്ലേ?) മോറിസ് ലെബാങ്ക്, സാങ്-ബൂവ്, ട്രിസ്റ്റാൻസാറാ (ദാദായിസ്റ്റ്), സെസാർ വയെഹോ ('ഞാൻ പാരീസിൽവച്ച് മരിക്കും...' എന്ന വയെഹോക്കവിത ഓർമ്മ വന്നു.), ചിത്രകാരനും ഫോട്ടോഗ്രാഫറുമായിരുന്ന മാൻ-റേ, ചിത്ര കാരന്മാരും ശില്പികളുമായ സൂട്ടിൻ, ആന്ദ്രെ ലോട്ടെ, ബ്രാൻക്യുസി, പോൾ ബെൽ മോൺടോ കൂടാതെ കേണൽ ഡ്രെയ്ഫസ്. ഏറെ രാഷ്ട്രീയ നേതാക്കൾ, ചിന്തകർ, ചലച്ചിത്രസംവിധായകർ, നടീ നടന്മാർ, സംഗീതജ്ഞർ, വാസ്തു ശില്പികൾ, എഡിറ്റർമാർ, ശാസ്ത്രജ്ഞർ, ഭിഷഗ്വരന്മാർ.. അതിപ്രശസ്തർക്ക് മാത്രമുള്ള സെമിത്തേരിയാണിത്. അമേരിക്കയിൽ നിന്നെത്തിയ ഒരു യാത്ര ക്കാരിയും ഞങ്ങളുടെ കൂടെ കൂടിയിരുന്നു. കുറച്ചു കഴിഞ്ഞപ്പോൾ ഞങ്ങൾ കല്ലുകൾക്കും കുരിശുകൾക്കുമിടയിൽനിന്ന് സ്വന്തം കണ്ടു പിടുത്തങ്ങൾ പരസ്പരം വിളിച്ചുപറയാൻ തുടങ്ങി.

''ഇതാ മോപ്പസാങ്'', ''ഇവിടെ പാസ്കൽ'', ''ഗണിതശാസ്ത്ര ജ്ഞൻ പോയ്ൻകറേ'', ''ചരിത്രകാരൻ എഡ്ഗാർ ക്വിനേ'', ''ശില്പി സാഡ്കിൻ'' എന്നിങ്ങനെ. ഇവരെല്ലാം നേരിട്ടുകാണുകയാണെന്ന പോലെ മിക്ക ശ്മശാനങ്ങളിലും പൂക്കളുണ്ടായിരുന്നു. ഫ്രഞ്ചുകാർ സ്വന്തം സാംസ്കാരിക മഹിമയെക്കുറിച്ച് ബോധമുള്ളവരാണ്. ചില പ്പോൾ അത് ബംഗാളികളെപ്പോലെ അഹംഭാവവും പൊങ്ങച്ചവു മായി മാറാറുണ്ടെങ്കിലും.

നടന്നുതളർന്നുവെങ്കിലും വലിയ സാഫല്യത്തോടെയാണ് ഞങ്ങൾ തിരിച്ചുവന്നത്. ഇനി ദെരിദായ്ക്ക് സ്ഥലമെവിടെ എന്ന് അത്ഭുത പ്പെട്ടുകൊണ്ട്.

വൈകിട്ട് കവിതവായനയുണ്ട്. വാലെന്താൻ എന്ന സ്ഥലത്ത്, എസ്പാസ് റൊളാങ് ഫോഷ് എന്ന ഹാളിൽ. എന്നെക്കൂടാതെ റഷ്യയിലെ എവ്ഗെനി ബോണിമോവിച്ച്, ചൈനയിലെ ബായ്ഹ്വാ, ഫ്രാൻസിലെ മാഴ്സെൽ മിഗോസ്സി, ക്രിസ്റ്റൊഫർ മർച്ചാങ്കിസ്സ് എന്നി വരാണ് വായിക്കുന്നത്.

ബോണിമോവിച്ച്, എവ്തുഷെങ്കോവിന്റെ പിൻതലമുറയിലെ ഒരു പ്രമുഖ കവിയാണ്. നവ്യകാവ്യപ്രസ്ഥാനത്തിന്റെ വക്താവ്. പരീക്ഷണാത്മകമായ കവിതകളെഴുതുന്നു. റഷ്യൻ കവിതയുടെ വർത്തമാനത്തെക്കുറിച്ച് ഞാനദ്ദേഹത്തോട് ചോദിച്ചു. ധാരാളം യുവകവികൾ രംഗത്തുണ്ടെന്ന് ആ മിതഭാഷി പറഞ്ഞു. എന്നാൽ സോവിയറ്റ് യൂണിയന്റെ തകർച്ചയ്ക്കുശേഷം കവികൾക്ക് സർക്കാ രിന്റെ വേതനം ലഭിക്കുന്നില്ല. പ്രസിദ്ധീകരണശാലകളെല്ലാമിപ്പോൾ സ്വകാര്യമേഖലയിലാണ്. അവർ ലാഭം ഉറപ്പുള്ള കൃതികളേ പ്രസി ദ്ധീകരിക്കൂ. കവിതയ്ക്ക് പ്രസാധകരെ കിട്ടാൻ വിഷമം. പുതിയ

സ്വാതന്ത്രകാലാവസ്ഥ കവിഭാവനയെ മുക്തമാക്കിയിട്ടുണ്ട്. എന്നാൽ പ്രസാധകരില്ലാത്തതുകൊണ്ട് അതിന്റെ ഫലം വായനക്കാരിലെത്തുന്നില്ല. തന്റേതന്നെ ആദ്യസമാഹാരം പാരീസിലാണ് പ്രകാശിപ്പിച്ചതെന്ന് ഫ്രഞ്ച് നന്നായറിയാവുന്ന ബോണിമോവിച്ച് പറഞ്ഞു. റഷ്യൻ സമൂഹം കൂടുതൽ കൂടുതലായി സ്വാർത്ഥലാഭത്തിന്റെ വഴിയിൽ സഞ്ചരിക്കുകയാണെന്നദ്ദേഹം പറഞ്ഞു. മയക്കൊവ്സ്കിയെ തള്ളിപ്പറയുകയാണെന്നദ്ദേഹം പറഞ്ഞു. മയക്കൊവ്സ്കി ഒരു വലിയ അവാങ്-ഗാദ് കവിയായിരുന്നു. ഇന്ന് ജനങ്ങൾ അദ്ദേഹത്തെ തള്ളിപ്പറയുന്നത് സൗന്ദര്യാത്മകമായ കാരണങ്ങൾകൊണ്ടല്ല. രാഷ്ട്രീയ വിദ്വേഷംകൊണ്ടാണ്. ചൈനയിൽ ഇപ്പോഴും പ്രശസ്തരായ കവികളെ ഭരണകൂടം പിന്തുണയ്ക്കുന്നുണ്ടെന്ന് ചൈനയിലെ യുവകവി ബായ്ഹ്വാ പറഞ്ഞു.

കവിതയിൽ നല്ല താൽപര്യമുള്ള കേൾവിക്കാരായിരുന്നു വാലെന്താനിൽ. വായന കഴിഞ്ഞപ്പോൾ എനിക്കു ചുറ്റും ധാരാളം കേൾവിക്കാർ കൂടി.

''താങ്കളുടെ ഭാഷയിൽ നിറച്ചും സംഗീതമാണ്.'' അവർ പറഞ്ഞു. ''താങ്കൾ വായിക്കുകയായിരുന്നുവോ പാടുകയായിരുന്നുവോ എന്നു തിരിച്ചറിയാനായില്ല.''

ഇത് എന്നെ അത്ഭുതപ്പെടുത്തിയില്ല. പുറത്ത് കവിത വായിച്ചപ്പോഴും മലയാളത്തിന്റെ സംഗീതത്തെക്കുറിച്ച് കേൾവിക്കാർ പറഞ്ഞിട്ടുണ്ട്. ഞാൻ വായിച്ചത് ഗദ്യത്തിലുള്ള കവിതകളായിരുന്നിട്ടും ഇവിടെയും അവർക്ക് അതനുഭവപ്പെട്ടുവല്ലോ - ഭാഷയെക്കുറിച്ച് എനിക്ക് അഭിമാനം തോന്നി. സമകാലീന ഫ്രഞ്ചുകവിത തങ്ങൾക്ക് ഇങ്ങനെയൊരു അനുഭവം നല്കിയിട്ടില്ലെന്ന് ഏറെപ്പേർ പറഞ്ഞു. അത് സാങ്കേതികവും തികച്ചും ഭൗതികവുമാണെന്നും ഞാൻ വായിച്ച കവിതകൾ തങ്ങളെ 'ഉയർത്തുന്നു'വെന്നും അവ ഭാവനകൊണ്ട് മറ്റൊരു ലോകം സൃഷ്ടിക്കുന്നു' എന്നും അവർ അഭിപ്രായപ്പെട്ടു. വിദേശികൾ പൊതുവെ മറുനാട്ടുകാരെ വിമർശിച്ച് പറയാറില്ല; എന്നാൽ ഇവരുടെ ആത്മാർത്ഥത തികച്ചും പ്രകടമായിരുന്നു. പിന്നീട് അവർ തങ്ങൾ പട്ടണത്തിൽനിന്ന് ഒരു കവിതാസമാഹാരം ഇറക്കാനാഗ്രഹിക്കുന്നുവെന്നും താങ്കളുടെ കവിതകൾ ഉപയോഗിക്കാൻ സമ്മതം നല്കണമെന്നും പറഞ്ഞു. ഹസ്തദാനങ്ങളിലും ചുംബനങ്ങളിലും അവരുടെ യഥാർത്ഥമായ സ്നേഹം പ്രകടമായിരുന്നു. പരിഭാഷയിൽ നഷ്ടപ്പെടുന്നതെന്തോ അതാണ് കവിത എന്നൊരു ചൊല്ലുണ്ട്. എന്നാൽ ഓരോ സ്ഥലത്തും കവിത വായിക്കുമ്പോൾ ആ ചൊല്ലിൽ ഞാൻ പതിര് കാണുന്നു. പരിഭാഷയിൽ അതിജീവിക്കുന്നതെന്തോ അതുമാത്രമാണ് കവിത എന്നും

വരാം. കേൾവിക്കാരുടെ അഭിനന്ദനങ്ങളെ ഇന്ത്യൻ കവിതയ്ക്കുള്ള പ്രശംസയായിട്ടാണ് ഞാൻ എടുക്കുന്നത്. അത് എനിക്കു മാത്രമുള്ളതല്ല.

നവംബർ 16: പിയറി ക്യൂറി സ്റ്റേഷനിൽനിന്ന് ഏഴാമത്തെ ലൈനിലുള്ള വണ്ടിയിൽ കയറി ഷാ ആലെയിൽ ഇറങ്ങിയാൽ ഒട്ടേറെ പ്രധാന സ്ഥലങ്ങളിലേക്ക് പോകാം. ഞങ്ങൾക്ക് നോത്ര്ദാം, ബാസ്തീൽ, ലാറ്റിൻ ക്വാർട്ടർ എല്ലാം കാണണമെന്നുണ്ടായിരുന്നു.

ആദ്യം പോയത് 'നോത്ര്ദാം-ദി-പാരി'യിലാണ്. പലകുറി ചലച്ചിത്രങ്ങളിൽ കണ്ടിരുന്നതായിരുന്നിട്ടും സെയ്ൻ നദിയുടെ ഇക്കരെനിന്ന് നോത്ര്ദാം കാണുക ഒരനുഭവമായിരുന്നു. തണുപ്പും ചാറ്റൽമഴയും ഉണ്ടായിരുന്നിട്ടും മദ്ധ്യകാല യൂറോപ്പിനെ ഓർമ്മിപ്പിക്കുന്ന ആ ധൂസരമന്ദിരങ്ങളും ഉഗ്രപ്രാകാരങ്ങളും അർദ്ധവൃത്താകൃതിയിലുള്ള പ്രവേശനകവാടങ്ങളും ഗോഥിക് വാസ്തുശില്പകലയുടെ പരമമാതൃകയായി കരുതപ്പെടുന്ന നോത്ര്ദാം കത്തീഡ്രലും മനം മയക്കുകതന്നെ ചെയ്തു. റോമൻ പഴമയുടെ ഖരതയും ഗാംഭീര്യവും മുറ്റുന്നതാണ് 1160-ൽ ബിഷപ്പ്-ദി-സുള്ളിയുടെ കീഴിൽ പണിതുടങ്ങി 1245-ൽ മാത്രം പൂർത്തിയായ നോത്ര്ദാം പള്ളി. 19-ാം നൂറ്റാണ്ടിൽ ഇതാകെ പുതുക്കിപ്പണിയപ്പെട്ടു. പഴയ സുവിശേഷത്തിലെ രാജാക്കന്മാരുടെ 'ഫ്രീസു'ൾപ്പെടെയുള്ള പ്രതിമകൾ അന്ന് പുനരുദ്ധരിക്കപ്പെട്ട രീതിയിലാണ് ഇന്നു കാണുന്നത്. ഞങ്ങൾ പള്ളിയുടെ മുകളിൽ കയറി പ്രതിമകൾ അടുത്തുകണ്ടു. ഞായറാഴ്ചയായിരുന്നതുകൊണ്ട് കുർബാന നടക്കുകയായിരുന്നു. വിശാലമായ ഹാളിൽ വർണ്ണപ്പളുങ്കു ജാലകങ്ങളുടെ തണലിൽ പ്രാർത്ഥന മുഴങ്ങിക്കൊണ്ടിരുന്നു. പെട്ടെന്ന് മധ്യയുഗത്തിലകപ്പെട്ട അനുഭവമായിരുന്നു. ആ അനുഭവത്തിന് പ്രധാന കാരണം അവിടെ വീഴുന്ന വെളിച്ചത്തിന്റെ സവിശേഷതയായിരുന്നിരിക്കണം. പനിനീർ നിറമുള്ള ജനലുകളിലൂടെ കൂട്ടമായി നിൽക്കുന്ന തൂണുകളിൽ നിപതിക്കുന്ന പ്രകാശം മറ്റേതോ യുഗത്തിൽനിന്നു വരുന്നതായി തോന്നിച്ചു.

അനേകം ചരിത്രസംഭവങ്ങൾക്ക് രംഗവേദിയായിരുന്നിട്ടുണ്ട് ഈ പള്ളി. 1455-ൽ ജോൺ-ഓഫ്-ആർക്കിനെ രക്ഷിക്കുവാനുള്ള വിചാരണ ഇവിടെ വച്ചാണ് നടന്നത്, അവരെ രക്ഷിക്കാനായില്ലെങ്കിലും. 1804-ൽ നെപ്പോളിയൻ ഒന്നാമന്റെ കിരീടധാരണം ഇവിടെ വച്ചു നടന്നു. 1944 ഓഗസ്റ്റ്, 26ന് പാരീസിന്റെ വിമോചനം ഇവിടെ നന്ദി പ്രകടനങ്ങളോടെ ആഘോഷിക്കപ്പെട്ടു. 1970 നവംബർ 12-ന് ദ്ഗോളിനുള്ള മരണാനന്തര പ്രാർത്ഥന നടന്നതും ഇവിടെത്തന്നെ. പള്ളിയുടെ മുൻപിൽ പ്രാവുകൾ കൂട്ടമായി ചികഞ്ഞും പറന്നും നടക്കുന്ന പാർക്കിൽ ഷാൾമേയ്ൻ ചക്രവർത്തിയുടെ ഒരു കുറ്റൻ പ്രതിമയുണ്ട്.

കുതിരപ്പുറത്ത് വാളോങ്ങി നില്ക്കുന്ന ചക്രവർത്തി. പള്ളിയുടെ തെക്കൻഗോപുരത്തിൽ നിന്നാൽ പാരീസും ദ്‌ലാസിത്തെ ദ്വീപും കാണാം.

നോത്ര്ദാമിൽനിന്ന് തിരിച്ച് പാലം കടന്ന് കുറേ വലത്തോട്ടു നടന്നാൽ പ്ലാസ്- ദ്-ബാസ്തീൽ ആയി. 1789-ൽ ഫ്രഞ്ച് വിപ്ലവത്തിലെ ആ മഹാദ്ധ്യായത്തിന്, ജയിൽ കീഴടക്കലിന്, അരങ്ങായ സ്ഥലമാണിത്. ബാസ്തീൽ ജയിൽ ഇപ്പോഴില്ല. ബാസ്തീലിന്റെ കേന്ദ്രഭാഗത്ത് 'സ്പിരിറ്റ് ഓഫ് ലിബർട്ടി' എന്ന പേരിൽ ഏറെ പേരുകൾ കൊത്തിവച്ച ഒരു സ്തംഭം കണ്ടു. അത് ബാസ്തീൽ സ്തംഭത്തിന്റെ സ്മാരകമായിരിക്കുമെന്നാണ് ആദ്യം കരുതിയത്. എന്നാൽ പിന്നീട് മനസ്സിലായി, 1830ൽ സേച്ഛാധിപതിയായ ചാൾസ് പത്താമന്റെ സ്ഥാനത്ത് ലൂയി ഫിലിപ്പ് എന്ന 'പൗരരാജാവി'നെ (Citizen King) അവരോധിച്ചതിന്റെ സ്മാരകമാണതെന്ന്. പിന്നീട് 1848ലെ വിപ്ലവത്തിൽ ലൂയി ഫിലിപ്പിനും ഓടിപ്പോകേണ്ടിവന്നു. അന്ന് ഫ്രഞ്ചുകാർ അയാളുടെ സിംഹാസനം ഈ സ്തംഭത്തിനരികിൽ കൊണ്ടുവന്ന് കത്തിച്ചു കളഞ്ഞു. എന്നിട്ട് ആ സംഭവം കൂടി സ്തംഭത്തിൽ എഴുതിച്ചേർത്തു. ആ വർഷം തന്നെയാണ് രണ്ടാം റിപ്പബ്ലിക് പിറവിയെടുത്തത്. തൊഴിലാളികൾ അന്ന് തെരുവിൽ പ്രകടനം നടത്തി. അവർ കൂട്ടക്കൊല ചെയ്യപ്പെട്ടു. അവശേഷിച്ചവരെ നാടുകടത്തി.

ഈ സ്തംഭത്തിനരികിൽ തന്നെയാണ് 'ഓപ്പെറാബാസ്തീൽ' എന്ന നാടകശാല. 1789-ലെ വിപ്ലവത്തിന്റെ 200-ാം വാർഷികം ആഘോഷിക്കാൻ 1989ൽ മിത്തറാങ് പണികഴിപ്പിച്ചതാണ് വൃത്താകാരമായ ഈ കൂറ്റൻ ചില്ലുകൊട്ടാരം. ലൂവ്രിലെ പളുങ്കുഗോപുരം പോലെതന്നെ പഴയ നഗരപരിസരത്തിൽനിന്ന് ഇതൊറ്റപ്പെട്ടുനിൽക്കുന്നു. ഇതു വന്നതോടെ സ്തംഭത്തിന് പ്രാധാന്യം നഷ്ടമായി. പദ്ധതി നടപ്പാക്കുന്നതിനിടയിൽ ഏറെ പ്രതിഷേധങ്ങളും രാജികളും ഉണ്ടായി. പക്ഷേ, മിത്തറാങ് അത് നടപ്പാക്കുകതന്നെ ചെയ്തു. ആധുനിക എൻജിനീയറിംഗിന്റെ ഒരു വിപ്ലവമാണിത്. ചുറ്റുനിന്നും കാണാവുന്ന സ്റ്റേജ്; അത്ഭുതകരമായ ശബ്ദസംവിധാനവും (അകൗസ്റ്റിക്സ്) എങ്കിലും പരിസരത്തിൽനിന്നും അല്പം വേറിട്ടുനില്ക്കുന്നതുകൊണ്ട് ഇത് വിചിത്രമായിത്തന്നെ തോന്നുന്നു. ഒരു വിമർശകൻ ഈ കെട്ടിടത്തെ 'കളിത്തൊട്ടിയിലെ നീർക്കുതിര' എന്നു വിശേഷിപ്പിച്ചത് വെറുതെയല്ല.

ഓപ്പെറായ്ക്കു തൊട്ടു പുറത്തുള്ള റൂ ദാലിഗർ എന്ന റോഡിലായിരുന്നു അതിനെതിരായി പ്രതിഷേധം ഇരമ്പിയത്. ഇപ്പോഴും അവിടെ ശബ്ദായമാനമാണ്. ദിവസവും അവിടെ ചന്ത കൂടുന്നു. ആഹാരവസ്തുക്കൾ, ചുറ്റുമുള്ള കടകളിൽ സെക്കന്റ് ഹാന്റ് വസ്ത്രങ്ങൾ,

ലൊട്ടുലൊടുക്കുകൾ. പ്ലാസ്-ദ്-ബാസ്തീലിൻ തന്നെയാണ് തൊഴിലാളികളുടെ നിവാസകേന്ദ്രമായ ഫോബുർഗ്, ഫർണിച്ചർ നിർമ്മാണത്തിന്റെ കേന്ദ്രംകൂടിയാണിത്. ഫ്രഞ്ച് ഫർണീച്ചറിന്റെ പ്രസിദ്ധ ശൈലികൾ (ലൂയി ക്വാതോർസ്, ലൂയി ക്വിൻസേ, സെക്കന്റ് എമ്പയർ) ഇവിടെയാണ് രൂപം കൊണ്ടത്. ഇപ്പോഴും ഈ ശൈലികളിൽ പണിയുന്ന പെരുന്തച്ചന്മാർ ഇവിടെയുണ്ട്.

സാൻ അന്ത്വാൻ പള്ളി 1624ലാണ് പണിതീർത്തത്. ഫോബുർഗിലെ നാല്പതിനായിരം ജനങ്ങൾക്കായി പണിതതാണിത്. പുരോഹിതൻതന്നെയായിരുന്നു മുഖ്യശില്പി. വിശാലമായ അകത്തളത്തിൽ വർണ്ണപ്പളുങ്കു ജനലുകളുടെ നിഴലും വെളിച്ചവും ഒളിച്ചുകളിക്കുന്നു. ഈ പള്ളിക്കുമുണ്ട് ഏറെ സംഭവങ്ങൾ പറയാൻ. 1802ൽ പോപ്പ് പയസ് ഏഴാമൻ വന്നത്, മദാം ദിലാഫോസ്സ് മരണത്തിൽനിന്ന് അത്ഭുതകരമായി രക്ഷപ്പെട്ടത് (1725), 1848ലെ തെരുവുയുദ്ധത്തിൽ മോൺസിഞ്ഞോർ ആഫ്രേ ബിഷപ്പിന് മാരകമായ മുറിവേറ്റത്, വിപ്ലവകാരികൾ 16 കർമ്മലീത്താ സഹോദരിമാരെ കൊലപ്പെടുത്തിയത് (1794). ഇവിടത്തെ സാർ മാർഗ്ഗറീത്ത് സെമിത്തേരിയിൽ ജയിലിൽവച്ചു മരിച്ച പത്തുവയസ്സുകാരനായ ലൂയി പതിനേഴാമന്റെ (ഗില്ലറ്റിൻ ചെയ്യപ്പെട്ട ലൂയി പതിനാറാമന്റെ അനന്തരാവകാശി.) ശവശരീരം ഉണ്ടെന്ന് പറയപ്പെടുന്നു. ബാസ്തീൽ ജയിലാക്രമണത്തിൽ കൊല്ലപ്പെട്ടവരുടെ മൃതദേഹങ്ങളും ഇവിടെത്തന്നെ.

നോത്ര്ദാമിൽനിന്നും വരുംവഴി റൂദ്‌ലാ ബ്യൂഷറിയിലുള്ള ഷേക്സ്പിയർ ആന്റ് കമ്പനി'യിൽ പോകണമെന്ന് എൻ.എസ്. മാധവൻ പറഞ്ഞിരുന്നു. ജെയിംസ് ജോയ്സിന്റെ 'യുലീസസ്' പ്രസിദ്ധീകരിച്ച സിൽവിയാബീച്ചിന്റെ കടയാണിത്. ജോയ്സ് ഉൾപ്പെടെയുള്ള എഴുത്തുകാരുടെ സംഗമസ്ഥാനമായിരുന്നു ഈ കട - അന്ന് ഇത് ഓഡിയോ റോഡിലായിരുന്നുവെങ്കിലും. സെക്കന്റ് ഹാന്റ് ഇംഗ്ലീഷ് പുസ്തകങ്ങളുടെ ഒരു വലിയ ശേഖരം ഇവിടെയുണ്ട് - ഇന്ത്യയിൽ കിട്ടാത്ത പുസ്തകങ്ങളൊന്നും ഇവിടെ കണ്ടില്ലെങ്കിലും. വൈകുന്നേരത്തെ പാർട്ടിക്കു ചെല്ലാൻ ഉടമസ്ഥൻ ഞങ്ങളെ വിളിച്ചു. അദ്ദേഹം കല്ക്കത്തയിൽ കുറേക്കാലം ഉണ്ടായിരുന്നുവെന്നു പറഞ്ഞു. 'ശ്രമിക്കാം' എന്നു പറഞ്ഞുവെങ്കിലും വൈകിട്ട് ചെല്ലാനാവില്ലെന്ന് ഉറപ്പായിരുന്നു. ഉദയന് വൈകിട്ട് ഒരു കവിതവായനയുണ്ട്.

1968-ലെ വിപ്ലവകേന്ദ്രമായ ലാറ്റിൻ ക്വാർട്ടറിലും ഞങ്ങൾ പോയി. ഇവിടത്തെ സാൻ മിഷേൽ ഫൗണ്ടൻ ഇപ്പോഴും യുവസംഗമകേന്ദ്രമാണ്. വിപ്ലവത്തിന്റെ ഓർമ്മകളൊന്നും അവിടെ ബാക്കിയില്ല. വിദ്യാർത്ഥികൾക്കായുള്ള കാന്റീനുകളും ചെലവുകൂടിയ ഗ്രീക്ക് റെസ്റ്റോറന്റുകളും ആ ഓർമ്മകൾ സൂക്ഷിക്കുന്നതായി തോന്നിയില്ല;

കടകളിലെല്ലാം ചെഗുവേരാ ടീ ഷർട്ടുകളും പടങ്ങളും - പാരീസു മുഴുവൻ - കണ്ടുവെങ്കിലും.

വൈകിട്ട് പതിവുപോലെ ചൈനീസ് ക്വാർട്ടറിൽ പോയി ചൈനീസ് ബിയറും ചോറും പച്ചക്കറിയുമുൾപ്പെട്ട അത്താഴം കഴിച്ചു മടങ്ങുമ്പോൾ യൂറോപ്പിനെയും ഇന്ത്യയെയും താരതമ്യം ചെയ്യുകയായിരുന്നു ഞങ്ങൾ. യൂറോപ്പിൽ ക്രമമുണ്ട്. വ്യവസ്ഥ യന്ത്രംപോലെ പ്രവർത്തിക്കുന്നു. എന്നാൽ ഈ ക്രമത്തിന് അവർ വലിയ വില കൊടുത്തു. രണ്ടു വലിയ യുദ്ധങ്ങൾ, ഇവിടെ മറ്റൊരു കാര്യവും ഞങ്ങൾ ശ്രദ്ധിച്ചു. സ്വകാര്യതയെ ഇവർ വലിയൊരു ആദർശമാക്കിയിരിക്കുന്നു. രാത്രി എട്ടുമണി കഴിഞ്ഞാൽ വീടുകളിലേക്ക് ഫോൺ ചെയ്യാൻ പാടില്ലെന്നാണ് വയ്പ്. ഏറ്റവും അടുത്ത സുഹൃത്തുക്കളെപോലും വീട്ടിലേക്കു വിളിക്കുക ഇവിടെ അപൂർവമാണ്. വിളിച്ചാൽത്തന്നെ രാത്രി താമസിപ്പിക്കുന്നതാകട്ടെ അസാധാരണവും.

സ്റ്റോക്ഹോമിലെ റൈറ്റേഴ്സ് യൂണിയൻ ഓഫീസിൽ ഫോൺ ചെയ്യാൻ ചെന്നപ്പോൾ ഫോൺ മുറിയാണെന്നു ധരിച്ച് അറിയാതെ മറ്റൊരു മുറിയിൽ കയറിയപ്പോൾ, 'സോറി, ദിസ് ഈസ് പ്രൈവറ്റ്' എന്നുപറഞ്ഞ് അന്നാ കതകടച്ചത് ഞാൻ മറന്നിട്ടില്ല. സ്വകാര്യതയെന്നൊരു സങ്കൽപമേ നമുക്കില്ല. ആരും എവിടെയും ഏതു സമയത്തും കയറിവരാം. പാതിരായ്ക്കും ഫോൺ ബെല്ലടിക്കാം. ഇരിങ്ങാലക്കുടയിലെ എന്റെ വീട് മിക്കവാറും ഒരു സത്രമായിരുന്നുവെന്ന് ഞാൻ ഓർമ്മിക്കുന്നു. രാവിലെ മുതൽ പാതിരാവരെ ആളുകൾ പ്രവഹിച്ചുകൊണ്ടിരിക്കും. ഒരുപക്ഷേ, ഭാര്യയും ഭർത്താവും കുട്ടികളും മാത്രമുള്ള (യൂണിറ്ററി) കുടുംബസമ്പ്രദായവുമായി ഇന്നും നമ്മുടെ സമൂഹം പൊരുത്തപ്പെട്ടിട്ടില്ല. കൂട്ടുകുടുംബത്തിന്റെ സ്വകാര്യമില്ലായ്മ നാം നിലനിർത്തുന്നു. കനക പറയുന്നത് അത് നല്ലതാണെന്നാണ്. മുതിർന്ന ബന്ധുക്കൾക്കുമുൻപിൽ ഭാര്യാഭർത്താക്കന്മാർ തൊട്ടുതൊട്ടിരിക്കുന്നതുപോലും നിഷിദ്ധമായതുകൊണ്ട് സ്വകാര്യനിമിഷങ്ങൾക്ക് വില കൂടുന്നു. സ്പർശംപോലും അപൂർവവും തീവ്രവുമാകുന്നു.

ഇന്ത്യൻ കവിതകളിൽ ഇന്നുപോലും സ്പർശം വിസ്ഫോടകമായ ഒരു ലൈംഗികസംഭവമാണല്ലോ. കേരളീയ സമൂഹം വിലക്കിയിരിക്കുന്നത് ശരീരത്തിന്റെ ഈ ലൈംഗികതീക്ഷ്ണത നിലനിർത്താനാകാം - അതിന്റെ പാർശ്വഫലം പലപ്പോഴും ലൈംഗികമായ ആക്രമണമാണെങ്കിലും. കുറേക്കാലം കേരളത്തിനു പുറത്തു താമസിച്ച് കേരളത്തിലെത്തുമ്പോൾ സ്ത്രീകൾ ബസ്സിൽ വേറെ ഇരിക്കുന്നതും സ്പർശിച്ചാൽ ഞെട്ടുന്നതുമെല്ലാം വിസ്മയകരമായി തോന്നാം: വിശേഷിച്ചും ഡൽഹി പോലെ ആശ്ലേഷംപോലും കേവലം

സൗഹൃദചിഹ്നമായ ഒരിടത്തു നിന്നു വരുമ്പോൾ. ലോകത്തിലെ ഏറ്റവും അസ്വാഭാവികമായ, ഏറ്റവുമധികം അബോധപ്രതിരോധ ങ്ങൾ (ഇൻഹിബിഷനുകൾ) ഉള്ള സമൂഹമാണ് കേരളത്തിന്റേതെന്നു വരാം. മലയാളി മദ്യപനാകുന്നത് ഇതിനെ കീഴടക്കാനുള്ള ശ്രമ ത്തിലാണെന്ന് ചിലപ്പോൾ തോന്നാറുണ്ട്. സ്ത്രീപുരുഷന്മാർക്ക് സുഹൃത്തുക്കളായി സ്വതന്ത്രമായി ഇടപെടാൻ കഴിയുന്ന അവസ്ഥ യിലേ മലയാളികൾ സ്വതന്ത്രരാകൂ. നിർഭാഗ്യവശാൽ നമ്മുടെ വിപ്ലവ കാരികൾപോലും ഈ മേഖലയിൽ കടുത്ത യാഥാസ്ഥിതികർതന്നെ. സൗഹൃദത്തെപ്പോലും അശ്ലീലമാക്കുന്ന ഈ ആഭാസത്തെ നാം ഒരു സദാചാരമൂല്യമായി കരുതുന്നു എന്നതാണ് വലിയ അത്ഭുതം. നമ്മുടെ ഫെമിനിസ്റ്റുകൾ ഇതിനെയൊക്കെ എങ്ങനെ കാണുന്നു എന്നെനിക്ക് അറിഞ്ഞുകൂടാ. പുതിയ തലമുറ മനുഷ്യരെപ്പോലെ പരസ്പര ഇടപെടൽ പഠിക്കുമായിരിക്കാം.

നവംബർ 17: ഒൻപതു മണിക്ക് കവിസംഘവുമൊന്നിച്ച് 'ഷോർഷ് പോംപിദൂ സോംത്രി' (Georges Pompidou Centre)ലേക്കു പോകുന്നു. അവിടെ ഇൻകാം തിയേറ്ററിൽ മൂന്നു ഫ്രഞ്ചു കവികളുടെ കവിത വായന. വെറും വായനയല്ല. പ്രകാശവും ശബ്ദവും സംഗീതവു മെല്ലാം ഉപയോഗിച്ചുള്ള നാടകീയമായ അവതരണമാണ്. ഷോങ് പിയെർ സാൽവെ, ഓറീ ദെൽവി, ജോസഫ് ഗുഗ്ലിയെൽമി എന്നീ മൂന്നു കവികളാണ് വായിക്കുന്നത്. മൂന്നുപേരും ഇടതുപക്ഷക്കാർ. ഡ്രം, പിയാനോ, സൈലോഫോൺ, സിന്തസൈസർ ഇവയെല്ലാം പശ്ചാത്തലത്തിൽ. പിറകിൽ കവിതകൾ പ്രൊജക്ട് ചെയ്യുന്നുണ്ടാ യിരുന്നു. ഇടയ്ക്കിടയ്ക്ക് സംഗീതവും. പരിവർത്തനത്തിനായുള്ള ആഹ്വാനം കവിതകളിലുണ്ടായിരുന്നു. ''മാറ്റം കോപാകുലനായ ഒരു മൃഗമാണ്.' ഒരു വരി പറയുന്നു. 1968-നെ വീണ്ടും വീണ്ടും ഓർമ്മിപ്പിക്കുന്നുണ്ടായിരുന്നു കവിത: മൂന്നുപേരും ചേർന്ന് പല ഭാഗങ്ങളായി എഴുതിയതായിരുന്നു അത്. മാറ്റത്തിനുള്ള സാധ്യത നിഷേധിക്കരുതേ എന്നായിരുന്നു അഭ്യർത്ഥന.

വൈകിട്ട് ഷീരിഷും ഞാനും കനകയുടെ മുറിയിൽ ഒത്തുകൂടി. മൂന്നുപേരും കവിതകൾ അന്യോന്യം വായിച്ചു കേൾപ്പിച്ചു. കനക തുടക്കക്കാരിയാണ്. ഏറെ ദൂരം പോകാനുണ്ട്. ഷിരീഷിന്റെ കവിത കൾ ഹ്രസ്വവും ശക്തവുമാണ്. സാധാരണ വസ്തുക്കളെയും സംഭവ ങ്ങളെയുംകുറിച്ചുള്ള മനനങ്ങൾ.

നവംബർ 18: മൂന്നു ദിവസമായി എന്നുമെന്നോണം പ്രസന്ന കുമാരി വിളിക്കാറുണ്ട്. ഇന്നു രാവിലെ പ്രസന്നയും ഭർത്താവ് അലാനും വരുമെന്നു പറഞ്ഞിരിക്കയാണ്. എന്നെ പാരീസിനു പുറത്തു കൊണ്ടുപോകാൻ. അവർ നിത്യചൈതന്യയതിയുടെ

ആശ്രമത്തിൽ വച്ചാണ് കണ്ടുമുട്ടിയത്. ആദ്യമാദ്യം അപരിചിതമായ ഈ നാടിന്റെ രീതികളുമായി പൊരുത്തപ്പെടുക പ്രയാസമായിരുന്നു വെന്ന് പ്രസന്ന പറഞ്ഞു. എന്നാൽ അലാൻ അല്പഭാഷിയും ക്ഷമാ ശീലനുമാണ് - മിക്കവാറുമൊരു ഗാന്ധിയൻ, ഇന്ത്യയെ ഏറെ ഇഷ്ട പ്പെടുന്നയാൾ. ഇന്ത്യയിലെ തിരക്കിനെയും പ്രദൂഷണത്തെയും സ്വകാര്യതയില്ലായ്മയെയുംകുറിച്ച് വിസ്മയിക്കുമ്പോഴും ഇന്ത്യൻ സംസ്കാരത്തക്കുറിച്ച് അദ്ദേഹത്തിന് മതിപ്പാണ്. ഗ്രീൻപീസും യുദ്ധവിരുദ്ധ പ്രവർത്തനങ്ങളുമായി അലാന് ബന്ധമുണ്ട്. ഇന്ത്യ യിലെ പരിസരവാദികൾക്ക് പ്രവർത്തനത്തെക്കാൾ ചർച്ചയിലാണ് താല്പര്യം എന്നദ്ദേഹം പറഞ്ഞു. സ്വന്തം വീടിനു മുന്നിൽ പാഴ് വസ്തുക്കളിടാൻ ഒരു കുട്ടയെങ്കിലും വയ്ക്കാൻ മുതിരാതെ പ്രസംഗിച്ചുകൊണ്ടിരിക്കുന്നു. ചെറിയ പ്രശ്നങ്ങളെടുത്ത് പ്രാദേ ശിക പ്രവർ ത്തനങ്ങൾ നടത്താൻ ഏറെപ്പേരും ഒരുക്കമല്ല. അലാൻ ഇപ്പോൾ പബ്ലിക് റിലേഷൻസ് പഠിപ്പിക്കുന്ന അദ്ധ്യാപകൻ കൂടി യാണ്. ചിത്രങ്ങൾ, പ്രകൃതി ദൃശ്യങ്ങൾ വിശേഷിച്ചും നന്നായി വരയ്ക്കും. പ്രസന്നയും ചിത്രംവര പഠിക്കുന്നു.

ഞങ്ങൾ ആദ്യം പോയത് ഫോൺടൻബ്ലുവിലെ കാടുകളിലാണ്. നമ്മുടെ നിബിഡവനങ്ങളുമായി താരതമ്യപ്പെടുത്തുമ്പോൾ ഒരു എസ്റ്റേറ്റ് പോലെയേ തോന്നൂ എങ്കിലും ശരത്കാലാന്ത്യത്തിന്റെ മഞ്ഞയും ചുകപ്പുമേറ്റി നില്ക്കുന്ന കാടിന് ഒരു സവിശേഷ സൗന്ദര്യ മുണ്ട്. പ്രധാനമായും ഇവിടെയുള്ളത് സാൾ (salle) എന്നറിയപ്പെ ടുന്ന വൃക്ഷങ്ങളാണ്. അവിടെ നിന്ന് ലൊങ്നദിയുടെ തീരത്തെ 'മോറേ' (Moret-Sur-Loing) എന്ന ചെറുപട്ടണത്തിലാണ് ഞങ്ങൾ പോയത്. ഗോതമ്പും മധുരക്കിഴങ്ങും കൃഷി ചെയ്യുന്ന വയലുകൾക്കും പഞ്ചസാര ഫാക്ടറികൾക്കുമിടയിലൂടെ വൃത്തിയുള്ള ഗ്രാമങ്ങളുടെ വീതികുറഞ്ഞ റോഡുകളിലൂടെയായിരുന്നു യാത്ര. ഗ്രാമങ്ങൾ മിക്ക വാറും വിജനമായി തോന്നിച്ചു. പന്ത്രണ്ടാം നൂറ്റാണ്ടിൽ നിലവിൽ വന്നതാണ് 'മോറേ' എന്ന അതിർത്തിപ്പട്ടണം. പാരീസിൽനിന്ന് നൂറു കിലോമീറ്റർ കാണും. അലാന്റെ മൃദുലമായ ഡ്രൈവിംഗ് മൂലം അകലമറിഞ്ഞില്ല. അതിർത്തിയായതുകൊണ്ട് ഇവിടെ പീരങ്കികൾ വയ്ക്കാൻ സൗകര്യമുള്ള ഒരു കോട്ടയും കോട്ടവാതിലുമുണ്ട്. ഒരു വശത്ത് ലൊങ് നദി: ഇന്ത്യൻ നദികളുമായി താരതമ്യം ചെയ്താൽ ഒരു കൊച്ചരുവിയുടെയത്രയേ ഉള്ളൂ. നദിയിലേക്കു ചാഞ്ഞു കിട ക്കുന്ന പൂമരങ്ങൾ. പഴയ പാലവും പാലത്തിനിടയിൽ പഴയ 'വാട്ടർ മില്ലും' (ജലം കൊണ്ടോടുന്ന മില്ല്). പുഴയിലൂടെ ബോട്ടിൽ സവാരി ചെയ്യാം. ഈ സ്ഥലത്തിന്റെ ചാരുത പണ്ടുമുതലേ ചിത്രകാരന്മാരെ ആകർഷിച്ചിരുന്നു. സിസ്‌ലി, പിസ്സാറോ തുടങ്ങിയ ഇംപ്രഷനിസ്റ്റ്

ചിത്രകാരന്മാരുടെ തീർത്ഥാടനകേന്ദ്രമായിരുന്നു മോറേ. ഞങ്ങൾ ചെന്നപ്പോഴും ഒരാൾ നദീതീരത്തിലിരുന്ന് സ്കെച്ചു ചെയ്യുന്നുണ്ടായിരുന്നു.

ഒരു ചെറുപട്ടണത്തെ എങ്ങനെ സഞ്ചാരികളുടെ ആകർഷണകേന്ദ്രമാക്കാം എന്നതിനു മാതൃകയാണ് ഇവിടുത്തെ മുൻസിപ്പാലിറ്റിയുടെ പ്രവർത്തനം. പ്രാദേശിക ചരിത്രം ഇവിടത്തെ മുനിസിപ്പാലിറ്റി മ്യൂസിയത്തിൽ വസ്തുക്കളും രേഖകളുമായി അവതരിക്കുന്നു. സാമ്പ്രദായികമായ ഉത്സവങ്ങൾ നിലനിർത്തിക്കൊണ്ടു തന്നെ അവ നടക്കുന്നതെപ്പോഴെന്ന് പുറത്തെ ജനങ്ങളെ അറിയിക്കുകയാണു ചെയ്യുന്നത്. പുതിയ മേളകളും ഇവയ്ക്കൊപ്പമുണ്ട്. ജലോത്സവം, മീൻപിടുത്ത മത്സരം, വീഞ്ഞുമേള, പാൽക്കട്ടിമേള, നെയ്ത്തുമേള, തുകൽ കരകൗശലമേള, പഴയ കാറുകളുടെ മേള, പുരാവസ്തു പ്രദർശനം, നൃത്തോത്സവം – ഇങ്ങനെ വർഷം മുഴുവൻ ഉത്സവങ്ങൾ നടക്കുന്നു. ഫലിതമേളകൾ വേറെ. സിസ്‌ലിയുടെ പേരിൽ ഒരു തിയേറ്റർ. ബാർളിയുടെയും പഞ്ചസാരയുടെയും മ്യൂസിയങ്ങൾ. ചിത്രം വരയ്ക്കാൻ സൗകര്യങ്ങളുള്ള സ്റ്റുഡിയോകൾ. പല തരം സൈക്കിളുകൾക്കൊരു കാഴ്ചബംഗ്ലാവ്. കുട്ടികൾക്കും മുതിർന്നവർക്കും വിനോദത്തിനു വക വേണ്ടുവോളം. ഏറെ വിലകൂടുതലില്ലാത്ത ഭക്ഷണക്കടകളും. ഈ യാത്രയിൽ ഞാൻ കണ്ട ഏറ്റവും മനോഹരമായ സ്ഥലം ഇതുതന്നെയായിരുന്നു. പ്രസന്നയ്ക്കും അലാനും നന്ദി.

നവംബർ 19: ഉദയന്റെ നിർദ്ദേശമനുസരിച്ച് 'ഡെന്റൺ' എന്ന അമേരിക്കൻ ബുക്ഷോപ്പിൽ പോയി. ഇന്ത്യയിൽ കിട്ടാത്ത പുസ്തകങ്ങൾ നന്നേ കുറവായിരുന്നു. ബോദ്‌ലേറിന്റെ കവിതകളും ലേഖനങ്ങളുമടങ്ങുന്ന ഒരു പുസ്തകവും ഫ്രഞ്ചു ചെറുകഥകളുടെ ഒരു സമാഹാരവും നിരൂപകർ മാർക്കേസുമായി താരതമ്യപ്പെടുത്തുന്ന ഫ്രാൻസിസ്കോ റെബൊല്ലെഡോ എന്ന മെക്സിക്കൻ നോവലിസ്റ്റിന്റെ 'റാസറോ' എന്ന നോവലും വാങ്ങി. പതിനെട്ടാം നൂറ്റാണ്ടിലെ യൂറോപ്യൻ ജീവിതത്തെ ചുറ്റിപ്പറ്റി രചിക്കപ്പെട്ട കവിതാത്മകവും പരീക്ഷണോന്മുഖവുമായ ഒരാഖ്യായികയാണിത്.

നവംബർ 20: രാവിലെ ഈനാശുതലക്ക് എന്ന സുഹൃത്തിന്റെ കൂടെ 'ഷോൻസ് എലീസ്സെ'(Champs Elysees)യിൽ പോയി. പാരീസിലെ ഏറ്റവും വിശാലവും ആസൂത്രിതവുമായ നടപ്പാതയാണിത്. ലൂവ്രിന്റെ കിഴക്കേ അറ്റം മുതൽ ഒരു വര വരച്ചതുപോലെ കിടക്കുന്ന ഈ വഴിക്ക് 'വിജയപഥം' (Voie triamphate) എന്നു പറയുന്നു. ഫ്രഞ്ച് അധികാരത്തിന്റെയും അന്തസ്സിന്റെയും സ്മാരകങ്ങളാണ് ഈ വഴിയിൽ മുഴുവൻ. ദൂരെ 'ലാ ദിഫെൻസി'ൽ മിത്തെറാങ് പണിയിച്ച

വെണ്ണക്കല്ലു പതിച്ച വൃത്തഗോപുരം കാണാം; ലൂവ്രിന്റെ പളുങ്കു പിരമിഡും. ഈ വഴിയിലാണ് 'ആർക് ദി ത്രിയോംഫ്' എന്ന വിജയ കമാനം. ഫ്രാൻസിനും അവനവനുതന്നെയും നെപ്പോളിയൻ നല്കിയ ആദരപ്രതീകമാണ് ഈ കമാനം. നെപ്പോളിയനും രണ്ടു പിൻഗാമി കളും ഇതു പണിതീർക്കാൻ ഒരു കോടി ഫ്രാങ്ക് ചെലവാക്കി. പിന്നീട് വിദേശ സൈന്യങ്ങൾ ഫ്രഞ്ചുകാരെ പരിഹസിക്കാൻ അതേ കമാനം പ്രയോജനപ്പെടുത്തി. 1871ൽ പ്രഷ്യാക്കാർ വിജയഘോഷയാത്ര നടത്തിയത് ഇവിടെയാണ്. വിമോചനത്തിനുശേഷം പാരീസുകാർ ജർമ്മൻ ബൂട്സുകളുടെ കറ മായ്ച്ചുകളയാനായി കമാനത്തിനു കീഴിലും ഈ വഴി മുഴുവൻ തീ കൂട്ടി. 1941 മുതൽ 44 വരെ ഹിറ്റ്ല റുടെ സേനകൾ ഇവിടെ പരേഡു നടത്തി. കമാനത്തിനു മുകളിൽ സ്വസ്തിക പണി തുടങ്ങിവച്ചു. 1989ൽ വിപ്ലവത്തിന്റെ രണ്ടാം ശത വാർഷികമാഘോഷിക്കാൻ ഫ്രഞ്ചുകാർ ഇവിടെ വീണ്ടും ഒത്തുകൂടി. വർഷംതോറും ബാസ്തീൽ ദിനത്തിൽ ഫ്രഞ്ചു പ്രസിഡന്റ് പീരങ്കി കളും തോക്കുകളും കൊടികളും അകമ്പടിയായി ഇവിടെ വന്നെ ത്തുന്നു. വഴിക്കിരുവശവും തണൽമരങ്ങളാണ്. പന്ത്രണ്ട് അവന്യൂകൾ ചേർന്നുണ്ടാകുന്ന 'നക്ഷത്രസ്ഥാനം' (Place del Etiole) തിരക്കേറിയ ഒരു പഥ സംഗമം ആണ്. ചുറ്റും സിനിമാശാലകളും കഫേകളും ബാറുകളും ക്യാബറേകളും. ക്രിസ്മസ്സിനും നവവത്സരദിനത്തിനും ഇവിടെ ജനങ്ങൾ തിങ്ങി നിറയുന്നു. ക്രിസ്മസ്സിന്റെ തിരക്ക് ആരം ഭിച്ചുകഴിഞ്ഞു. ഇവിടെയുണ്ടായിരുന്ന പളുങ്കു ജലധാരയന്ത്രങ്ങൾ യുദ്ധകാലത്ത് ജർമ്മൻകാർ എടുത്തു കൊണ്ടുപോയി. തെക്കോട്ട് നോക്കിയാൽ നിയോക്ലാസിക്കൽ ശൈലിയിൽ നിർമ്മിച്ച വലിയതും ചെറിയതുമായ കൊട്ടാരങ്ങൾ കാണാം. ഇവിടെ ധാരാളം മ്യൂസിയ ങ്ങളുണ്ട്. പ്രധാനപ്പെട്ട സാംസ്കാരിക പ്രദർശനങ്ങൾ പലതും ഇവിടെ നടക്കുന്നു. വടക്കുഭാഗത്ത് പ്രസിഡന്റിന്റെ എലീസ്സെ കൊട്ടാ രവും മന്ത്രാലയങ്ങളും വിദേശ ദൂതാവാസങ്ങളുമാണ്.

'ഷോൻസ് എലീസ്സെ' കിഴക്കുഭാഗത്ത് എത്തിച്ചേരുന്നത് 'പ്ലാസ് ദി ലാ കോൺകോർദി'ലാണ്, ചെമ്പ് പ്രതിമകളും പൂച്ചെടിത്തട്ട ങ്ങളും അതിരിടുന്ന കോൺകോർദിൽ ഞാൻ എത്തിപ്പെട്ടത് വേറൊരു വഴി. 'റൂ ദി റിവോളി'യിലെ പുസ്തകങ്ങൾ - യൂറോപ്പിലെ ആദ്യത്തെ ഇംഗ്ലീഷ് ബുക് ഷോപ്പായ 'ഗാലിഗ്നാനി'യും മറ്റൊരു പ്രസിദ്ധ ബുക് ഷോപ്പായ 'ഡബ്ൾയു എച്ച്. സ്മിത്തും' സന്ദർശിച്ച് (ഇവിടെനിന്ന് റിംബോ, മല്ലാർമെ, റിവെർദി, റിൽക്കേ, ചെസ്വാ മീവാഷ്, വിസ്ലാവാ സിംബോർസ്കാ, ഗുന്തർഗ്രസ് തുടങ്ങിയവരുടെ സമാഹൃതകൃതി കളും ഇരുപതാം നൂറ്റാണ്ടിലെ ഫ്രഞ്ചു കവിതകളുടെ ഒരു ബൃഹത്സമാ ഹാരവും കിട്ടി.) തിരിച്ചു പോകാൻ വഴിയന്വേഷിക്കുമ്പോഴായിരുന്നു.

1793നും 95നും ഇടയ്ക്കുള്ള മൂന്നു വർഷങ്ങളിൽ വിപ്ലവകാരികളുടെ ഗില്ലറ്റിനു കീഴിൽ ഇവിടെ മരിച്ചത് ഏതാണ്ട് 1300 പേരാണ് - ലൂയി പതിനാറാമൻ, മേരി അന്തൊനെത്, ദാന്തോങ്, റോവെസ്പിയേ എന്നിവർ ഉൾപ്പെടെ. ഈജിപ്തിലെ വൈസറോയ് സമ്മാനിച്ച ഒരു ചിത്രത്തൂണാണ് ഈ ചത്വരത്തിനു നടുവിൽ. ഇവിടെ നിന്നാൽ നാഷണൽ അസംബ്ലി (ഫ്രെഞ്ച് പാർലമെന്റ്)യും മാദ്‌ലീൻ പള്ളിയും ഹൊട്ടേൽ ക്രിയോങ് എന്ന പാരീസിലെ ഏറ്റവും ആർഭാടമായ താമസസ്ഥലവും നാവിക മന്ത്രാലയവും കാണാം.

'ഷോൻസ് എലീസ്സ'യിൽ നിന്ന് എന്നെ 'പോയെസീ 97' എന്ന കവിതാ മാസികയുടെ ഓഫീസിൽ കൊണ്ടുവിട്ടശേഷമാണ് ഇനാശു ജോലിക്ക് - അധ്യാപകനാണദ്ദേഹം - പോയത്. മാസികയുടെ പത്രാധിപർ പിയെർ ദുബ്രുൻക്യേയുമായി നേരത്തെ ഫോണിൽ ബന്ധപ്പെട്ടിരുന്നു. 'പോയെസീ 97' ഫ്രാൻസിലെ ഏറ്റവും പ്രമുഖ മായ കവിതാ മാസികയാണ്. പ്രശസ്ത എഴുത്തുകാരനായ പിയെൻ ഡെഗേഴ്സാണ് സ്ഥാപകൻ. ലൂയി അരഗങ് ഏറെക്കാലം പത്രാധി പസമിതിയംഗമായിരുന്നു. മുടങ്ങാതെ 69 ലക്കങ്ങളായി ഇറങ്ങുന്നു. പാരീസിലെ കവിസംഘടനയുടെ മുഖപത്രമാണിത്.

പിയെറിനോടൊപ്പം ഒരു മണിക്കൂറിലേറെ സംസാരിച്ചിരുന്നു. ഫ്രഞ്ചു സാഹിത്യവും തത്ത്വചിന്തയും ശൂന്യമായ ഒരിടവേളയിലാ ണെന്ന് പിയെർ പറഞ്ഞു. എലിയറ്റിനെപ്പോലെ ഫ്രഞ്ചു കവിതയെ നവീകരിച്ച ഈവ്സ് ബൊൺഫോയ് ജീവിച്ചിരിപ്പുണ്ടെങ്കിലും വയസ്സായിരിക്കുന്നു. പുതുതലമുറയുടെ കവിത ഒട്ടും പ്രതീക്ഷ നല്കുന്നില്ല. അതുകൊണ്ട് ഫ്രാൻസിനു പുറത്തു നിന്നുള്ള കവിത കളെ അവതരിപ്പിക്കുകയാണ് ഇപ്പോൾ പ്രധാനമായും ചെയ്യുന്നത്. സമകാലീന ഇന്ത്യൻ കവിതയെക്കുറിച്ച് ഫ്രഞ്ചുകാർക്ക് ഒന്നുംതന്നെ അറിയില്ല. ടാഗൂറിനെ അറിയാം. ടാഗൂറിനെക്കുറിച്ചുള്ള സംശയം നിറഞ്ഞ, ആധുനികതയോടടുത്തു നില്ക്കുന്ന കവിതകളിലൂടെ യാണ് ഇന്നു ടാഗൂർ മിക്കവാറും നിലനില്ക്കുന്നതെന്നും പിൻതല മുറക്കാർ ജീബനാനന്ദ ദാസിനെയാണ് കൂടുതൽ വലിയ കവിയായി അംഗീകരിക്കുന്നതെന്നും ടാഗൂർ എന്ന കഥാകൃത്ത് കൂടുതൽ പ്രചാരം നേടുകയാണെന്നും സുഭാഷ് മുഖോപാദ്ധ്യായ, ശക്തി ചതോപാദ്ധ്യായ, സുനിൽ ഗംഗോപാദ്ധ്യായ ശംഖോഘോഷ് എന്നി ങ്ങനെ സമകാലീന ബംഗാളി കവിതയിലെ പ്രമുഖർ ടാഗൂർ കവിത യുടെ വിമർശകരാണെന്നും ഞാനദ്ദേഹത്തെ അറിയിച്ചു. ഇന്ന് മറ്റ് ഇന്ത്യൻ ഭാഷകളിലാണ് കവിത കൂടുതൽ സമ്പന്നമെന്നും ഞാൻ പറഞ്ഞു. 'ദി ഗ്രാഫി'ന്റെ മലയാള കവിതാലക്കം അദ്ദേഹം കണ്ടി രിക്കുന്നു. ഇരുപതു വർഷം മുൻപ് ഇന്ത്യയിൽ മദിരാശി വരെ

വന്നിട്ടുണ്ടദ്ദേഹം. ദേവനാഗരി ലിപി അറിയുകയും ചെയ്യാം. പത്തു വർഷം മുൻപ് 'പോയെസി 97' ഒരു ഇന്ത്യൻ കവിതപ്പതിപ്പിറക്കിയിരുന്നു. പുതിയ ഒരിന്ത്യൻ കവിതപ്പതിപ്പിറക്കാൻ അദ്ദേഹം തല്പരനാണ്. സഹായ വാഗ്ദാനവുമായാണ് ഞാൻ പിരിഞ്ഞത്. വരും വഴി പികാസോ, സെസാൻ, വാൻഗോഗ്, ഗോഗൈൻ, കാൻഡിൻസ്കി, മീറോ തുടങ്ങിയവരുടെ പെയിന്റിംഗുകളുടെ വലിയ പ്രിന്റുകൾ വാങ്ങി.

നവംബർ 21: ഇന്ന് മൊങ്മാർത്രിൽ പോയി. 'മോങ്'(Mont) എന്നാൽ മല, ഈ പേരിന്റെ ഉത്പത്തിയെക്കുറിച്ച് തർക്കങ്ങളുണ്ട്. ചൊവ്വയുടെ ഒരു ക്ഷേത്രം ഇവിടെയുണ്ടായിരുന്നെന്ന് ഒരു കഥ. 'മോൺസ് മാർട്ടിസ്' പിന്നീട് 'മോങ്മാർത്ര്'' ആയതാണത്രെ. സാൻ ഡെന്നിസ് എന്ന പുണ്യവാളനും കൂട്ടുകാരും രക്തസാക്ഷികളായ സ്ഥലമായതിനാൽ 'രക്തസാക്ഷികളുടെ മല' എന്നർത്ഥം വരുന്ന 'മോൺസ് മാർട്ടീറം' എന്ന വാക്കിൽനിന്നാണ് ഇതുത്ഭവിച്ചതെന്നും ചിലർ പറയുന്നു. ഏതായാലും മോങ്മാർത്ര് ഇപ്പോഴും ഗ്രാമീണ സ്വഭാവം നിലനിർത്തുന്നു. കുറഞ്ഞ വാടകയും ഗ്രാമീണസൗന്ദര്യവും മൂലം കലാകാരന്മാരുടെ താവളമായി മോങ്മാർത്ര് മാറിയത് പത്തൊൻപതാം നൂറ്റാണ്ടിന്റെ മദ്ധ്യത്തിനും ഒന്നാം ലോകമഹായുദ്ധത്തിനും ഇടയ്ക്കുള്ള വർഷങ്ങളിലാണ്. ഒരു ബൊഹീമിയൻ നഗരമായാണ് ഇതറിയപ്പെടുന്നത്. പ്ലാസ്റ്റർ ഓഫ് പാരീസിന്റെ ഖനികൾ താഴെയുള്ളതുകൊണ്ട് ഇവിടെ പുതിയ കെട്ടിടങ്ങൾ കെട്ടാൻ വയ്യാത്തതിനാൽ പഴമ നഷ്ടപ്പെട്ടിട്ടില്ല. എമിലി സോളാ, തുർഗാനേവ് തുടങ്ങിയ എഴുത്തുകാരും സുറാ, ദേഗാ, വാൻഗോഗ് തുടങ്ങിയ ചിത്രകാരന്മാരും ഇവിടെയാണ് താമസിച്ചിരുന്നത്. ഇവിടെയുള്ള 'സാത്തു ലാവ്വോ' എന്ന സ്റ്റുഡിയോവിലാണ് പിക്കാസോ, ബ്രാക്, ജ്വാൻ ഗ്രീസ് എന്നീ ചിത്രകാരന്മാർ ക്യൂബിസത്തിനു രൂപം നല്കിയത്. ഒരു പഴയ പിയാനോ ഫാക്ടറിയായിരുന്നു ഇത്. ഈ സ്റ്റുഡിയോ ഇപ്പോഴുമുണ്ട്. ആദ്യം അതുണ്ടായിരുന്ന കെട്ടിടം കത്തിനശിച്ചുവെങ്കിലും പിക്കാസോ 'അവിഞ്ഞാണിലെ സ്ത്രീകൾ' എന്ന പ്രശസ്ത ചിത്രം രചിച്ചത് ഇവിടെ വച്ചാണ്. ടൂലോസ് ലൗട്രെക്കിന് പ്രചോദനം നല്കിയ മോളിൻ റൂഷ് ഇപ്പോഴും നില നില്ക്കുന്നു.

മലമുകളിലെ 'തിരുഹൃദയ പള്ളി'(Sacre Coeur)യിൽ ഞങ്ങളെത്തിയപ്പോൾ പ്രാർത്ഥന നടക്കുകയായിരുന്നു. പാരീസിലെ ഏറ്റവും ഉയർന്ന സ്ഥലമാണിത്. നഗരം മുഴുവൻ ഇവിടെ നിന്നാൽ കാണാം. മൂടൽമഞ്ഞുമൂലം അതൊരു സ്വപ്നംപോലെ തോന്നിച്ചുവെങ്കിലും. പാരീസ് കമ്മ്യൂണിന്റെ 'പാപം' കഴുകിക്കളയാനാണത്രേ ഇവിടെ

ഈ പള്ളി പണിതത്. ഇവിടേയും വർണ്ണപ്പളുങ്കുചിത്രങ്ങൾ മനോഹരമായിത്തോന്നി. 1871 മാർച്ച് 18ന് മോങ്മാർത്രിന്റെ നഗരസഭാദ്ധ്യക്ഷനായിരുന്ന് പിന്നെ ഫ്രഞ്ച് പ്രധാനമന്ത്രിയായ ഷോർഷ് ക്ലെമോങ്സോ (Deorges Clemenceau) ചോരപ്രളയം തടയാനായി ഓടിനടന്നത് ഈ പരിസരത്തിലാണ്. എന്നാൽ ആഭ്യന്തരയുദ്ധം തടയാൻ അദ്ദേഹത്തിനു കഴിഞ്ഞില്ല. ഈ കുന്നിൻമുകളിലാണ് നാഷണൽ ഗാർഡ് എന്ന വിപ്ലവസംഘം 170 പീരങ്കികൾ ശേഖരിച്ചൊരുക്കിയിരുന്നത്. അന്നത്തെ അദോൾഫ് തിയേഴ്സിന്റെ ഗവൺമെന്റ് പീരങ്കികൾ പിടിച്ചെടുക്കാൻ ജനറൽ ലാ കോംതെയുടെ നേതൃത്വത്തിൽ ഒരു സൈന്യത്തെ ഇങ്ങോട്ടയച്ചു. സൈന്യം പീരങ്കികൾ പിടിച്ചെടുത്തു. പക്ഷേ, അവ വലിച്ചുകൊണ്ടുപോകാനുള്ള കുതിരകളെ കൊണ്ടുവരാൻ മറന്നുപോയിരുന്നു. അങ്ങനെ കിട്ടിയ സമയംകൊണ്ട് രായ്ക്കുരാമാനം വിപ്ലവനേതാവായ ലൂയിമിഷേൽ ജനങ്ങളെ വിളിച്ചുകൂട്ടി. വീണ്ടും രാജാധിപത്യം വരുമെന്നു ഭയന്ന ജനങ്ങൾ ലാ കോംതെയെ തടവിലാക്കി. ഒപ്പം ജനറൽ ക്ളെമന്റ് തോമാസിനെയും. പിന്നീടവരെ വെടിവെച്ചുകൊന്നു. ഭരണകൂടം ഇതോടെ ഭയന്നു. വെഴ്സായിയിലേക്കു പിൻവാങ്ങി. 'ദ വീൽ' എന്ന ഹോട്ടലും നഗരവും അവർ വിപ്ലവകാരികൾക്കു വിട്ടുകൊടുത്തു. ഇതോടെ നാഷണൽ ഗാർഡ് കമ്മ്യൂൺ പ്രഖ്യാപിച്ചു. മേയ് 21 മുതൽ 28 വരെ വിപ്ലവകാരികളും പ്രതിവിപ്ലവകാരികളും തമ്മിൽ തെരുവുയുദ്ധം നടന്നു. ചുരുങ്ങിയത് ഇരുപതിനായിരം പേർ ഇതിൽ മരിച്ചു; പതിനായിരം പേർ വധശിക്ഷയ്ക്കോ നാടുകടത്തലിനോ വിധേയരായി. പ്രതികാരദാഹിയായ ഭരണകൂടം, ജനറൽമാരെ വിപ്ലവകാരികൾ വധിച്ച ഈ സ്ഥലത്തുവച്ചുതന്നെ ഒന്നാം ഇന്റർനാഷണലിന്റെ സ്ഥാപകരിലൊരാളായ യൂഷേൻ വാർലേയെ (Eugene Varlin) വെടിവച്ചുകൊന്നു. ഈ ചരിത്രസംഭവങ്ങളും ബ്രെഹ്റ്റിന്റെ 'കമ്മ്യൂൺ ദിനങ്ങൾ' എന്ന നാടകവും ഇവിടെ നിന്നപ്പോൾ എന്റെ മനസ്സിലൂടെ കടന്നുപോയി.

ഇപ്പോൾ മോങ്മാർത്ര് കലാകാരന്മാരുടെ വാസസ്ഥാനമാണ്. തെരുവിൽ ദരിദ്രരായ ചിത്രകാരന്മാർ സന്ദർശകരുടെ പോർട്രെയ്റ്റുകൾ വരച്ചുകൊടുക്കാൻ നിരന്നിരിക്കുമെന്നു കേട്ടിട്ടുണ്ട്. ഞങ്ങൾ ചെന്നത് നല്ല തണുപ്പും മൂടൽമഞ്ഞുമുള്ള ഒരു ദിവസമായിരുന്നതിനാൽ ഏറെപ്പേരെ കണ്ടില്ല. മോങ്മാർത്ര് സിമത്തേരി പ്രസിദ്ധമാണ്. എഴുത്തുകാരായ സോളാ, സ്റ്റെന്താൾ, ചിത്രകാരനായ ദേഗാ, സിനിമാ നിർമ്മാതാവായ ത്രൂഫോ എന്നിവരെയൊക്കെ ഇവിടെ അടക്കം ചെയ്തിരിക്കുന്നു.

മോങ്മാർത്രിൽ തന്നെയാണ് ഫ്രാൻസിലെ ആദ്യത്തെ കോൺക്രീറ്റ് പള്ളിയായ 'സാൻഷാൻ.' റോമാക്കാർ എ.ഡി. 250–ൽ പാരീസിലെ

ആദ്യബിഷപ്പായ സാൻ ഡെന്നിസിന്റെ ശിരസ്സറുത്തത് ഇവിടെയാണത്രെ. അറ്റ തലയുമായി ബിഷപ്പ് ഇപ്പോൾ സാൻ ഡെന്നിസ് പള്ളി ഇരിക്കുന്നയിടംവരെ പോയെന്നാണ് ഐതിഹ്യം.

റെമ്പ്രാ, ദുഫീ എന്നീ ചിത്രകാരന്മാർ താമസിച്ചിരുന്ന '12, റൂ കോർ തോർട്ട്' ഇപ്പോൾ മോങ്മാർത്ര് മ്യൂസിയത്തിന്റെ സ്ഥാനമാണ്. ദാദായിസ്റ്റ് കവിയും ചിത്രകാരനുമായിരുന്ന ട്രിസ്റ്റാൻ സാറായുടെ വീടും ഈ പരിസരത്തുതന്നെ. പന്ത്രണ്ടാം നൂറ്റാണ്ടിലെ ബെനെഡിക്റ്റൈൻ കോൺവെന്റിന്റെ ഏകാവശിഷ്ടമായ സാൻപിയെർ പള്ളി അതിന്റെ ഗോഥിക് സ്വഭാവം ഇപ്പോഴും നിലനിർത്തുന്നു. മുൻപ് ഇവിടെയുണ്ടായിരുന്ന റോമൻ ക്ഷേത്രത്തിന്റെ നാലു തൂണുകൾ ഇപ്പോഴും കാണാം.

മതത്തിന്റെയും കലയുടെയും ഈ കേന്ദ്രത്തിനു തൊട്ടുതന്നെയാണ് പാരീസിന്റെ പാപനഗരിയായറിയപ്പെടുന്ന 'പ്ലാസ് പിഗാൾ' റെഡ്‌ലൈറ്റ് ഏരിയകളും സെക്സ് ഷോപ്പുകളും കാബറേകളും നിറഞ്ഞ ഈ സ്ഥലം പാരീസിലെ നിശാജീവിതത്തിന്റെ തലസ്ഥാനമത്രേ.

സന്ധ്യയായാൽ പാരീസിന്റെ സ്വഭാവം മാറുന്നതായാണ് ഞങ്ങൾക്കനുഭവപ്പെട്ടത്. യാചകരെ ട്യൂബ്സ്റ്റേഷനുകളിലും തെരുവുകളിലും പകലും കാണാമെങ്കിലും ഇരുട്ടായിത്തുടങ്ങിയാൽ ചൂളമടിച്ച് ഇരകളെ കാത്തുനില്ക്കുന്ന ലൈംഗികപ്രവർത്തകരെ കാണാം. ചുവരുകളിലും ടെലിവിഷനിലും നിശാകേന്ദ്രങ്ങളുടെ ടെലിഫോൺ നമ്പറുകളുടെ പരസ്യങ്ങൾ സുലഭം. ടെലിവിഷനിലോ പരസ്യങ്ങളിലോ എന്തെങ്കിലും തരം സെൻസർഷിപ്പ് ഉള്ളതായി തോന്നിയില്ല. 'ലെസ്ബിയൻ' ക്ലബ്ബുകളുടെയും 'ഗേ' ക്ലബ്ബുകളുടെയും പരസ്യങ്ങൾ ധാരാളം. ചെലവു കുറഞ്ഞതും കൂടിയതുമായ നൈറ്റ് ക്ലബ്ബുകളുടെ വിവരങ്ങൾ ടൂറിസ്റ്റ് ഗൈഡുകളിൽ തന്നെയുണ്ട്.

നവംബർ 22: തലേന്നു രാത്രി തിരിച്ചെത്തിയപ്പോൾ ഒരു സുപ്രിയോ മുഖർജി വിളിച്ചതായി സന്ദേശമുണ്ടായിരുന്നു; തിരിച്ചുവിളിക്കാനും ആവശ്യപ്പെട്ടിരുന്നു. ഓപ്പെറായുടെ അടുത്തുള്ള ബ്രെൻറൺ ബുക്ഷോപ്പിൽ ചെല്ലുവാനായിരുന്നു സന്ദേശം. അദ്ദേഹത്തെക്കുറിച്ച് തലേന്ന് 'പോയെസി'യുടെ പത്രാധിപർ പറഞ്ഞിരുന്നതുകൊണ്ട് ചെന്നുകാണാമെന്നു കരുതി. രാവിലത്തെ തണുപ്പിൽ പ്രായം കൂട്ടാക്കാതെ മുഖർജി ബ്രെന്റണ് മുൻപിൽ കാത്തുനില്പുണ്ടായിരുന്നു. ലോകകവിതയെക്കുറിച്ച് നല്ല പിടിപാടുള്ളയാൾ. എന്റെ കവിതകളുടെ കിട്ടാവുന്ന പരിഭാഷകളൊക്കെ വായിച്ചിരി ക്കുന്നു. പോൾ എലാദിന്റെയും ലൂയി അരഗങ്ങിന്റെയും ഉറ്റമിത്രമായിരുന്നു. പല പതിറ്റാണ്ടായി പാരീസിൽ. ഒരുകാലത്ത് അരുൺ മിത്രയോടൊപ്പം

ബംഗാളിൽ പ്രഖ്യാതനായ കവിയാണ് സുപ്രിയോ. ഇപ്പോഴും കവിത യെഴുതുന്നു. ബൽജിയത്തിൽ നടക്കാനിരിക്കുന്ന ലോകകവിസമ്മേ ളനത്തിന് ചെല്ലണമെന്നദ്ദേഹം അഭ്യർത്ഥിച്ചു. തിരക്കുകളില്ലെങ്കിൽ ചെല്ലാമെന്ന് ഞാനേറ്റു. കോഴിക്കോട് സർവകലാശാലയിലെ ഹിന്ദി വകുപ്പിലെ ജി. ഗോപിനാഥൻ ഹോണോലുലുവിൽനിന്ന് തിരിച്ചു വരും വഴി അവിടെയെത്തുമെന്ന് സുപ്രിയോ പറഞ്ഞു. ഗോപി നാഥന്റെ സഹായത്തോടെ അദ്ദേഹം ഫ്രഞ്ചു ഭാഷയിൽ ഒരു മല യാള കവിതാസമാഹാരം തയ്യാറാക്കുന്നു. ഫ്രഞ്ചു പ്രസാധകർ ക്കിടയിൽ നല്ല സ്വാധീനമുണ്ടദ്ദേഹത്തിന്. എഴുത്തുകാർക്കെല്ലാം അറിയുകയും ചെയ്യാം. സാധാരണ ബംഗാളികളുടെ സങ്കുചിതത്വ ത്തിൽനിന്ന് തീർത്തും മുക്തൻ. ബംഗാളികളുടെ കൊളോണിയൽ സ്വഭാവത്തെ പരിഹസിക്കുകയും ചെയ്യും. എനിക്ക് ദക്ഷിണേന്ത്യൻ ഭക്ഷണം വാങ്ങിത്തരാനായി അദ്ദേഹം പല ബസ്സുകൾ കയറി എന്നെ പോണ്ടിച്ചേരിക്കാരുടെ കേന്ദ്രമായ വടക്കൻ പാരീസിൽ - ഗാർദ് ദു നോർദിൽ - കൊണ്ടുപോയി. പെട്ടെന്ന് തമിഴ് നാട്ടിലെത്തിപ്പെട്ട പ്രതീതിയായിരുന്നു; തമിഴിലുള്ള ബോർഡുകൾ, സാരിക്കടകൾ, തെന്നിന്ത്യൻ ഭക്ഷണക്കടകൾ. മസാലദോശയും ഉഴുന്നുവടയും സേമിയ പായസവും വാങ്ങിത്തന്ന് ഏറെ നേരം കവിതയുടെ അവസ്ഥ ചർച്ച ചെയ്ത് ലൂവ്രിലേക്ക് യാത്രയയയ്ക്കുമ്പോൾ (ലൂവ്ര് രണ്ടു തവണയായിട്ടാണ് ഞാൻ കണ്ടത്.) ചെന്നയുടൻ ഫോൺ ചെയ്യാ മെന്ന് ഞാൻ വാഗ്ദാനം ചെയ്തു. മറക്കാനാവാത്ത ഊഷ്മളതയുള്ള മനുഷ്യൻ.

വൈകിട്ട് ഇവ്റിയിലെ അന്ത്വാൻ വിറ്റെസ് തിയേറ്ററിൽ ഇന്ത്യ യിൽനിന്നുള്ള കവികളുടെ വായന. തിയേറ്റർ നിറഞ്ഞിരിക്കുന്നു. ടിക്കറ്റു വച്ചായിരുന്നിട്ടും ഇവരെല്ലാം കവിത കേൾക്കാൻ വന്ന വരാണോ; അതോ കവിതയെത്തുടർന്നുള്ള കഥക് നൃത്തം കാണാ നെത്തിയവരോ? കവിതയ്ക്കുതന്നെ. പലരും കവിതവായനാസെഷൻ കഴിഞ്ഞ് സ്ഥലം വിടുന്നതു കണ്ടു. വാലെന്താനിൽ കേട്ട് അതേ അഭിപ്രായങ്ങൾ ഇവിടെയും കേട്ടു. വായന കഴിഞ്ഞ് വിടപറയാ നുള്ള അത്താഴവിരുന്ന്. പാട്ടും നൃത്തവുമായി രാവിലെ മൂന്നുമണി വരെ ഉറക്കമൊഴിച്ച് കൊടുംതണുപ്പിൽ തിരിച്ചെത്തുമ്പോൾ മടക്ക യാത്രയെക്കുറിച്ചുള്ള ഉൽക്കണ്ഠകളായിരുന്നു.

നവംബർ 23: ഇന്ന് അല്പം വിശ്രമവും സുഹൃത്തുക്കൾക്കും സഹപ്രവർത്തകർക്കും ചെറിയ സമ്മാനങ്ങൾ വാങ്ങലും മാത്രം. ഇവിടെ കിട്ടിയ ഒഴിവുസമയങ്ങളിലൂടെ പുതിയ കവിത മുക്കാലും എഴുതിക്കഴിഞ്ഞിരിക്കുന്നു - പ്രണയത്തെയും മരണത്തെയും സാന്നി ദ്ധ്യത്തെയും അസാന്നിധ്യത്തെയും കുറിച്ചൊരു കവിത. 'അപൂർണ്ണം'

എന്ന് ഞാനതിനു പേരുകൊടുക്കുന്നു. സാക്ഷാത്കാരത്തിന്റെ അസാധ്യതയാണല്ലോ കേന്ദ്രപ്രമേയം. 'മലയാള'ത്തിനുശേഷം ഇത്രയും ആവിഷ്ടനായി ഞാനൊരു കവിത എഴുതിയിട്ടില്ല. ഇത് ഒന്നാമത്തെ രൂപം മാത്രം. ഇനിയും അതിൽ പണിയണം. ഡൽഹി യിലെ തിരക്കുകൾക്കിടയ്ക്ക് തണുത്ത വെളുപ്പാൻകാലങ്ങളിൽ നിശ്ശബ്ദതയിലിരുന്ന് രാകുകയും മിനുക്കുകയും വേണം.

വിശ്വനാഥൻ വീട്ടിൽ ഒഗുസ്താൻ കാത്തിരിക്കുന്നു. കടുത്ത മൂടൽമഞ്ഞിൽ വണ്ടി കയറി പ്ലാസ്-ദ്-ഇറ്റലിയിലെത്തി. ഏറെ അലഞ്ഞ് വീടും റോഡും കണ്ടുപിടിക്കാൻ കഴിയാതെ ഇംഗ്ലീഷിൽ ചോദിച്ചാലും ഫ്രഞ്ചിൽ ഉത്തരം തരുന്നവരോട് പിണങ്ങി മുറിയിൽ തിരിച്ചെത്തി. ഉച്ചയ്ക്ക് കനകയെ യാത്രയയയ്ക്കാൻ ഉദയൻ പോയി രുന്നു. ഇപ്പോഴിതാ ഫോൺ. ബോംബെയ്ക്കുള്ള വിമാനം പോയില്ല. പല വിമാനങ്ങളും മൂടൽമഞ്ഞുമൂലം പോയില്ലെന്നറിഞ്ഞു. പിറ്റേന്നും അങ്ങനെയാകാതിരിക്കട്ടെ. രാത്രി മയങ്ങാൻ തുടങ്ങുമ്പോഴേക്കും ഓരോരുത്തരായി യാത്ര പറയാൻ വിളിച്ചുകൊണ്ടിരുന്നു. ജ്ഞാന ക്കൂത്തനും കണിമൊഴിയും പോകുന്നു. തേജിഗ്രോവറും പ്രതിഭാ നന്ദകുമാറും കോപ്പൻ ഹെയ്ഗനിൽനിന്നു വിളിക്കുന്നു. അവർ അവിടെ കുടുങ്ങിയിരിക്കുകയാണ്. ദില്ലി വിമാനം വൈകിയതിനാൽ.

നവംബർ 24: തെളിഞ്ഞ പുലരി, മൂടൽമഞ്ഞിന്റെ ഓർമ്മപോലു മില്ല. ഷാൾ-ദ്-ഗോൾ വിമാനത്താവളത്തിലേക്ക് കൊണ്ടുപോകുന്ന ചൈനക്കാരൻ ഡ്രൈവർക്ക് നല്ല ഉത്സാഹം. സാങ്കേതിക തകരാറു മൂലം രണ്ടുമണിക്കൂർ വൈകിയെങ്കിലും വിമാനം പോകുന്നുണ്ട്.

ഇപ്പോൾ മേഘങ്ങൾക്കിടയിലിരുന്ന് ഞാൻ ഉദയനെ ഈവ്സ് ബോൻഫ്വായുടെ കവിത വായിച്ചുകേൾപ്പിക്കുകയാണ്.

"നീ പൊട്ടിക്കുന്ന റൊട്ടി പോലെയാണ് ഞാൻ
നീ പൂട്ടുന്ന തീ പോലെ, മരിച്ചവരുടെ ഭൂമിയിൽ
നിന്നോടൊപ്പം പോകാനിരിക്കുന്ന പവിത്രമായ ജലംപോലെ
നിനക്കുവേണ്ടി തുറമുഖത്തെയും വെളിച്ചത്തെയും
പഴുപ്പിച്ചുപാകമാക്കിയ കടൽനുരപോലെ
തീരങ്ങൾ മായ്ച്ചുകളയുന്ന സായാഹ്നപ്പക്ഷിപോലെ
അതിലും തണുത്ത വേഗമാർന്ന, സാന്ധ്യമാരുതൻ പോലെ."

(1997)

യൂറോപ്യൻ യാത്രാനുഭവങ്ങളാണ് കാവ്യവിഷയം. എന്നാൽ അവ സ്ഥലാനുഭവങ്ങളെക്കാൾ കാലാനുഭവങ്ങളാണെന്ന് സൂക്ഷിച്ചുവായിച്ചാലറിയാം. കവിതകൾ സമർപ്പിച്ചിരിക്കുന്നത് കവികളുൾപ്പെട്ട സുഹൃത്തുക്കൾക്ക്.

മരിച്ച മകനെ.... നിന്നാണ് 'പിയെത്ത,' പ്രശസ്ത ശില്പം, മറിയത്തിന്റെ വിലാപം ഇവിടെ നൂറ്റാണ്ടിനുവേണ്ടിയുള്ള വിലാപമായി മാറുന്നു.

അലെക്സാ സാന്തിച്ച്: യൂഗോസ്ലാവിയയിൽ ബോസ്നിയൻ കവിതയുടെ 'കുമാരനാശാ'നായ മഹാകവി (1868–1924).

ഫോസ്റ്റിന്... വന്നിറങ്ങും: മെഫിസ്റ്റോഫിലിസ് എന്ന ചെകുത്താന് ആത്മാവു വിറ്റ ഡോക്ടർ ഫോസ്റ്റസ്സിന്റെ കഥ. ഫോസ്റ്റസ്സിന്റെ അന്ത്യാഭിലാഷം ട്രോയിയിലെ ഹെലനെ കാണുകയായിരുന്നു.

ഗെഥേയുടെ ജർമ്മൻ കാവ്യനാടകവും മാർലോവിന്റെ ഇംഗ്ലീഷ് കാവ്യനാടകവും ഓർക്കുക. ഫ്രാങ്ക്ഫർട്ട് നഗരത്തിന്റെ യാന്ത്രിക ഭീകരതയാണ് പ്രമേയം.

ഒൻപതാം സിംഫണി: ബിഥോവന്റെ സംഗീതരചന, ആധാരം ജർമ്മൻ കവി ഷില്ലറുടെ 'ഓഡ് ടു ജോയ്' ആണ്.

ഹിറ്റ്ലറുടെ കൈകൾ: വളരുന്ന സേച്ഛാധിപത്യത്തിന്റെ സൂചന.

റോം, മഴയിൽ

(താസോസ് ഡി നെഗ്രിസ്സിന്)

റോമിലെ മഴ ഉത്ഭവിക്കുന്നത്
മരിച്ച മകനെ മടിയിൽ കിടത്തിയ
മറിയത്തിന്റെ കണ്ണുകളിൽനിന്നാണ്.
പുറപ്പാടിന്റെ കാൽപാടുകൾ മഴയിലലിയുന്നു
വഴി കാട്ടിയ നക്ഷത്രങ്ങൾ
പ്രളയത്തിൽ മുങ്ങിമരിക്കുന്നു
കൊളോസ്സിയത്തിനു മുകളിൽ ഒരു കാക്ക
മനുഷ്യന്റെ അവസാനത്തെ നൂറ്റാണ്ടറിയിക്കുന്നു
സെന്റ് പീറ്റർ ദേവാലയത്തിനു മുകളിലൂടെ
ഒരു ബോംബർ വിമാനം ചീറിപ്പായുന്നു.

(റോം, 1985 മെയ്, 8)

നിശാസന്ദർശക
(യോസിപ് ഓസ്തിക്ക്)

ഉണർന്നുനോക്കുമ്പോൾ
മുറിയിലവശേഷിച്ചത് ഇവ മാത്രം:
ഒരു പേഴ്സ്യൻ വീഞ്ഞുകോപ്പയിൽ
വസന്തജ്വരത്താൽ തുടുത്ത
മിലാക്കാനദിയുടെ ഒരല
ട്രെമ്പേവിച്ച് മലയുടെ
ഹേമന്തം വെള്ളിയിൽ
പൊതിഞ്ഞെടുത്ത
ദേവതാരുവിന്റെ ഒരില
പ്രണയകവിത തുന്നിയ
തുർക്കിത്തൂവാലയിൽ പൊതിഞ്ഞ
ഓസ്ത്രിയൻ മുദ്രയുള്ള
കുറച്ചു നാണയത്തുട്ടുകൾ
സ്വസ്തികാചിഹ്നമുള്ള
വെണ്ണക്കൽ മേശമേൽ
കുട്ടികളുടെ അസ്ഥികളാൽ
തീർത്ത മിനാരത്തിന്റെ മാതൃക
കണ്ണീരിൽ കുതിർത്ത
ഒരു ചെങ്കൊടിത്തുണ്ടിൽ പതിഞ്ഞ
യേശുവിന്റെ യുവരൂപം
ചുളിഞ്ഞ വിരിപ്പിൽ ചെറിപ്പൂക്കളുടെ
സുഗന്ധമുതിർക്കുന്ന
കറുത്ത മുടിയിഴകൾ
മുറി നിറയെ പൈൻമരങ്ങളുടെ
സൗരഭ്യമാർന്ന ഉച്ഛ്വാസവായു
ആരായിരുന്നു രാത്രിയിലെ സന്ദർശക?
സ രാ യെ വോ.

(ഹോട്ടൽ യൂറോപ്പാ, സരായെവോ, മെയ് 8)

വീഞ്ഞിന്നൊരു സ്തോത്രം

(ഇസെത് സരായ്‌ലിച്ചിന്)

വീഞ്ഞു ദൈവത്തിന്റെ ഹൃദയത്തിലായിരുന്നു
മുന്തിരി സൃഷ്ടിച്ചപ്പോൾ അതവൻ
സ്നേഹത്തോടെ മണ്ണിലേക്കു പകർന്നു
ഓരോ കോപ്പയും ചുണ്ടോടടുപ്പിക്കുമ്പോൾ
നാം ഭൂമിയെ ഉമ്മവയ്ക്കുന്നു
ഓരോ തുള്ളിയും രക്തത്തിലെത്തി
കിളികളായി പാടുന്നു
നമ്മെ വസന്തത്തിന്റെ വൃക്ഷങ്ങളാക്കിക്കൊണ്ട്,
നമ്മുടെ കൈകൾ പുഷ്പിക്കുന്നു.
ഇലകളിൽ കാറ്റു പ്രണയം മന്ത്രിക്കുന്നു
നമ്മുടെ വേരുകൾ സഞ്ചരിച്ചുകൊണ്ടേയിരിക്കുന്നു.
വേനലുകളും നരകങ്ങളും യുദ്ധങ്ങളിൽ
മരിച്ചവരുടെ അസ്ഥികളും
കുഴിച്ചു മൂടപ്പെട്ട സ്വപ്നങ്ങളും പിന്നിട്ട്
മനുഷ്യരെയെല്ലാമൊന്നിപ്പിക്കുന്ന
മാന്ത്രികജലത്തിന്റെ ഉറവ കാണുംവരെ.
അയൽക്കാരനുവേണ്ടി ഉയർത്തപ്പെടുന്ന
ഓരോ കോപ്പയും
വെള്ളം വീഞ്ഞാക്കിയവന്നുള്ള
ഒരു പളുങ്കുസ്തോത്രം.

(ഹോട്ടൽ സെൻട്രൽ, സാരായെവോ, മെയ്, 10)

ജിപ്സികൾ

(അമേലാ സിമിച്ചിന്)

പണ്ട് ഒരു മഹാഗണി വൃക്ഷം
ഒരു ജിപ്സിപ്പെൺകൊടിയുമായി പ്രണയത്തിലായി.
ജിപ്സി പറഞ്ഞതിത്രമാത്രം:

"വേരുകളുള്ളവർ കാറ്റും മഴയും വരുമ്പോൾ
സ്വന്തം തടവറയിലേക്കുതന്നെ കടപുഴങ്ങി വീഴുന്നു.
ഞങ്ങളോ കൂണുകൾ, മഴയിൽ നിന്നു വരുന്നവർ,
വീണടിഞ്ഞ പ്രതാപികളുടെ അവശിഷ്ടങ്ങൾക്കുമേൽ
പറ്റിപ്പിടിച്ചു വളരുന്നവർ.
കാറ്റ് ഞങ്ങളുടെ വിത്തുകൾ ഭൂമിയാകെ ചിതറുന്നു
അതിർത്തികളെയെല്ലാമതിജീവിച്ച്
ഞങ്ങൾ ഭാവിയിലേക്കൊഴുകുന്നു,
പുഴകളെപ്പോലെ, പാസ്പോർട്ടില്ലാതെ."

(ഹോട്ടൽ മൊസ്താർ, മൊസ്താർ, മെയ് 11)

കവിപ്രതിമ

(ഹുസൈൻ താമിഷിച്ചിന്)

കവിയുടെ പ്രതിമതീർക്കാൻ
ഏറ്റവുമുറപ്പുള്ള ലോഹമേതാണ്?
സ്വന്തം മാംസം.
മാംസം മരിച്ചുപോവില്ലേ?
ജരാനരകളുടെ അന്ത്യത്തിൽ
പുതിയ മനുഷ്യർ കാത്തുനില്പ്പുണ്ട്.
അവർ അവരുടെതന്നെ പ്രതിച്ഛായയിൽ
അതിനെ വീണ്ടും നിർമ്മിക്കും.
കവിയുടെ പ്രതിമ തീർക്കാൻ
ഏറ്റവും വിദഗ്ദ്ധനായ ശില്പിയാരാണ്?
സ്വന്തം കാലം.
കാലം മാറിപ്പോവില്ലേ?
ഓരോ ദശയും സ്വന്തം
ഉണർച്ചകളുടെ തീയിൽ
അതിനെ ഉരുക്കി വാർക്കും.
കവിപ്രതിമയുടെ ആകാരമെന്താണ്?
ജലത്തിന്റെ ആകാരം.
ജലം നിരാകാരമല്ലേ?

മഴയും പുഴയും കുളവും
കിണ്ണവും മുകിലും കടലും
ജലത്തിന്റെ രൂപാന്തരങ്ങൾ.
കവിപ്രതിമയുടെ വർണ്ണമെന്താണ്?
ഇല്ലായ്മയുടെ വർണ്ണം.
ശൂന്യത വിവരണമല്ലേ?
അത് പ്രകാശത്തിൽ വെളുപ്പും
ഇരുട്ടിൽ കറുപ്പും
ആഴത്തിലും ഉയരത്തിലും
നീലയുമാകുന്നു.
ലിംഗമില്ലാത്തതിനാൽ അത്
ആണിന്റെയും പെണ്ണിന്റെയും
മൂർച്ഛകളറിയുന്നു
വിയർപ്പിൽ ഉപ്പും വീഞ്ഞിൽ ചവർപ്പും
പഴത്തിൽ മധുരവും
കണ്ണിൽ കാഴ്ചയുമായി
അതിന്റെ രുചി മാറുന്നു
വികാരമില്ലാത്തതിനാൽ സകല
ഖേദാഹ്ലാദങ്ങളും അതിന്റേത്.
അറിവില്ലാത്തതിനാൽ എല്ലാ അറിവും
അതിൽ വന്നു നിറയുന്നു
അർത്ഥരഹിതമാകയാൽ
അതിന്റെ അർത്ഥം അനന്തം.
അതിന്റെ ഊരും പേരും
വെറും അടയാളങ്ങൾ.
ഇഷ്ടമുള്ള പേര് നമുക്കതിന്നിടാം.
അലെക്സാ സാന്തിച്ച്?
എങ്കിലങ്ങനെ.

(സാന്തിച്ച് പ്രതിമയ്ക്കു മുന്നിൽ, മൊസ്താർ, മെയ് 11)

---

* യൂഗോസ്ലാവിയയിൽ ബോസ്നിയൻ കവിതയുടെ 'ആശാനായ' മഹാകവി (1868–1924)

പാലം

(നടാഷാ മരിയനോവിച്ചിന്)

നടാഷാ മരിയനോവിച്ച്
എന്റെ കൃഷിക്കാരനായ അച്ഛൻ
മരങ്ങളോടു സംസാരിക്കുമായിരുന്നു
നടാഷാ മരിയനോവിച്ച്
എന്റെ അമ്മ മുറിവുകളുണക്കാൻ
മരിച്ചവരെ വിളിച്ചുണർത്തുമായിരുന്നു
നടാഷാ മരിയനോവിച്ച്
എന്റെ ബാല്യം ആട്ടം തീരും മുൻപേ
ഊഞ്ഞാലിൽനിന്നു വീണു മരിച്ചു
നടാഷാ മരിയനോവിച്ച്
എന്റെ കുട്ടികൾ വീട്ടുകുളത്തിലെ
മീനുകളുടെ ഭാഷ മറന്നു
നടാഷാ മരിയ നോവിച്ച്
എനിക്കെന്റെ മരിച്ച മുത്തച്ഛനോടൊരു
കടങ്കഥ പറയണം
നടാഷാ മരിയനോവിച്ച്
ഈ ചെറിമരം ആത്മഹത്യ ചെയ്ത
എന്റെ സഹോദരിയാണ്

നടാഷാ മരിയനോവിച്ച്
ബീച്ചുമരത്തിൽ നിലവിളിക്കുന്ന കാറ്റ്
ഭ്രാന്തുപിടിച്ച എന്റെ സ്നേഹിതനാണ്
നടാഷാ മരിയനോവിച്ച്
ചെസ്റ്റ്നട്ടിൽ ഒരു വെള്ളപ്പൂങ്കുല
എന്റെ നെഞ്ചിൽ വയ്ക്കൂ പക്ഷിയെപ്പോലെ
എന്റെ തോളിലിരിക്കുന്ന
നിന്റെ കൈ പറിച്ചു മാറ്റൂ.
പാലത്തിൽനിന്നു ഞാനിതാ
നിലാവിനോടൊപ്പം ചാടുന്നു,
താഴേക്ക്, തണുത്തനാഥമായൊഴുകുന്ന
എന്റെ പച്ചച്ച ഇന്ത്യൻ ബാല്യത്തിലേക്ക്.

(പഴയ തുർക്കിപ്പാലം, മൊസ്താർ, മെയ്, 12)

നാം ദ്വീപുകളിൽ ജീവിക്കുന്നു
(ഡൊറോട്ടാ ക്രോഷ്യലേവ്സ്കായ്ക്ക്)

‘**നാ**മെന്തിനാണിവിടെ പൂക്കളർപ്പിക്കുന്നത്?
പൂക്കളുടെ സ്പർശം മരിച്ച കുട്ടികളെ
ഉയിർത്തെഴുന്നേല്പിക്കുമോ?
കിളികളുടെ പാട്ടിൽ തടവറകൾ
താനേ തുറക്കുമോ?’ ഡൊറോട്ടാ,
അവശിഷ്ടങ്ങളിലൂടെ വീശിപ്പോകുന്ന
ചാരനിറമാർന്ന ഒരു കാറ്റാണ്
നമ്മുടെ ജീവിതം.
ഒരു കപ്പൽച്ചേതത്തിന്റെ
ഓർമ്മകളിലള്ളിപ്പിടിച്ച്
സഹോദരരുടെ ശവങ്ങൾ ഭക്ഷിച്ചു നാം
പല ദ്വീപുകളിലെത്തിച്ചേർന്നു.
തീപ്പിടിച്ച ഒരു പക്ഷിയുടെ വാലാണ്
നമ്മുടെ ഹ്രസ്വമായ പകൽ.
രാത്രികളുടെ ഇലകൾ തിന്ന്
മരണം വീണ്ടും പുലരിയുടെ
പട്ടുതൂവൽ നെയ്യുന്നു

നാം ദ്വീപുകളിൽ ജീവിക്കുന്നു
കല്ലറകൾക്കകത്ത് രക്തസമുദ്രങ്ങൾ
തിരയടിക്കുന്നു കിളികളുടെ
തൊണ്ടയിലൂടെ സംസാരിക്കുന്നത്
ഞെരിച്ചു കൊല്ലപ്പെട്ട കുട്ടികളാണ്.
മോശേ, ദാവീദ്,
യാക്കോവ്, എസ്തർ...
താരാട്ടുകൾക്കുള്ളിൽ നാം
യുദ്ധഗാനങ്ങളൊളിച്ചു കടത്തി
കളിപ്പാട്ടങ്ങൾക്കു പകരം
പോർവിമാനങ്ങൾ സമ്മാനിച്ചു
നാം ദ്വീപുകളിൽ ജീവിക്കുന്നു
നമ്മുടെ ചുംബനങ്ങൾ പരസ്പരം
പൊട്ടിത്തെറിപ്പിക്കുന്നു
നൃത്തരംഗത്തിലെ ദൈവം
യുദ്ധരംഗങ്ങളിൽ ആരാച്ചാരാവുന്നു
മുറിഞ്ഞുപോയ കാൽമുട്ടുകളിൽനിന്ന്
തളിരുകൾ വിടരുന്നു
നമ്മുടെ കഥയിലെ ഋതുക്കളിലെല്ലാം
ഭയം നിറഞ്ഞുനില്ക്കുന്നു
വസന്തം വരുന്ന വഴിയേതന്നെയാണ്
പീരങ്കികളും വരുന്നത്
നാം ദ്വീപുകളിൽ ജീവിക്കുന്നു
ഡൊറോട്ടാ, നമ്മുടെ വാക്കുകൾ
ശവം മാത്രം വലിച്ചുകൊണ്ടുവരുന്നു
നമ്മുടെ ഭാഷ കത്തിയെരിയുന്ന
ഒരു വീടാണ് - സംഗീതം പണ്ടേ
അതിൽനിന്ന് പൊള്ളിയ
പാടുകളുമായി പുറത്തു ചാടി.
നമ്മുടെ വസന്തം പ്രവചനങ്ങൾ
വറ്റിപ്പോയ മലകളിൽ
അവശേഷിക്കുന്ന ഇരകളുടെ
നെടുവീർപ്പാണ്

ഈ ലൈലാക്കുപുഷ്പങ്ങളെച്ചൂണ്ടി
നമ്മുടെ കൈകളിലെ ചോര
മറക്കാനെന്നോടു പറയരുതേ;
ഇവയത്രയും കുഴിച്ചുമൂടപ്പെട്ട
യുവാക്കളുടെ കണ്ണുകളായിരുന്നു.
ഡൊറോട്ടാ,
നാം പൂക്കളർപ്പിക്കുന്നത്
നമ്മുടെ തന്നെ മരിച്ച
ഹൃദയങ്ങൾക്കു മീതേയണ്.

(പാക്കായിലെ യുദ്ധസ്മാരകം. മെയ്, 12)

മലമുകളിൽ
(ഹെലെൻ ക്നോപ്പർക്ക്)

മലമുകളിൽ ജീവിതം സഹനീയമാവുന്നു
താഴെ ഒരിക്കലുമറിഞ്ഞിട്ടില്ലാത്ത ഈ ലാഘവം
നമ്മെ മേഘങ്ങളാക്കുന്നു.
നീ കുഞ്ഞുങ്ങളില്ലാത്ത ദുഃഖം മറന്നുപോകുന്നു,
ഞാൻ കുഞ്ഞുങ്ങളുള്ള ദുഃഖവും.
ജിപ്സിയുടെ പച്ചകുത്തിയ കൈത്തണ്ടപോലെ
ഒരു മലമ്പാത താഴേക്കു നീളുന്നു
താഴ്വരയുടെ സൗരഭ്യങ്ങൾ കോരിയെടുത്തു
തിരിച്ചെത്തുന്നു.
വലതുവശത്തുകൂടി ഇറങ്ങിയാൽ നാം
നഷ്ടപ്പെട്ട പറുദീസായിലെത്തും
ഇടതുവശത്തുകൂടി ഇറങ്ങിയാൽ
മരിച്ചവരുടെ താഴ്വാരത്തിൽ.
നാമിവിടെ ഒരൈതിഹ്യത്തിനകത്താണ്
നീതി തേടിപ്പോയ സവാരിക്കാരും
കാമുകിയെ മോചിപ്പിക്കാൻ പോയ
സാഹസികരും പാറകളായി
ചുറ്റും നില്ക്കുന്നു.

സവാരി ചെയ്തിരുന്ന കവിതയെ
ഒരരളിമരത്തിൽ കെട്ടിയിട്ട്
നാം രാക്ഷസനെത്തേടുന്നു,
അവൻ പിന്നിൽ നിന്ന്
മഞ്ഞുകാറ്റായി വന്ന് നമ്മെത്തൊടുന്നു,
ആ നിമിഷം നാം വിറച്ചുവിറച്ചു വൃദ്ധരാകുന്നു.
അസ്തമയസൂര്യന്റെ സുവർണ്ണമുരളി
ഹിമവാനെക്കുറിച്ചു പാടുന്നു
ജന്മങ്ങൾക്കപ്പുറത്തെ ശാന്തി
പച്ചയുടെ സമുദ്രമായി നമ്മെപ്പൊതിയുന്നു
നാമിപ്പോൾ മേരുവിലെ രണ്ടു ഋഷികളാണ്.

(ടെബ്രേവിച്ച് മലമുകളിൽ, മെയ് 13)

നദികളുടെ ഉത്സവം

(ഡേവിഡ് ഹാർസെന്റിന്)

ഇങ്ങനെയാണ് നദികൾ ജനിക്കുന്നത്
ഒരു ദിവസം കുന്നിൻപുറം കഴച്ചു പിളരുന്നു.
വാൽനക്ഷത്രംപോലെ ഒരുറവ പുറത്തു ചാടുന്നു
അവനോടൊപ്പം തിരിച്ചുവരുന്നു,
മൺമറഞ്ഞ നഗരങ്ങൾ
ദിനോസറുകളുടെ ഭീമൻ പ്രണയങ്ങൾ,
ആണ്ടുപോയ മഹാവൃക്ഷങ്ങൾ,
ഗോത്രദൈവങ്ങൾ, ആദം, ഹവ്വ,
നഷ്ടസ്വർഗ്ഗം, വിലക്കപ്പെട്ട വെളിച്ചം,
ഇതിനു മുൻപുണ്ടായിരുന്ന
പ്രപഞ്ചത്തെക്കുറിച്ച്
ദൈവത്തിന്റെ ഓർമ്മ.
ഇവനു ചുറ്റും തുള്ളിച്ചാടുന്ന കുട്ടികൾ
ഒരു ബീച്ചുവൃക്ഷത്തിനും
ഒരു പാറക്കെട്ടിനുമിടയിൽ
ഉൽപത്തിയുടെ രഹസ്യം
കണ്ടെത്തിയിരിക്കുന്നു.

ഉറവയുടെ സ്വർണ്ണം
ജ്ഞാനികൾ അരിച്ചെടുക്കുന്നു:
മൂശയിൽ ഒരു പുതിയ സൗരയൂഥം,
പുതിയ വസന്തം, പുതിയ ക്രിസ്തു.
നമുക്കു വീണ്ടും ക്രൂശിക്കുവാൻ.

(ബോസ്നിയൻ ഉറവയിൽ, മെയ്, 14)

ഫ്രാങ്ക്ഫർട്

(ജോൺ കെൻഡ്രിക്കിന്)

മെഫിസ്റ്റോ ഇപ്പോൾ
ഏതാഗ്രഹവും സാധിച്ചുതരുന്ന
ഒരു യന്ത്രമാണ്
ഫോസ്റ്റിന് ഒരു ബട്ടണമർത്തിയാൽ മതി,
ഹെലൻ ബി.സി. യിൽനിന്ന് നേരേ വന്നിറങ്ങും.
യന്ത്രത്തോഘത്തിയ പൊലീസുകാർ
ഒൻപതാം സിംഫണി മൂളുന്നു
ഷില്ലർ പ്രകീർത്തിച്ച ആനന്ദം
കടയിലിരുന്നു കടാക്ഷിക്കുന്നു:
പ്രത്യേകം മൃദുവാക്കപ്പെട്ട ഒരു റബ്ബർകാമുകി.
ലോകത്തെ എല്ലാ ക്ലോക്കുകൾക്കും
ഹിറ്റ്ലറുടെ കൈകൾ,

(ഫ്രാങ്ക്ഫർട്, മെയ്, 15)

അപൂർണ്ണം

പ്രണയത്തെയും മരണത്തെയും
സാന്നിദ്ധ്യത്തെയും
അസാന്നിധ്യത്തെയും കുറിച്ചൊരു കവിത.
'അപൂർണ്ണം' എന്ന് ഞാനതിനു
പേരുകൊടുക്കുന്നു.

...Imperfection is the summit
-Yves Bonnefoy

സാക്ഷാത്കാരത്തിന്റെ അസാധ്യതയാണല്ലോ
കേന്ദ്രപ്രമേയം.

ഭാഗം ഒന്ന്

സാന്നിദ്ധ്യം

സ്റ്റോക്ഹോം, ഒക്ടോ. 3-21

നീ എവിടെനിന്നു വന്നു
ഞാൻ എവിടെനിന്നു വന്നു
നാം എവിടെനിന്നു വന്നു, പ്രിയപ്പെട്ടവളേ,
മേപ്പിളിന്റെ മഞ്ഞയിലകൾ
കൊഴിഞ്ഞുകിടക്കുന്ന ഈ ഉദ്യാനത്തിൽ,
കാലടികളിൽ ഒട്ടിപ്പിടിക്കുന്ന ഈ സായാഹ്നത്തിൽ,
ത്രേതായുഗങ്ങളിൽനിന്നു പെയ്യുന്ന ഈ മഴയിൽ,
നക്ഷത്രങ്ങൾ ജനിക്കുംമുമ്പുള്ള ഈ തണുപ്പിൽ?
ഇടവഴിപ്പടർപ്പുകളുടെ വേരുകളിൽനിന്നോ
സൃഷ്ടികൾക്കെല്ലാം മുമ്പുള്ള ഇരുട്ടിൽനിന്നോ
ശംഖുകൾക്കും മുമ്പുള്ള കടലിൽനിന്നോ
ഏതോ ഹിമശിലയ്ക്കകത്ത്
ആദ്യം ഉറവെടുത്ത ജീവന്റെ
വാക്കുപോലുള്ള സ്പന്ദനത്തിൽനിന്നോ?
ഇടിമിന്നലിലോ നീ വഹിക്കപ്പെട്ടത്,
അതോ സ്വർഗ്ഗത്തിന്നായുള്ള
വെള്ളാരങ്കല്ലിന്റെ ദാഹത്തിലോ?

തിരമാലയെപ്പോലെ നീ എന്റെ
തളർന്ന കാലുകൾ തലോടുന്നു
എന്റെ കവിളിൽ നിന്റെ ഉപ്പു പറ്റുന്നു.
നീ ഒരു സ്ത്രീയാണോ
അതോ ഒരുൾക്കടലോ?
എന്റെ വിരലുകൾക്കിടയിൽ
നീ ജലമാകുന്നു

ജീവിതത്തിനും മരണത്തിനും
അപ്പുറമുള്ള ഒരു നൃത്തം
നമ്മെ കാലത്തിൽനിന്നു
പുറത്തേക്കു കൊണ്ടുപോകുന്നു
നാം ഭൂമി വിട്ട്
മറ്റൊരു നിലാവിലെത്തുന്നു
നമ്മുടെ ഭാഷ ഇപ്പോൾ മനുഷ്യരുടേതല്ല
സൂര്യനിൽ കുളിച്ച കിളികളുടെ ഭാഷയാണത്
നീലാഞ്ജനത്തിന്റെയും
നവവർഷത്തിന്റെയും ഭാഷ
ഗന്ധർവ്വരുടേത്.
ഒരുപക്ഷേ.

(സ്ട്രിൻഡ്ബെർഗ് പാർക്ക്)

2

കോവണിയിറങ്ങുന്ന
ഒരു വെള്ളച്ചാട്ടമാണു നീ
ഞാൻ അതേറ്റു വാങ്ങാൻ കാത്തിരിക്കുന്ന
ചാരനിറമായ ഒരു പാറയും.
നൃത്തം ചെയ്യൂ എന്റെ മുകളിൽ
എന്നെയും ചലിപ്പിക്കൂ
പച്ചകൊണ്ടെന്നെ മൂടൂ
കുത്തിയൊഴുകൂ, മീനുകൾ
എന്റെ ശിരസ്സിലൂടെ
കണ്ണുകളെക്കാൾ വേഗത്തിൽ ഓടട്ടെ
എന്റെ പ്രാചീനമായ മുതുകിൽ
ഒരു മഴവില്ലിന്റെ കനമില്ലാത്ത നിഴൽ വീഴട്ടെ
അതിനടിയിൽ ആമ്പൽപ്പൂപോലെ
ഒരു ഹൃദയം വളരട്ടെ.

നീ ഇറങ്ങിയത്
കാലത്തിന്റെ കോവണിയാണ്.
നാം ഇപ്പോൾ ഭൂമിയുടെ ശൈശവത്തിലാണ്.

(ഓഗസ്റ്റ് സ്ട്രിൻബെർഗ് ഹോട്ടൽ)

3

അനന്തതയുടെ ആഗ്രഹത്തെ
നാം കടൽ എന്നു വിളിക്കുന്നു.
പിന്നീടതിനെ മേഘവും മഴയും
ദ്വീപും വിനാഴികയുമായി പരിഭാഷപ്പെടുത്തുന്നു
ഇരുപതിനായിരം ദ്വീപുകൾക്കു നടുവിലൂടെ
നാം ഒഴുകുകയാണ്
പതിനായിരം കുരുവികൾ ഒന്നിച്ച്
സൂര്യനെ വിളിച്ചുണർത്തുംപോലെ
തിരമാലകൾ ചിലയ്ക്കുന്നു
ഒക്ടോബർകാറ്റ് നമ്മെ
വിറയ്ക്കുന്ന നീലശ്ശംഖുപുഷ്പങ്ങളാക്കുന്നു
മുൾക്കിരീടം ഇറക്കിവച്ച്
ഭാരമില്ലാതെ നാം ഒരു വള്ളിയിൽ
ഇതളുകൾ ഉരുമ്മിയുരുമ്മി
ആടുകയാണ്
നമ്മുടേതായ എല്ലാം നാം
കടലിനു നല്കി;
നമ്മുടെ ലജ്ജ, നമ്മുടെ ഓർമ്മ
നമ്മുടെ വിശ്വാസം, നമ്മുടെ വേലിയേറ്റം
ശ്മശാനത്തിന് എന്നപോലെ
ഇനി നമുക്കു ജീവിതത്തെ
ഭയപ്പെടേണ്ടതില്ല.

തരംഗമേ, ഞങ്ങളെ കൊണ്ടുപോകൂ
കിരണങ്ങളുടെയും അഭിലാഷങ്ങളുടെയും
ഉദ്ഭവത്തിലേക്ക്,
ഉത്സവത്തിലേക്ക്

(ബോട്ടിൽ, സ്വീഡിഷ് ആർക്കിപ്പെലാഗോ)

4

വെളുത്ത വീഞ്ഞ്
വസന്തം പോലെ നുരയുന്നു
എങ്കിലും അതു തന്നെ ചിറക്
നമ്മെ വേദനയിൽപോലും എത്തിച്ചില്ല

സൂര്യകാന്തിയെ ധ്യാനിച്ചതുകൊണ്ടു മാത്രം
ഒരാളും സൂര്യകാന്തിയാവുകയില്ല
തീക്ഷ്ണവും കഠിനവുമായതിനെ
നാം ഭയപ്പെടുന്നു, സത്യത്തെയെന്നപോലെ
നാം ആകാശമല്ല
പരിധികളുള്ള മനുഷ്യരാണ്
അതു മറക്കാൻ ശ്രമിക്കുംതോറും
നാം കൂടുതൽ യഥാർത്ഥമായിത്തീരുന്നു
വേദനിക്കാനാകാത്തതോർത്ത്
നക്ഷത്രങ്ങൾ കറുത്തുപോകുവോളം
നീ തേങ്ങുകയാണ്
അമ്പതു വർഷങ്ങളുടെ വടുക്കൾ വീണ
ഈ ചുമൽ ഇതിന്റെതന്നെ
ശിരസ്സിനുപോലും അഭയമായില്ല
എങ്കിലും നിന്റെ സുഗന്ധിയായ ശിരസ്സ്
തടവറയുടെ ചുവരിലെന്നപോലെ
ഈ ചുമലിലിരിക്കട്ടെ
തീ പടർന്നുകഴിഞ്ഞ കാട്ടിലെ
മരപ്പൊത്തിലെ ചിറകൊടിഞ്ഞ
കിളിയുടെ സുരക്ഷിതത്വം
ഞാൻ നിനക്കു തരാം.

5

സൂര്യൻ തടാകത്തെയെന്നപോലെ
നീ എന്നെ വലിച്ചെടുക്കുന്നു
എന്റെ അകം പുറമാകുംവരെ
എന്റെ അടിത്തട്ടു വെളിപ്പെടുംവരെ
പിന്നെ ഞാൻ പെയ്യുന്നു
എൻ ഉടൽ ഇപ്പോൾ മഴയാണ്
അതിലൂടെ നീ തിളങ്ങുന്നു
ഞാൻ വീഴുന്നിടത്തെല്ലാം
ജനനങ്ങൾ സംഭവിക്കുന്നു

വനങ്ങൾ വളർന്നു മുറ്റുന്നു
അവയിലൂടെയും നീതന്നെ തിളങ്ങുന്നു.
ഞാൻ ഒരരുവിയായി
നിന്റെ ചുണ്ട് എന്നെ
വീണ്ടും മൊത്തിക്കുടിക്കുവോളം.
(തടാകതീരം, എഴുത്തുകാരി ലൂയിസായുടെ വീട്ടിൽ)

6

ശരത്കാലം മഞ്ഞച്ചായമടിച്ച
നാട്ടിൻപുറങ്ങളിലൂടെ
നാമിപ്പോൾ വണ്ടിയിൽ പോവുകയാണ്
നഖങ്ങളിൽ ദൂരങ്ങളെ കോർത്തു പായുന്ന
വണ്ടിയുടെ ഊഷ്മളമായ ഉദരത്തിൽ
പിറക്കാനിരിക്കുന്ന
ഇരട്ടകളെപ്പോലിരുന്നു ഞാൻ നിന്നെ
കവിതകൾ കേൾപ്പിക്കുന്നു
കാറ്റ് വാതിൽപ്പഴുതിലൂടെയെന്നപോലെ
ഞാൻ നൂണുകടന്നു നിന്നിൽ നിറയുന്നു
ഇല്ല, നിറവ് നമുക്കു വിധിക്കപ്പെട്ടിട്ടില്ല
നമ്മുടെ വാക്കുകൾക്ക് എന്നേ
ചിറകുകൾ കരിഞ്ഞുപോയി
അവ നൊണ്ടുന്നു, പാടാനോങ്ങുമ്പോൾ
വിക്കുന്നു, ഒരക്ഷരംപോലും
പുറത്തു വരുന്നില്ല
നിന്റെ കാതുകളിൽ ഞാൻ
വിരലുകളോടിക്കുന്നു.
അവ വാക്കുകളാണെന്നപോലെ
ഇതു നീയാണെന്നപോലെ
പക്ഷേ, ഇതു നീയല്ല
നീ മറ്റെവിടെയോ ആണ്
എനിക്കീ മായാരൂപം മതി
യാഥാർത്ഥ്യം എനിക്കു പിടിതരുന്നില്ല

മിഥ്യകളെ എനിക്കു സ്പർശിക്കാം
എന്റെ വിക്കുന്ന ഭാഷണംകൊണ്ട്,
വിറയ്ക്കുന്ന ചൊടികൾകൊണ്ട്.

പാലങ്ങളുടെ നിഴൽ മാത്രം ബാക്കിയായ
ഒരരുവിയാണ് ഇന്നു കവിത.

(ഉപ്പ്സാലയിലേക്കുള്ള യാത്രയിൽ)

7

നാടകശാല
മിഥ്യകളുടെ കുമിളയല്ല.
ഭ്രാന്തനാക്കപ്പെട്ട ഒരു പിതാവിന്റെ വിധി
നമ്മെ നോക്കി പുലമ്പുകയും
അലറുകയും ചെയ്യുന്നു
നമ്മുടെ അദൃശ്യമായ കുരിശുകളും
പൊള്ളുന്ന ഉടലുകളുമായി
നാമും കയറുകയാണ്,
ബലിയോ ആത്മഹത്യയോ എന്നു
തീരുമാനിക്കാനാകാത്ത
ഒരു മരണത്തിലേക്ക്
നമ്മുടെ ദാഹങ്ങൾ മരിച്ചവരുടെ
ദാഹങ്ങൾക്കു നീരാകുന്നു
അതിലൂടെ അവർക്ക്
രക്തവും മാംസപേശികളുമുണ്ടാകുന്നു
നമ്മെ വളഞ്ഞിരിക്കുന്നത് അവരാണ്
എന്നെ സ്നേഹിക്കൂ എന്നെ സ്നേഹിക്കൂ
എന്നു നിലവിളിക്കുന്നത് അവരാണ്
ഞാനല്ല, പ്രിയേ, നീയുമല്ല
എങ്കിലും എന്നെ സ്നേഹിക്കൂ
ഞാൻ പിടയുന്ന തൂക്കുകയർ അറുത്ത്
എന്നെ ജീവിതത്തിന്റെ
നനുത്ത മടിയിൽ കിടത്തൂ
ആണി കയറിയ മുറിവുകളുമായി.
അമ്മയുടെ മടിയിലെന്നപോലെ.

(സ്ട്രിൻഡ്ബെർഗിന്റെ 'ഫാദർ' കാണുമ്പോൾ)

8

നിന്റെ നോട്ടം ഒരു കല്ലാണ്
അത് എന്നെ ചില്ലുപോലെ പിളരുന്നു,
നിന്റെ ദാഹം വീഞ്ഞിനുവേണ്ടിയാണോ
അതോ മുന്തിരിത്തോപ്പുകൾക്കെല്ലാം
വളം നല്കുന്ന സ്നേഹത്തിനുവേണ്ടിയോ?
എന്റെ ലഹരികൊണ്ട്
നിന്റെ ലഹരി എനിക്കു സ്പർശിക്കാം
നമുക്കും ആനന്ദത്തിന്നുമിടയിൽ
ഇപ്പോൾ ഒരു നേർത്ത മറ മാത്രമേ ബാക്കിയുള്ളൂ
അതു പൂർവ്വജന്മത്തെക്കുറിച്ചുള്ള മറവിയാണോ.
അതോ വരുംജന്മത്തെക്കുറിച്ചുള്ള ഭീതിയോ.
വിഷവും അമൃതുംപോലെ
പാപവും ആഹ്ലാദവും കൂടിക്കലർന്നു കിടക്കുന്ന
ഒരു ലോകത്തിലാണ് നാമിപ്പോൾ.
അവിവേകത്തിന്റെ പരമാഹ്ലാദം
നമ്മെ വിരഹികളുടെ വിവേകത്തിലെത്തിക്കുന്നു.
ജ്വാല വീഞ്ഞിൽ മാത്രമല്ല
മൗനത്തിലും പൂവിലും
വനത്തിലും ജലത്തിലും
നാവിലും നാഭിയിലുമുണ്ട്
എന്നെ വരിഞ്ഞുമുറുക്കൂ,
മൃത്യുവിനെപ്പോലെ
വിഷങ്ങളുടെ നാഥേ,
എന്നെ ദംശിക്കൂ, നീലയാക്കൂ
ഈ ശ്യാമളാകാശംപോലെ

9

ഭൂമിയുടെ കോണുകളിൽനിന്ന്
വിത്തുകൾ കൊണ്ടുവന്ന്
ഈ നോഹ
ആംഗ്യങ്ങളുടെ ഈ ഉദ്യാനമുണ്ടാക്കി.

ചെടികളുടെ നരകം മറ്റൊന്നാണെന്ന്
ഇയാളറിഞ്ഞില്ല.
പറക്കാനുള്ള കഠിനശ്രമത്തിൽ
അവർക്കു കൊമ്പും ചില്ലയും വളരുന്നു
സംസാരിക്കാനുള്ള ശ്രമത്തിൽ
അവരുടെ ആകാരം
വക്രസങ്കീർണ്ണമാകുന്നു.
ഒടുവിൽ വാക്കുകൾക്കു പകരം
മൊട്ടുകൾ പുറത്തുവരുന്നു
പൂക്കൾ മുറിവുകളാണ്
ഇലകളുടെ ജന്മം മടുത്ത്
പച്ച കുടഞ്ഞെറിഞ്ഞ് ഇലകൾ കൊഴിയുന്നു.
ഇയാൾ ഒരിക്കലും ചെടികളെ
അറിഞ്ഞിരുന്നില്ല
അവയുടെ ഹൃദയം നിറയെ പ്രണയമാണ്
പ്രണയം നിർവ്വചനങ്ങളും
വർഗ്ഗീകരണങ്ങളും പൊറുപ്പിക്കുന്നില്ല
അതു വെറുതേ വളരുന്നു
അല്പം ജലവും പ്രകാശവുമുള്ളിടത്ത്.

ഞാൻ നിന്റെ ഇലകൾ
എണ്ണിനോക്കുകയില്ല.
നിന്റെ ഇതളുകളുടെ നിറവും
ആകൃതിയും എനിക്കറിയേണ്ടാ
വെറുതേ എന്നിൽ പടരൂ
നിന്റെ സൗരഭംകൊണ്ടെന്നെ നിറയ്ക്കൂ
വസന്തത്തിനുവേണ്ടി
ഓരോ കല്ലിനോടും പൊരുതിയ
ഈ പാഴ്ത്തടി ഒരിക്കൽക്കൂടി
മുകുളങ്ങളെ സ്വപ്നം കാണട്ടെ
കാലം അതിലൂടെ
പഴത്തിന്റെ ആഹ്ലാദത്തിലേക്കു
സഞ്ചരിക്കുന്ന
മധുരമുള്ള ഒരു വിത്താകട്ടെ.

(ലിന്നയസ്സിന്റെ പ്രാചീന സസ്യോദ്യാനത്തിൽ)

10

ഈ മരതകക്കുന്നുകൾ
പുരാനാവികരുടെ ശ്മശാനങ്ങൾ
അവരുടെ യാനപാത്രങ്ങൾക്ക്
കടലുകൾ ഇറവെള്ളമായി
ചിലപ്പോൾ അവതന്നെ അവർക്ക്
ശ്മശാനമായി
വാക്കുകൾ ഏറെ തിരകളിലുലഞ്ഞ്
പുതിയ കവിതകളിലെത്തുംപോലെ
അവർ പുതിയ നാടുകളിലെത്തിച്ചേർന്നു
നാമും നമ്മുടെ കവിത തേടുന്ന
രണ്ടു വാക്കുകളാണ്
ആരോ നമ്മെ ഉച്ചരിച്ചു
ആരോ നമ്മെ മൂർത്തികളാക്കി
ചില വാക്യങ്ങളിൽ ചിലർ
നമ്മെ പ്രതിഷ്ഠിക്കുന്നു
ചിലപ്പോൾ മറ്റു വാക്കുകളോടൊത്ത്
നാം വിലപിക്കുന്നു
ചിലപ്പോൾ ചിരിക്കുന്നു, ധ്യാനിക്കുന്നു.
ചിലർ സുഹൃത്തുക്കളാകുന്നു
ചിലർ ഉടമകളാകുന്നു
പല സന്ദർഭങ്ങളിൽനിന്ന്
നാം പല അർത്ഥം നേടുന്നു
ഉപ്പിനും പുളിക്കും എരിവിനുമൊപ്പം
നാം നാവുകളിൽ ഉരുളുന്നു
ചുംബനത്തിൽ മറ്റൊരു നാവെന്നപോലെ
വരികളുടെ അഴികൾ പൊട്ടിച്ച്
നാം താളുകളിൽനിന്ന് ഒളിച്ച്
പുറത്തുകടക്കുന്നു, വീണ്ടും തടവിലാകുന്നു.
വീണ്ടും മതിൽ ചാടുന്നു
നീട്ടിവയ്ക്കപ്പെട്ട സാക്ഷാത്കാരമാണു നാം
മുഴുവനാകാത്ത ആവിഷ്കാരം
സ്പർശിക്കാനാകാത്ത മൂർച്ഛ

('വൈക്കിങ് മൗൺടുകൾ' നാവിക ശ്മശാനം)

11

തെരുവിൽ വീണുകിടക്കുന്ന
പുലർകാലപ്പുതുമഞ്ഞിൽ
ഞാൻ നിന്റെ പേരെഴുതുന്നു
പണ്ടൊരു കവി*
സ്വാതന്ത്ര്യത്തിന്റെ പേരെഴുതിവച്ച
ഓരോ വസ്തുവിലും
നിന്റെ പേരെഴുതാൻ
അതു മായ്ച്ചുകളയേണ്ടതില്ല
ഭൂമിയിലും ആകാശത്തിലും
വിപ്ലവത്തോടൊപ്പം
പ്രണയത്തിനും ഇടമുണ്ട്.

നിന്റെ പേരുകളുടെ മെത്തയിൽ
ഞാനുറങ്ങുന്നു
നിന്റെ പേരുകളുടെ കിളിക്കലമ്പലുകളിലേക്ക്
ഞാനുണരുന്നു
ഞാൻ സ്പർശിക്കുന്നിടത്തെല്ലാം
നിന്റെ പേർ പ്രത്യക്ഷപ്പെടുന്നു.
കൊഴിഞ്ഞ ഇലകളുടെ തവിട്ടുനിറത്തിൽ
പ്രാക്തനഗുഹകളുടെ കറുത്ത ഭിത്തികളിൽ
കശാപ്പുശാലയുടെ കതകിൽ
ഉണങ്ങാത്ത ചായത്തിൽ
ഉണങ്ങാത്ത രക്തത്തിൽ
ഉഴുതിട്ട വയലിൽ
നിലാവിൻ തുമ്പിച്ചിറകിൽ
കാപ്പിയിൽ, ഉപ്പിൽ
കുതിരക്കുളമ്പിൽ,
നർത്തകിയുടെ മുദ്രയിൽ
നക്ഷത്രത്തിന്റെ ചുമലിൽ
തേനിൽ, വിഷത്തിൽ,
നിദ്രയിൽ, മണലിൽ, വേരിൽ
മഴുവിൽ, വെടിയുണ്ടയിൽ, തൂക്കുകയറിൽ,
ശവസത്രത്തിന്റെ തണുത്ത തറയിൽ
ശ്മശാനശിലയുടെ ലോലമായ മുതുകിൽ.

12

അച്ഛനും അമ്മയുമായിക്കളിക്കുന്ന
രണ്ടു കുഞ്ഞുങ്ങളാണു നാം
നമുക്കറിയില്ലാ ആശ്ലേഷത്തിന്റെ അർത്ഥം,
നമുക്കറിയില്ലാ ചുംബനത്തിലെ വൈദ്യുതി
എങ്കിലും നാം ചില ഇലകൾ സ്പർശിക്കുന്നു
ചില പൂക്കൾ, ചില പഴങ്ങൾ
പ്രകൃതി വാത്സല്യത്തോടെ
നമ്മെ നിരീക്ഷിക്കുന്നു
ജീവനുള്ളതിൽ മുഴുവൻ താൻ
നിറച്ചുവച്ച വംശതൃഷ്ണയുടെ
ഈ ഹ്രസ്വജ്വലനത്തെ
അതിജീവനത്തിന്റെ
ഈ വ്യർത്ഥചേഷ്ടയെ
കേൾക്കൂ, വരാന്തയിലൂടെ
രാത്രി ഓടിപ്പോകുന്ന ശബ്ദം.

13

മഞ്ഞിൽ നാം ചേർന്നെഴുതിയ
നമ്മുടെ പേരുകൾ മായുംമുമ്പേ
നമുക്കു പിരിഞ്ഞ തീരു
ഹിമംകൊണ്ടുണ്ടാക്കിയ
ഒരേകതന്ത്രിയെ എന്നപോലെ
നിന്നെ ഞാൻ മീട്ടിമീട്ടി അലിയിക്കട്ടെ
ഇരവു മുഴുവൻ നമുക്ക്
പറന്നുകൊണ്ടേയിരിക്കുക.
നമ്മുടേതു മാത്രമായ ഒരു മേഘത്തിൽ
നാം സവാരി ചെയ്യുന്നു
എങ്കിലും നമ്മുടെ
മേഘസവാരിയുടെ അന്ത്യത്തിൽ
ഒരു കൂർത്ത പകൽ
കാത്തുനില്ക്കുന്നു

നമ്മുടെ നശ്വരതയെ നിരന്തരം
ഓർമ്മിപ്പിക്കുന്ന സൂര്യനെ
ഞാൻ എത്രമേൽ വെറുക്കുന്നു!
ഏതായിരുന്നു മിഥ്യ
ഏതാണ് യാഥാർഥ്യം
എനിക്കതറിയേണ്ടാ.
വാക്കിൽ പറയാനാകാത്തതിന്
വ്യാകരണനിയമങ്ങളില്ല
ആരംഭിക്കാത്തതൊന്നും
അവസാനിക്കുന്നുമില്ല.

ഭാഗം രണ്ട്

അസാന്നിദ്ധ്യം

ഡെൽഹി, ഒക്ടോ. 22 – നവം 10, പാരീസ് നവം. 11–23

14

ഓരോ സാന്നിദ്ധ്യത്തിനും
ഓരോ നിഴലുണ്ട്
ആ നിഴലിൽ ഞാനിപ്പോൾ
ഓർമ്മകളുടെ മഴയിൽനിന്ന് അഭയം തേടുന്നു
നീയിപ്പോൾ നിരാകാരയാണ്
മലകൾക്കപ്പുറത്തുനിന്ന്
തരംഗങ്ങളിൽ വഹിക്കപ്പെടുന്ന ഒരു ശബ്ദം
ഒരു ചിരി, ഒരു നിശ്വാസം,
വെള്ളിൽച്ചിറകുകളുള്ള ഒരു ചുംബനം.
വെള്ളച്ചാട്ടങ്ങൾക്കു നിന്നെപ്പോലെ
ചിരിക്കാനാവില്ല
ആലിലകൾക്കു നിന്നെപ്പോലെ
സല്ലപിക്കാനാവില്ല
ചാറ്റൽമഴകൾക്കു നിന്നെപ്പോലെ
പരിഭവിക്കാനാവില്ല

പുലർ വെളിച്ചത്തിനു നിന്നെപ്പോലെ
ചുംബിക്കാനാവില്ല.

വെറും ശബ്ദത്തെ ആശ്ലേഷിക്കുവാൻ
കവികൾക്കു കഴിയും, ആവേശിക്കുവാൻ,
പ്രേമിക്കുവാൻ, പ്രവേശിക്കുവാൻ.
അങ്ങനെ ഞാൻ
നിന്നിൽ പ്രവേശിക്കുന്നു,
എന്റെ എല്ലാ ജാഗ്രതകളുമുപയോഗിച്ച്.
പ്രേതങ്ങൾ ജീവിച്ചിരിക്കുന്നവർക്ക്
സ്വയം ദൃശ്യരാക്കുംപോലെ
ഇന്ദ്രിയങ്ങളാകെ ഒരൊറ്റ ബിന്ദുവിൽ
കേന്ദ്രീകരിച്ചുകൊണ്ട്
നിന്റെ വേനലിന്നായി എന്റെ ഹേമന്തം
ഞാൻ കൈമാറുംവരെ.

(ഡെൽഹി)

15

ഇപ്പോൾ ശബ്ദം പോലുമില്ല
കൊട്ടാരമുറ്റത്തെ
ഈ പളുങ്കുകൂടാരത്തിൽ
നിൻ സുതാര്യമായ അസാന്നിദ്ധ്യം
നിറഞ്ഞുനില്ക്കുന്നു.
കൈ ചരിത്രത്തിൽ വീണുപോയ
വീനസ്സിന്റെ ഈ നിർജ്ജീവശില്പം
നിന്നെ എന്നിൽനിന്നു മറയ്ക്കുന്നു
സാഫോയുടെ ഈ വെണ്ണക്കൽപ്രതിമ
ഈ റോമൻ കൽത്തൂണുകൾ
സുമേരിയൻ ഫലകങ്ങൾ
ഈജിപ്ഷ്യൻ ലിഖിതങ്ങൾ
അസ്സീറിയൻ ശില്പങ്ങൾ
ഭൂതകാലത്തിന്റെ ഓരോ തിരയും

മറവിയുടെ കടലായി
നമുക്കിടയിൽ നില്ക്കുന്നു
സംസ്കാരങ്ങളുടെ അവശിഷ്ടങ്ങളിലെല്ലാം
ഞാൻ നിന്റെ അസാന്നിദ്ധ്യം വായിക്കുന്നു
ഒറ്റിക്കൊടുക്കലുകളുടെ ഇടനാഴികളിൽ
ചെകുത്താന്മാരായി മാറുന്ന
മാലാഖമാർക്കിടയിൽ ഞാനലയുന്നു
നീയില്ല എന്നോ മൃതരായ
ഈ ദേവതാരൂപങ്ങൾക്കിടയിൽ
എന്നോ നിലച്ചുപോയ
ഈ സംഗീതോപകരണങ്ങൾക്കിടയിൽ
നിശ്ചലതയുടെ മഹാശ്മശാനമാണിത്
ഇതിനെ നോക്കിയാണ്
മോണാലിസ പുഞ്ചിരിക്കുന്നത്
ബുദ്ധനും ഇങ്ങനെതന്നെ
പുഞ്ചിരിക്കുമായിരുന്നു
നീയും, തീക്ഷ്ണേ, അഭയമുദ്രയുമായി
ഒരുപക്ഷേ.

(ലൂവ്റ് മ്യൂസിയം പാരീസ്)

16

ഉരുക്കും വിയർപ്പും ഉയരവും കൊണ്ടു നിർമ്മിച്ച
ഈ മഹാഗോപുരത്തിന്റെ ഉച്ചിയിൽ
മേഘത്തെ കാത്തുനില്ക്കുന്ന
യക്ഷനെപ്പോലെ നിന്ന്
ഞാൻ നിന്റെ ഇല്ലായ്മ ശ്വസിക്കുന്നു
ഹേമന്താരംഭത്തിന്റെ ഈറൻ കാറ്റിൽ
ഹയാസിന്തുകളുടെയും ലില്ലിപ്പൂക്കളുടെയും
സൗരഭത്തിനൊപ്പം
നീയില്ലാത്ത നീ ഒഴുകിപ്പരക്കുന്നു
നിന്റെ മൃദുലമായ അസാന്നിദ്ധ്യത്തിന്മേൽ
ഞാൻ കിടക്കുന്നു, പ്രണയംകൊണ്ടു
വലുതായ നിന്റെ മുലകളിലെന്നപോലെ.

ഈ ഗോപുരത്തിന്റെ ശൂന്യതയ്ക്കുള്ളിലൂടെ
ഉലാത്തുമ്പോൾ പെട്ടെന്നെനിക്കു
ബോദ്ധ്യമാകുന്നു
ഈ അസ്ഥികൂടത്തിന്റെ മാംസം
നീയായിരുന്നു
എന്റെ കൈകളിൽ ഞാനതു കോരിയെടുക്കുന്നു
മിടിക്കുന്ന ഒരു ഹൃദയത്തെ എന്നപോലെ,
എന്റെ ഉള്ളങ്കൈ ഊഷ്മളമാകുന്നു
ഗോപുരമിറങ്ങി, പ്രതിമകൾ കാവൽ നില്ക്കുന്ന
ചത്വരത്തിലെത്തുമ്പോൾ
നിന്റെ അസാന്നിദ്ധ്യം അലിഞ്ഞലിഞ്ഞ്
ഹേമന്തമാരിയായിപ്പൊഴിയുന്നു
കൊഴിഞ്ഞ ഇലകളിൽ
ഞാനതിന്റെ കൊച്ചു കാലടികൾ കാണുന്നു.

(ഈഫൽ ഗോപുരം)

17

വർഷങ്ങൾക്കുശേഷം വീണ്ടും ഞാൻ
തടവറയുടെ നെടുവീർപ്പു ശ്വസിക്കുന്നു
ലോകം മാറിയിട്ടില്ലെന്ന്
ഉറപ്പുവരുത്താൻ മാത്രം
ഞാനിവരെ അറിയും:
ലിസാ, ഫരീദാ, സുവാസ്സേ
ഓരോരുത്തരിലും ഞാൻ
നിന്റെ മുഖം കാണുന്നു
എന്റെ കവിതകൾ ഇവരുടെ രാത്രിയിൽ
ഉദിക്കുകയില്ല
എങ്കിലും ഞാൻ പിറുപിറുക്കുന്നു
പിറവിയെയും ഉന്മാദത്തെയും
കലാപത്തെയും കാരാഗൃഹത്തെയും പറ്റി.
ലിസാ എന്റെ കൈകൾ
മുറുകെപ്പിടിക്കുന്നു
'ഈ തടവറ ക്രൂരമാണു സോദരാ,
എനിക്കു രക്ഷപ്പെടാനാവില്ല'
അതുകൊണ്ട് ഞാനെഴുതുന്നു
ആർക്കും വേണ്ടിയല്ലാതെ.
അതേ സോദരീ, ഞാനും
അതുതന്നെ ചെയ്യുന്നു.
എഴുത്ത് ഒരു നിലവിളിയാണ്
എല്ലാ മതിലുകൾക്കുമെതിരായ
ഒരു നിലവിളി
മതിലുകളിൽ തട്ടി അതു തിരിച്ചുവരുമ്പോഴും
നാം വെറുതേ സൂര്യനെ കാക്കുന്നു
ഒരേ ഏകാന്തതയുടെ
പാതിയിരുട്ടിലാണു നാം
ഏകാന്തതയ്ക്ക് എല്ലായിടവും ഒരേ മുഖമാണ്
മൂടൽമഞ്ഞിലൂടെ കാണുന്ന
ഹേമന്ത സൂര്യന്റെ വിളറിയ മുഖം
പൂക്കളെയും പിറന്നാളുകളെയും

തടുത്തുനിർത്തുന്ന ഈ കന്മതിലിന്റെ മുഖം
ശൂന്യതയിലേക്കു തുറിച്ചുനോക്കിയിരിക്കുന്ന
ഊമയും അനാഥയുമായ
ഈ വൃദ്ധയാണ് ഏകാന്തത.
വരൂ, വ്യഥിത സോദരീ,
ഞാൻ നിന്നെ കനലിൽ നൃത്തം ചെയ്യാൻ
പഠിപ്പിക്കാം, എന്റെ അച്ഛൻ
ചെയ്തിരുന്നതുപോലെ.
ഞാനും കനലിൽ നൃത്തം ചെയ്യുകയാണല്ലോ
പ്രണയരാഹിത്യത്തിന്റെ
കഠിന കലാപം കൈയിലേന്തി.

18

ഓരോ നാടും ഓരോ ഋതുവാണ്
പുലരി നമ്മുടെ കാലുകളിൽ ഒട്ടിപ്പിടിക്കുന്നു.
ശരത്കാലത്തെ മഞ്ഞയില
വേനലിലെ പച്ചിലയുടെ ഞരമ്പുകൾ
ഓർക്കുംപോലെ ഞാൻ നിന്റെ
വടിവുകൾ ഓർമ്മിക്കുന്നു, അഥവാ,
അമ്പേറ്റു കിതച്ചു കണ്ണടയ്ക്കുന്ന കലമാൻ
മറ്റൊരു കാട്ടിലെ ചന്ദ്രനു കീഴിലെ
തന്റെ ഇണയുടെ ദാഹിക്കുന്ന
പുള്ളികൾ ഓർമ്മിക്കുംപോലെ.
തണുത്തു വിറയ്ക്കുന്ന ഒരു കിളി
തന്റെ പാട്ടുകളുടെ മഞ്ഞുവീണ തുരങ്കത്തിലൂടെ
യോജനകൾക്കപ്പുറം ഒരു ഊഷ്മള തടാകത്തിന്റെ
തീരത്തേക്കു ദേശാടനം ചെയ്യുമ്പോലെ
ഞാൻ നിന്നിലേക്കു ചൂളമടിക്കുന്നു
അല്ലെങ്കിൽ സ്വപ്നം കാണുന്ന ഒരു പാമ്പ്
അല്ലെങ്കിൽ ഒരു കരടി
അല്ലെങ്കിൽ ഞാൻ.

(ഫൊൺടാൻബ്ളൂ കാടുകളിൽ)

19

ഈ നദി യമുനയാണ്
കടമ്പുകൾ ഇവിടെ തണുപ്പുകൊണ്ട്
മഞ്ഞയിലേക്കു കുനിഞ്ഞ
ചൂളമരങ്ങളായി.
പുരാതനമായ പാലത്തിനു കീഴിലിരുന്ന്
ഒരു ചിത്രകാരൻ
പുഴയുടെ മീതേ നടക്കുന്ന
രണ്ടു കണ്ണുകൾ കാണുന്നു
അതു നീയാണ്.
വാക്കുകളെ മേയ്ച്ചു നടക്കുന്ന
ഒരിടയനെത്തേടി നടക്കുന്ന നീ.
ചെപ്പടിവിദ്യകളൊന്നും
എന്റെ കൈവശമില്ല.
പുല്ലാങ്കുഴലൂതാനറിയാത്ത
ഒരു കണ്ണുനീർത്തുള്ളിയായി
നിന്നിൽനിന്ന് എനിക്കടർന്നു വീഴണം
എനിക്കീ പുഴയിൽ വീണു തണുക്കണം.
ഒരു ചിത്രകാരൻ ചായം ചാലിക്കാനായി
എന്നെ കൈയിൽ കോരിയെടുക്കുംവരെ.
അയാളുടെ ക്യാൻവാസ്സിൽ ഞാൻ
നിറങ്ങളായി പിറവിയെടുക്കും വരെ
അപ്പോൾ നീ എന്നെ
സ്നേഹത്തോടെ നോക്കിനില്ക്കും
ഈ യമുനയുടെ മീതേ നിന്ന്,
ഇരകളുടെ സമൂഹനൃത്തത്തിൽ.

(ലാങ് നദീതീരം, മൊറേഗ്രാമം)

20

ഇവിടെ അവർ ഒരു തടവറ തല്ലിപ്പൊളിച്ചു
അപ്പോൾ പുറത്തു ചാടിയത്
സ്വാതന്ത്ര്യമായിരുന്നോ,
അതോ ഏകാന്തതയോ?

ഇപ്പോഴിവിടെയുള്ളത് ഒരു നാടകശാല മാത്രം
ചരിത്രം നാടകമാവുമ്പോൾ
വിമോചനം വിനോദമാകുന്നു
ലാറ്റിൻ ക്വാർട്ടറിന്റെ ആകാശത്തിൽ
ആയിരത്തിത്തൊള്ളായിരത്തി അറുപത്തിയെട്ടിന്റെ
വിളർത്ത സ്മരണകൾപോലുമില്ല.
എല്ലാം ശാന്തം, വിജനം
നിനക്കോർമ്മയുണ്ടോ, ആ ഉഷ്ണകാലം
എന്റെ തരുണരക്തത്തെയും
ചൂടുപിടിപ്പിച്ചിരുന്നു
പിറകേ വന്ന ശവഘോഷയാത്രയിൽ
ആ പാട്ടുകൾ എങ്ങനെ കറുത്തുപോയി!
ഞാൻ ആരോടാണീ സംസാരിക്കുന്നത്?
നീ എന്റെ ഭൂതകാലമാണോ,
വർത്തമാനത്തിന്റെ അസാന്നിദ്ധ്യം?
ഭാവിയും വർത്തമാനത്തിന്റെ
അസാന്നിദ്ധ്യമാണല്ലോ,
നിന്നെ എനിക്കു ഭാവിയുടെ
പ്രതിമയായും സങ്കല്പിക്കാം.
പൂർണ്ണമായ പ്രണയം
ചെലവിട്ടു കഴിഞ്ഞ നാണയമാണ്
ക്ഷീരസമൃദ്ധമായ ശൂന്യസ്ഥലം
ദന്തക്ഷതങ്ങളുടെ ആവൃതൗന്നത്യം
ആകാശം.

(ബാസ്റ്റീൽ)

21

നേത്ര്ദാമിലെ പള്ളിയിൽ
പ്രാർത്ഥനയുടെ സമയം
മണിയൊച്ചയിൽ ഞാൻ നിന്റെ
ചിരി കേൾക്കുന്നു. സംഗീതത്തിൽ
നിന്റെ വിലാപം.

എനിക്കറിഞ്ഞുകൂടാ
നീ മരണമോ ജീവിതമോ എന്ന്
അറിയേണ്ടതുമില്ല.
എന്റെ കുരിശ് എവിടെയെന്നെനിക്കറിയാം,
അതിന്നെത്ര ഭാരമുണ്ടെന്നും.
ഞാൻ അതിലെത്തുകതന്നെ ചെയ്യും
എന്നെ എന്റേതല്ലാതാക്കാൻ,
പ്രേമത്തിന്റേതാക്കാൻ.

(നോത്ര്ദാം-ദ്-പാരീ)

22

ഇപ്പോൾ ഞാൻ സിമത്തേരിയിൽ
പ്രിയപ്പെട്ടവരുടെ ശവകുടീരങ്ങൾ തേടി
ചുറ്റിത്തിരിയുകയാണ്
ഇവിടെ ബോദ്‌ലേർ, ഇവിടെ മോപ്പസാങ്ങ്,
ഇവിടെ സാർത്ര്, സിമൊങ്ങ് ദ് ബുവാ

ഇവിടെ ബെക്കെറ്റ്, ഇവിടെ അയൊനെസ്കോ
ഇവിടെ വയെഹോ...
കല്ലുകൾക്കിടയിൽ പ്രചോദനശക്തിയാൽ
ശവങ്ങൾക്കു വിർപ്പുമുട്ടുന്നു.
ഞാൻ ഈ ലുപ്തസ്വപ്നങ്ങളിൽ
കാതു ചേർത്തുവയ്ക്കുന്നു
ഈ ഹൃദയങ്ങൾ മിടിക്കുന്നതെനിക്കു കേൾക്കാം
എനിക്കറിയാം ഇവരുടെ ഗോത്രഭാഷ
ലിപിയില്ലാത്തതിനാൽ
എല്ലാ ലിപിയിലും അതെഴുതപ്പെടുന്നു.
ശരീരമില്ലാത്ത ജീവൻ
എല്ലാ ശരീരത്തിലും ആവേശിക്കുന്നു.

പെട്ടെന്നു നിന്റെ പേരെഴുതിയ
ഒരു കല്ല് കൺമുന്നിലുയർന്നു വരുന്നു.
ഞാൻ നിലവിളിക്കുന്നു.
നീ എവിടെയാണ്?
ഈ മണ്ണ് മറവിയാണോ?
എങ്കിൽ ഓർമ്മ
പക്ഷികളെ മറവുചെയ്ത ആകാശമോ?
നിന്റെ കല്ലറയിൽ വയ്ക്കാൻ
ഒരു പൂപോലും ഭൂമിയിൽ ബാക്കിയില്ലല്ലോ.

(മോ പർണാസ് സിമത്തേരി)

23

പികാസോ, ബ്രാക്, വാൻഗോഗ്, ദേഗാ,
റെമ്പർ, ദൂഫി, ലൗട്രെക്, സൂറത്,
സോളാ, സ്റ്റെന്താൾ, തൂർഗനേവ്,
ത്രൂഫോ, ട്രിസ്റ്റാൻ സാറാ...
കുട്ടിക്കാലത്തു ഭൂമിശാസ്ത്രത്തിലെ
സ്ഥലനാമങ്ങൾ കാണാതെ പഠിക്കുംപോലെ
ഞാൻ വീണ്ടും വീണ്ടും ഈ പേരുകൾ ഉരുവിടുന്നു
ഇവർ ഈ തെരുവിൽ ഇപ്പോഴും ഉണ്ടെന്നപോലെ.

എന്റെ വാക്കുകൾക്കു മഴവില്ലുകളോടും
മരിച്ചവരോടും ഒരു കരാറുണ്ടെന്നപോലെ,
കമ്മ്യൂൺ ദിനങ്ങളുടെ നഷ്ടസ്മൃതികളുമായി
താഴ്വരയിലലയുന്ന രക്തസാക്ഷികൾ
കാപ്പിയുടെ മണമുള്ള ഈറൻകാറ്റുകളായി
എന്നെ ഉരുമ്മിപ്പോകുന്നു
വിശുദ്ധഹൃദയപ്പള്ളിയുടെ പടികളിൽ
പാരീസിന്റെ വണിതയേശു
മൂടൽമഞ്ഞായി വിതുമ്പുന്നു
തിരുപ്പിറവിയാഘോഷിക്കാനൊരുങ്ങുന്ന
തെരുവിൽ കൂട്ടിയിട്ട പൂക്കളുടെ
ഓരോ ഇതളിന്നുമടിയിൽ
ഞാൻ നിന്നെത്തിരയുന്നു
ഓരോ നിറത്തിന്നുമടിയിൽ
അസാന്നിദ്ധ്യത്തിന്റെ നിറം
വെള്ളയോ കറുപ്പോ?
പറയൂ, പാലപ്പൂക്കളുടെ റാണി
പറയൂ, ആമ്പലുകളുടെ തംബുരു,
യക്ഷവധു, പറയൂ.

(മോങ് മാർത്ര്)

24

എനിക്കു കാണേണ്ടാ
നെപ്പോളിയന്റെ വിജയസ്മാരകം
കാണേണ്ടാ നാസികൾ ബാക്കിയിട്ട പൊടി
എനിക്കു ഗില്ലറ്റിനുകളോടു സംസാരിക്കേണ്ടാ
ഹാ ത്രൂഫോ, ത്രൂഫോ
മാറ്റം കോപാക്രാന്തനായ
ഒരു മൃഗമാണെന്ന് ആരാണു പറഞ്ഞത്?
അറിവിന് ആയിരം
മുറ്റങ്ങളും മുറികളുമുണ്ട്
നമുക്കു ചരിത്രം മറക്കാനാവില്ല

എങ്കിലും മറന്നേ തീരൂ.
ഇപ്പോൾ പെറ്റുവീണ കുട്ടിയെപ്പോലെ
അഴുക്കും ചോരയും തുടച്ചുകളഞ്ഞ്
വെളിച്ചത്തിലേക്കു കൺതുറക്കണമെങ്കിൽ
പുല്ലുകൾക്കൊപ്പം നിവർന്നുനിന്ന്
കുരുവികളോടു സംവദിക്കണമെങ്കിൽ
മാലാഖമാർക്കൊപ്പം പറക്കണമെങ്കിൽ,
പ്രണയിക്കണമെങ്കിൽ,
നിലനില്ക്കാത്ത ഒരു സ്ഥലമാണ് ചരിത്രം
മരണം ഇനിയും കുഴിച്ചെടുക്കപ്പെട്ടിട്ടില്ലാത്ത
ഒരു യുഗവും.

(ഷോൻസ് എലീസ്സേ)

25

മെഴുകുതിരികൾ
സുവർണ്ണദലങ്ങളുള്ള ചെടികളാണ്
രക്തമൊലിക്കുന്നവർക്കുവേണ്ടി മാത്രം
അവ മുളച്ചു വളരുന്നു
വളരുന്തോറും വിനയംകൊണ്ടു
ചെറുതാവുന്നു, ഇല കൊഴിഞ്ഞ്
സ്വന്തം രക്തത്തിൽ മുങ്ങിമരിക്കുന്നു
മെഴുകുതിരികൾ വിരഹികളുടെ
പ്രാർത്ഥനകളാണ്
ഞാനും ഒന്നു കൊളുത്തുന്നു
വർണ്ണപ്പളുങ്കുജാലകങ്ങളുടെ
ഈ മാന്ത്രികപ്രകാശത്തിൽനിന്ന്
പെട്ടെന്നു ചിറകുവച്ച്
മാലാഖമാർക്കും പുണ്യവാളന്മാർക്കുമിടയിലേക്ക്
നീ പറന്നിറങ്ങുമെന്നപോലെ
ഈ തണുത്ത ഇരുട്ടിൽ
നിന്റെ ഇല്ലായ്മ പതുക്കെ
ഉറഞ്ഞുറഞ്ഞ് ഉൺമയാകുമെന്നപോലെ

പ്രണയം പ്രാർത്ഥനയാണ്
അതു ശൂന്യതയിൽ ജ്വലിക്കുന്നു.

(സാക്ര് കോർ)

26

ഈ പാതിരാത്രി
ഞാൻ മതിവിടുവോളം
വിഷം കുടിച്ചിരിക്കുന്നു
ചെങ്കനലാഴിയിൽ
ഞാൻ നൃത്തം ചെയ്യുകയാണിപ്പോൾ.

എന്റെ കൈകളിൽ
ആരുടെയൊക്കെയോ കൈകൾ മുറുകുന്നു
ഓരോരുത്തരിലും ഞാൻ നിന്റെ മുഖം തിരയുന്നു.
ഓരോരുത്തരെ ഉമ്മവയ്ക്കുമ്പോഴും
ഞാൻ നിന്നെ ഉമ്മവയ്ക്കുന്നു
ഞങ്ങളുടെ കറുമ്പൻ സുഹൃത്ത്
കാടുകളുടെ മുഴുവൻ കരുത്തും
മൂന്നു ചെണ്ടകളിലേക്കാവാഹിക്കുകയാണ്
മുറുകുന്ന താളത്തിനൊപ്പം
വേദനയും മുറുകുന്നു
ഈ താളത്തിൽനിന്ന്
നീ പ്രത്യക്ഷയാകുമെന്ന പ്രതീക്ഷയിൽ
പൊള്ളുന്ന കാലുകളും
നീട്ടിപ്പിടിച്ച കൈകളുമായി
ഞാൻ നൃത്തം തുടരുന്നു.
വെളിച്ചങ്ങളിലോ പൂക്കളിലോ നിന്ന്
വിലപിക്കുന്ന ചൂളമരങ്ങളിൽനിന്ന്
അവമതിക്കപ്പെട്ട തെരുവുകളുടെ
നിലവിളിക്കുന്ന പൊടിയിൽനിന്ന്
നിഴലുകളിൽനിന്ന്, ചിരികളിൽനിന്ന്,
കാറ്റിലോ മഴകളിലോ നിന്ന്
പഴങ്ങളുടെ സൗരഭങ്ങളിൽനിന്ന്
പളുങ്കിന്റെ മറുലോകത്തിൽനിന്ന്
കുരിശുകളിൽനിന്ന് ശ്മശാനത്തിൽനിന്ന്
ഭൂഗർഭവാഹനങ്ങളുടെ
അവിരാമമായ ഇരമ്പലിൽനിന്ന്
തുരങ്കങ്ങളുടെ ആകസ്മികമായ ഇരുട്ടിൽനിന്ന്
പിയാനോയുടെ കടൽത്തിരകളിൽനിന്ന്
നൃത്തങ്ങളുടെ ഉറക്കമൊഴിപ്പിൽനിന്ന്
ചിത്രങ്ങളുടെ വർണ്ണരാശിയിൽനിന്ന്
വീഞ്ഞിന്റെ കണ്ണുകളിൽനിന്ന്
കവിതയിൽനിന്ന് കവിതയിൽനിന്ന്
നീ പിറവിയെടുക്കുമെന്ന്
കുളിരിൽ വിറയ്ക്കുന്ന
ഈ രാത്രി മൂന്നുമണിയിൽനിന്ന്

എന്റെ കൈകളിലേക്കു വരുമെന്ന്
ഞാൻ തുള്ളിച്ചാടുന്നു
എന്റെ കഴുത്തിൽക്കിടന്നു പുളയൂ
എന്റെ ഇടയിലേക്കൊഴുകി വീഴൂ
എന്റെ ശിരസ്സിൽ പ്രകാശിക്കൂ
പർവ്വതങ്ങൾ ഉച്ചരിക്കുന്ന വചനമേ
ഇപ്പോൾ ഞാൻ നിനയ്ക്കായി
തപസ്സു ചെയ്യുകയാണ്.
ദിഗംബരനായി, നിരക്ഷരനായി,
ഉദ്ഭവത്തിന്റെ നിശ്ശബ്ദതയിൽ,
അഗ്നിയിൽ,
അഗ്നിയിൽ.

■

മോസ്കോ, ലിത്വാനിയ

ഒരു മോസ്കോ അനുഭവം

സംഘത്തിൽ ഞങ്ങൾ ആറുപേരുണ്ടായിരുന്നു. ആശാൻ പുരസ്കാരത്തിലൂടെ മലയാളികൾക്ക് പരിചിതനായ പ്രശസ്ത ഹിന്ദി കവി കേദാർനാഥ് സിങ്, ബംഗാളിൽ സുഭാഷ് മുഖോപാധ്യായയുടെ തലമുറയിലെ ശ്രദ്ധേയനായ മറ്റൊരു കവിയും ആനന്ദ ബസാർ പത്രികയുടെ സമ്പാദകോപദേഷ്ടാവുമായ നീരേന്ദ്രനാഥ് ചക്രവർത്തി (നീരെൻദാ), ഒറിയാ കവിതയിലെ മുൻനിരക്കാരിലൊരാളായ രമാകാന്ത് രഥ്, ഡോഗ്രി നാടോടിപ്പാട്ടുകളുടെ സംസ്കാരമുൾക്കൊണ്ട് ലളിതമായ ഗ്രാമീണ കവിതകളെഴുതുകയും പാടുകയും ചെയ്യുന്ന പത്മാ സച്ദേവ്, താരതമ്യ സാഹിത്യ പഠനത്തിലെന്നപോലെ ഔപചാരിക കൃത്യനിർവ്വഹണത്തിലും വിദഗ്ദ്ധനായ കേന്ദ്രസാഹിത്യ അക്കാദമി കാര്യദർശി ഇന്ദ്രനാഥ് ചൗധരി - ഇവരായിരുന്നു ഇതരർ. മറാത്തിയിലെ ദലിത് കവി നാംദേവ് ധസൽ കൂടി ക്ഷണിക്കപ്പെട്ടിരുന്നെങ്കിലും അസുഖംമൂലം യാത്രയിൽ പങ്കുചേരാനായില്ല.

സോവിയറ്റ് യൂണിയനിലെ ഭാരതോത്സവത്തിൽ ഇന്ത്യൻ കവിതയെ പ്രതിനിധാനം ചെയ്യുകയായിരുന്നു ഞങ്ങളുടെ നിയോഗം. പ്രൊഫ. ചൗധരിയൊഴികെ ഞങ്ങളെല്ലാവരും ആദ്യമായി സോവിയറ്റ് യൂണിയൻ സന്ദർശിക്കുന്നവരായിരുന്നു. കേദാർനാഥും നീരെൻദായും എന്നെപ്പോലെ തന്നെ ഒക്ടോബർ വിപ്ലവം നടത്തിയ ജനതയോടും അതു നയിച്ച ലെനിനോടും ആദരവുള്ളവരും പിൽക്കാലത്ത് വിപ്ലവത്തിനു സംഭവിച്ച അപചയത്തിൽ ഉത്കണ്ഠയുള്ളവരുമായിരുന്നു; അതുകൊണ്ടുതന്നെ അവിടെ നടക്കുന്നതായിക്കേട്ടിരുന്ന പുതിയ 'മഞ്ഞുരുകലി'ൽ സജീവ താൽപര്യമുള്ളവരും. സോഷ്യലിസവും ജനാധിപത്യവും വിപരീതങ്ങളാടെന്നതാണല്ലോ നമ്മുടെ നൂറ്റാണ്ടിന്റെ പ്രധാനപ്പെട്ട രാഷ്ട്രീയപാഠം.

ഏതു മഞ്ഞുരുക്കത്തിലും അലിയാത്ത - ഓരോ വിദേശിയും ചാരനോ നുഴഞ്ഞുകയറ്റക്കാരനോ ആണെന്നനുശാസിക്കുന്ന ഒരു

വിചിത്രമതത്തിൽ വിശ്വസിക്കുന്ന – ഇമിഗ്രേഷൻ ഓഫീസർമാരുടെ പതിവു തുറിച്ചുനോട്ടങ്ങളെ അതിജീവിച്ച് ഹേമന്തത്തിന്റെ തണുത്ത കൈകളിലെത്തിപ്പെട്ട മതങ്ങളെ ഊഷ്മളമായ ഒരു പരിചരണം കാത്തുനിന്നിരുന്നു. മീര(മരിയ)യും താനിയ(തത്തിയാന)യും ഞങ്ങൾക്കായി പനിനീർപ്പൂക്കളും വേഗതയും കരുതിയിരുന്നു. വിമാനത്താവളത്തിലെ ഔപചാരികതകൾ പെട്ടെന്നവസാനിപ്പിച്ച്, റൈറ്റേഴ്സ് യൂണിയൻ അയച്ചിരുന്ന സമർത്ഥരായ ഈ ദ്വിഭാഷികൾ ഞങ്ങളെ പുറത്തെ ശ്വേതവിശാലതകളിലേക്കാനയിച്ചു.

യൂറോപ്പിന്റെ വസന്തം ഞാനനുഭവിച്ചിട്ടുണ്ടെങ്കിലും ഹേമന്തത്തിന്റെ പ്രഥമാനുഭവമായിരുന്നു അത്. ഇലപൊഴിഞ്ഞ പൈൻവൃക്ഷങ്ങളിൽ ഹിമം കൂടുകൂട്ടിയിരുന്നു; സഹനശേഷി കുറഞ്ഞ പക്ഷികൾ ഊഷ്മളഭൂഖണ്ഡങ്ങൾ തേടിപ്പോയിരുന്നു. പൊഴിയുന്ന മഞ്ഞിലും കുലുങ്ങാത്ത കാക്കകളും കുരുവികളും നീല അരയന്നങ്ങളും മാത്രം പക്ഷിസാമ്രാജ്യത്തിന്റെ അവശിഷ്ടങ്ങൾപോലെ ചിതറിക്കാണപ്പെട്ടു. ദീർഘമെന്നു തോന്നിച്ച ഒരു കാർസവാരി ഞങ്ങളെ 'ഹോട്ടൽ റൂസിയ' (റഷ്യ)യിലെത്തിച്ചു. കാഫ്കയുടെ 'അമേരിക്ക'യിലെത്തിപ്പെട്ട അനുഭവം. ക്രെംലിൻ സ്ക്വയറിൽ നിറഞ്ഞുനില്ക്കുന്ന, അപരിചിതരുടെ വഴിതെറ്റിക്കുന്ന ആറായിരം മുറികളും ഓരോ നിലയിലും കോഫി ബാറുകളും ഓരോ രണ്ടാംനിലയിലും റെസ്റ്റോറണ്ടുകളും താഴെ ഷോപ്പിങ് സെന്ററുകളും ചിരിക്കാത്ത 'ഫ്ളോർ ലേഡി'കളുമുള്ള ഭീകര ഗംഭീരമായ ഈ ആവാസകേന്ദ്രത്തിന് പക്ഷേ, ഇന്ത്യയിലെ അശോകാ ഹോട്ടലിന്റെയോ മൊഗാൾ–ഷെറാട്ടൺന്റെയോ പളപളപ്പില്ല. മുറികൾക്കകത്ത് അതേ സൗകര്യങ്ങൾ – ഫോൺ, ഫ്രിഡ്ജ്, ടെലിവിഷൻ, ചൂടുവെള്ളം – ഉണ്ടുതാനും.

ജനലിനപ്പുറം കാണുന്ന മോസ്കോ കേദാർനാഥിനെ ലഹരി പിടിപ്പിക്കുന്നു. ഹിന്ദിയിലെയും ഉർദുവിലെയും എഴുത്തുകാരിലൂടെ താനറിഞ്ഞ മോസ്കോവിനെക്കുറിച്ച് അദ്ദേഹം വാചാലനാകുന്നു. 'മോസ്കോ! സാസ് ഉഠാ, സാസ് ഉഠാ, സാസ് ഉഠാ' (ഹാ, മോസ്കോ, തംബുരുവെടുക്കൂ, തംബുരുവെടുക്കൂ!...!) ഉർദു കവി കൈഫി ആസ്മി ഒരിക്കൽ പാടി. സോവിയറ്റ് യൂണിയൻ ഒരു മാതൃകയും ലക്ഷ്യവുമായിരുന്ന പുരോഗമന സാഹിത്യത്തിന്റെ ആദ്യകാലങ്ങളെക്കുറിച്ചു ഞാനോർത്തു. "ആ അചഞ്ചലമായ വിശ്വാസവും നിഴൽ വീഴാത്ത പ്രത്യാശയും അനുഭവിക്കാൻ ഭാഗ്യം സിദ്ധിച്ചിട്ടില്ലാത്ത ഒരു തലമുറയാണ് എന്റേത്." ഞാൻ പറഞ്ഞു. "ലോക കമ്മ്യൂണിസം ചേരിതിരിയുകയും സ്റ്റാലിൻ ഘട്ടം ബുദ്ധിജീവികളെ കമ്മ്യൂണിസത്തിൽ നിന്നകറ്റുകയും മാർക്സിസം തന്നെ പരസ്പര ഭിന്നങ്ങളും

പരസ്പരവിരുദ്ധങ്ങളുമായ വ്യാഖ്യാനങ്ങൾക്ക് വിധേയമാവുകയും ചെയ്ത ഒരു ഘട്ടത്തിൽ രാഷ്ട്രീയമായ ഒരനിവാര്യതയെന്ന നിലയിൽ ഇടതുപക്ഷത്ത് വന്നുപെട്ടവരാണ് ഞങ്ങൾ. വിപ്ലവത്തിനു ചെറുപ്പമായിരുന്നപ്പോൾ, വിശ്വാസം ലളിതമായിരുന്നു. ഇന്നങ്ങനെയല്ല, അവസ്ഥ കൂടുതൽ സങ്കീർണ്ണമാണ്. ജനങ്ങളുടെ ഉത്സവമാകേണ്ട വിപ്ലവം ഉദ്യോഗസ്ഥപ്രമാണിമാരുടെ ഉത്സവമായി മാറുന്നു. സ്വാതന്ത്ര്യാഘോഷങ്ങൾ സൈബീരിയയിലേക്കും സാംസ്കാരിക വിപ്ലവത്തിന്റെ പേരിലുള്ള കൊലപാതകങ്ങളിലേക്കും നയിക്കുന്നു. സോവിയറ്റ് യൂണിയൻ വൈകിയെങ്കിലും ആ തെറ്റു കണ്ടെത്തുകയും തിരുത്താൻ ശ്രമിക്കുകയുമാണ്. ഹതാശരായ യുവസമൂഹങ്ങളെ അത് സോഷ്യലിസത്തിലേക്ക് പുനരാകർഷിച്ചേക്കാം.''

മോസ്കോവിൽ ചെന്നെത്തിയ ദിവസംതന്നെ ഒരു കവിതാസായാഹ്നത്തിൽ പങ്കെടുക്കേണ്ടിവരുമെന്നു കരുതിയിരുന്നില്ല. തിരക്കേറിയ റൈറ്റേഴ്സ് യൂണിയൻ ഓഫീസിൽ ഇന്ത്യാക്കാർ പലരുമെത്തിയിട്ടുണ്ട്. മലയാളികളായ ഭദ്രകുമാറും വർഗീസും അപ്പുക്കുട്ടനും മറ്റുമുൾപ്പെടെ. ഞങ്ങളോടൊപ്പം റസൂൽ ഗംസതേവ്, റിമാകസാദക്കാവാ തുടങ്ങിയ റഷ്യൻ കവികളും കവിത വായിക്കുന്നു. ഇവരിരുവരും കല്ക്കത്തയിലും ദില്ലിയിലും നടന്ന റഷ്യൻ കാവ്യോത്സവത്തിൽ പങ്കെടുത്തവരാണ്. തങ്ങളുടെ ഇന്ത്യനനുഭവത്തെക്കുറിച്ചും ഇൻഡോ-സോവിയറ്റ് സാംസ്കാരിക സൗഹൃദത്തെക്കുറിച്ചും അവർ സംസാരിച്ചു. ഞങ്ങൾ സ്വന്തം ഭാഷകളിലാണ് കവിതകൾ വായിച്ചത്. നേരത്തേ തയ്യാറാക്കിയിരുന്ന റഷ്യൻ പരിഭാഷകൾ വിവർത്തകർ വായിച്ചു. ടെലിവിഷനിലൂടെയും പ്രധാന പത്രങ്ങളിലൂടെയും ഞങ്ങളുടെ മുഖങ്ങൾ പരിചിതമായിക്കഴിഞ്ഞിരുന്ന ജനങ്ങൾ, രാവിലെ നടക്കാനിറങ്ങിയപ്പോൾ ഞങ്ങളെ കൈവീശി അഭിവാദ്യം ചെയ്തിരുന്നു.

പിറ്റേന്നു രാവിലെ, മഞ്ഞുപെയ്യുന്ന മൈനസ് ആറു ഡിഗ്രി തണുപ്പിൽ ഞങ്ങൾ 'അരുണചത്വര' (റെഡ് സ്ക്വയർ)ത്തിൽ എത്തുന്നു. നൂറ്റാണ്ടുകളായി നിന്ദിക്കപ്പെട്ട ഒരു മഹാജനത സ്വന്തം ഭാഗധേയം കൈയിലെടുത്ത് മർദ്ദകർക്കെതിരെ സോവിയറ്റധികാരത്തിന്റെ മുഷ്ടികളുയർത്തിയ ധീരേതിഹാസത്തിന്റെ ജയപരാജയങ്ങൾ നിറഞ്ഞ അധ്യായങ്ങൾ എന്റെ മനസ്സിലൂടെ കടന്നുപോകുന്നു. ഐൻസ്റ്റീനിന്റെ 'ഒക്ടോബറിന്റെ രംഗങ്ങൾ കൺമുന്നിൽ പുനരഭിനയിക്കപ്പെടുന്നതുപോലെ, പതിനൊന്നു മണിക്ക് നിത്യവും പതിവുള്ള അഭിവാദ്യം കാണുവാൻ ലെനിൻ മ്യൂസോളിയത്തിനു ചുറ്റും വലിയൊരു ജനക്കൂട്ടമുണ്ട്. പരേതനായിട്ടും 'പാടുന്ന നാളെ'യെ സ്വാധീനിക്കുന്ന ലെനിനെ സന്ദർശിച്ച ഞങ്ങൾ മോസ്കോ കാണാനിറങ്ങുന്നു.

സഹായികളായി നതാലിയ(നടാഷ)യും താനിയയും അനിലുമുണ്ട്. നടാഷയും താനിയയും ഇംഗ്ലീഷധ്യാപികമാരാണ്, ഒഴിവുസമയങ്ങളിൽ വിഭാഷികളായി പ്രവർത്തിക്കുന്നു.

അനിൽ ഹിന്ദിയിൽ കവിതകളെഴുതുന്നു. ലോകമെമ്പാടുനിന്നും കവിതകൾ ഹിന്ദിയിലേക്ക് പരിഭാഷപ്പെടുത്തുന്നു. ഗോർക്കി ഇൻസ്റ്റിറ്റ്യൂട്ടിൽനിന്ന് റഷ്യൻ സാഹിത്യത്തിൽ ബിരുദം നേടിയ ഈ ഉത്തർപ്രദേശുകാരൻ ഇപ്പോൾ മോസ്കോ റേഡിയോവിൽ ജോലി നോക്കുന്നു. ധൂമിലിന്റെയും സർവേശ്വർദയാൽ സാക്സേനയുടെയും സ്വാധീനം പ്രകടമാക്കുന്നവയാണ് അനിലിന്റെ 'കവിതാ നഹീം ഹൈ യഹ്' ('ഇതു കവിതയല്ല') എന്ന സമാഹാരത്തിലെ രചനകൾ: രാത്രി അനിലിന്റെ വീട്ടിലെ ഇന്ത്യനന്തരീക്ഷത്തിലിരുന്ന് അദ്ദേഹത്തിന്റെ റഷ്യൻ പത്നി ഒരുക്കിയ ഇന്ത്യനത്താഴം കഴിച്ചത് ഭുവനപ്രസിദ്ധമായ റഷ്യൻ 'കവിയർ' ഉൾപ്പെടെയുള്ള വിഭവങ്ങളുമായി പൊരുത്തപ്പെടാൻ കഴിയാതിരുന്ന എനിക്കും സസ്യഭുക്കായ കേദാർനാഥിനും ആഹ്ലാദകരമായ ഒരു വ്യതിയാനമായിരുന്നു. മോസ്കോ ദിനങ്ങളിലുടനീളം ചുറുചുറുക്കുള്ള ഈ ചെറുപ്പക്കാരൻ ഞങ്ങളുടെ ഉത്തമസഹായിയായിരുന്നു.

വിപ്ലവാനന്തരം റഷ്യയിലെ ഏറെ ക്രിസ്ത്യൻ പള്ളികൾ തകർക്കപ്പെട്ടപ്പോൾ അവിടത്തെ ക്രിസ്തുമത വിശ്വാസികൾ എത്രമാത്രം ദുഃഖിതരായിരുന്നു എന്ന കാര്യം അനിലാണ് ഞങ്ങളോടു പറഞ്ഞത്. അവ കമ്മ്യൂണിസ്റ്റുകാർ തകർത്തതായി 'യഹൂദർ' തകർത്തതായാണ് അവർ ഇപ്പോൾ കരുതുന്നത്. ക്രൂഷ്ചേവിന്റെ കാലം മുതൽ, അവശേഷിച്ച പള്ളികൾ കാര്യമായി സംരക്ഷിക്കാനാരംഭിച്ചു. മോസ്കോയുടെ മനോഹാരിതയുടെ ഒരു പ്രധാന ഘടകം വാസ്തുശില്പമാതൃകകളായ ഈ പള്ളികളാണ്; പിന്നെ ആധുനികമായ തിയേറ്ററുകളും പ്രതിമകളും സ്മാരകങ്ങളും നടപ്പാതകളും. ഗോർക്കിയും ചെഖോവും ഗൊഗോളും പുഷ്കിനും വന്നിരിക്കാറുള്ള ബെഞ്ചുകളുള്ള ഒരു വഴിയുദ്യാനം അനിൽ ഞങ്ങളെ കാണിച്ചുതന്നു. അവരുടെ പേരുകൾ പതിവിരിപ്പിടങ്ങളിൽ കൊത്തിവച്ചിരിക്കുന്നു. "ലോകത്തിലെ ഏറ്റവും പച്ചയായ നഗരമാണ് മോസ്കോ." അനിൽ പറഞ്ഞു: "ഇപ്പോൾ ശൂന്യരായി നില്ക്കുന്ന ഈ വൃക്ഷങ്ങൾ പെട്ടെന്നൊരു ദിവസം വസന്താഗമനമറിയിച്ചുകൊണ്ട് പച്ചത്തളിരുകളാൽ മൂടും."

പുഷ്കിൻ ഭവനവും ഗൊഗോൾ ഭവനവും കടന്ന് തൾസ്റ്റായ് (ടോൾസ്റ്റോയ്) മ്യൂസിയത്തിലേക്ക് പോവുകയാണ് ഞങ്ങൾ. താനിയയും ഞാനും ഒരു വാഹനത്തിലാണ്. തങ്ങളുടെ സംഭാഷണം കുടുംബങ്ങളിലേക്കു തിരിയുന്നു. "ഇന്ത്യയിൽ പെൺകുട്ടികളുണ്ടാവുന്നത്

ഒരു വലിയ ഭാരമായാണ് മാതാപിതാക്കൾ കരുതുന്നത്.'' ഞാൻ പറയുന്നു, താനിയ പ്രവചിക്കുന്നു: ''ഇവിടെ ഞങ്ങൾ, അമ്മമാർ, ആൺകുട്ടികൾ പിറക്കാതിരിക്കാൻ പ്രാർത്ഥിക്കുന്നു. പ്രായപൂർത്തിയായാൽ അവരെ അഫ്ഗാനിസ്ഥാനിൽ കൊലയ്ക്കയയ്ക്കേണ്ടിവരും.'' അവളുടെ സ്വരത്തിലെ ദുഃഖവും പ്രതിഷേധവും എന്നെ ചലിപ്പിക്കുന്നു. ''ഞങ്ങൾക്കും ഇപ്പോൾ ഒരു ചെറിയ അഫ്ഗാനിസ്ഥാനുണ്ട്, ശ്രീലങ്ക'' - ഞാൻ പറയുന്നു, ''പക്ഷേ, നിങ്ങളുടെ ഗവൺമെന്റ് തെറ്റു തിരുത്താൻ ശ്രമിക്കുന്നുണ്ടല്ലോ.'' ''അതെളുപ്പമല്ല. കാൽ വലിച്ചെടുക്കുന്തോറും ചേറിൽ ആണ്ടാണ്ടുപോവുകയാണ്.'' ''നിങ്ങൾ അമ്മമാരെക്കുറിച്ചു പറഞ്ഞു. സോവിയറ്റ് യൂണിയനിലെ സ്ത്രീകളുടെ അവസ്ഥയെക്കുറിച്ച് നിങ്ങൾക്കെന്തു തോന്നുന്നു?'' ''നിയമപരമായി ഞങ്ങൾ പുരുഷന്മാരോടു തുല്യത നേടിയിട്ടുണ്ട്. എന്നാൽ പുരുഷന്മാരുടെ സമീപനത്തിൽ കാര്യമായ വ്യത്യാസമുണ്ടായിട്ടില്ല. അതുകൊണ്ട് ഞങ്ങൾക്ക് ജോലിയുടെയും വീടിന്റെയും ഇരട്ടഭാരം വഹിക്കേണ്ടിവരുന്നു.'' ''ഞങ്ങളുടെ സർക്കാർ കുടുംബങ്ങൾ ചെറുതാക്കാൻ പ്രോത്സാഹനം നല്കുന്നു. ഇവിടെ മറിച്ചാണെന്നു കേട്ടിട്ടുണ്ട്.'' ''അതെ. പക്ഷേ, ഈ ഇരട്ടഭാരം മൂലം സ്ത്രീകൾ ഒന്നോ രണ്ടോ സന്തതികളിൽ കൂടുതലുണ്ടാകാൻ സമ്മതിക്കുന്നില്ല. കുട്ടികളേറുന്തോറും ഭാരവും വർദ്ധിക്കുന്നു. ഇങ്ങനെ പോയാൽ ഒന്നുരണ്ടു പതിറ്റാണ്ടു കഴിഞ്ഞാൽ റഷ്യയിൽ റഷ്യക്കാരുണ്ടാവില്ല.''

ഞങ്ങൾ ടോൾസ്റ്റോയ് മ്യൂസിയത്തിലെത്തിയിരിക്കുന്നു. 'ലിയോ ടോൾസ്റ്റോയ് തെരുവ്' എന്ന് പുനർനാമകരണം ചെയ്യപ്പെട്ടിരിക്കുന്ന 'ഡോൾഗോഖമൊഫ്നിച്ചെസ്കിയ്' തെരുവിലാണ് മരംകൊണ്ടു പണിത ഈ വീട്. 1882ലാണ് ടോൾസ്റ്റോയ് ഇവിടെ താമസമാരംഭിച്ചത്. 'യുദ്ധവും സമാധാനവും', 'അന്നാകരീനിനാ' തുടങ്ങിയ നോവലുകൾ യാസ്നായാ പോളാനായിൽ വച്ചുതന്നെ അദ്ദേഹം രചിച്ചു കഴിഞ്ഞിരുന്നു. 'തമസ്സിന്റെ ശക്തി'യും 'ഉയർത്തെഴുന്നേല്പും' 'ജീവനുള്ള ജഡ'വും ഉൾപ്പടെ നൂറോളം കൃതികൾ ഈ വീട്ടിൽ വച്ചാണ് എഴുതപ്പെട്ടത്. റഷ്യൻ ജനതയെ ശ്വാസം മുട്ടിച്ചിരുന്ന ഭരണകൂടവും പള്ളിയുമുൾപ്പെടെയുള്ള അധികാരസ്ഥാപനങ്ങളുടെ ഈ വിമർശനങ്ങൾ, വിപ്ലവത്തിന്റെ ആദ്യഘട്ടത്തെ പ്രതിഫലിപ്പിക്കുന്നു. ഇവിടെ താമസമാക്കിയ ശേഷമാണ് ടോൾസ്റ്റോയ് തൊഴിലാളി വർഗ്ഗത്തെ അടുത്തറിയാനും കുലീനവർഗ്ഗത്തെ പൂർണ്ണമായും വെറുക്കാനും തുടങ്ങിയത്. അദ്ദേഹം തന്റെ പ്രിയപ്പെട്ട സൈക്കിളിൽ (അതിവിടെ സൂക്ഷിച്ചിട്ടുണ്ട്.) 'ഖിത്റൊഫി'ലെ അങ്ങാടിയിലും സമീപപ്രദേശത്തെ വ്യവസായശാലകളിലും തൊഴിലാളി ഗൃഹങ്ങളിലും നിരന്തരം ചുറ്റിനടന്നു.

ഉപരിപ്ലവങ്ങളായ പരിഷ്കാരങ്ങളോ ഉപരിവർഗ്ഗകാരുണ്യമോ കൊണ്ട് മർദ്ദിതരുടെ വിധി മാറ്റിയെടുക്കാനാവില്ലെന്ന് ഇക്കാലത്ത് ടോൾസ്റ്റോയിക്കു ബോധ്യമായി. പള്ളി അദ്ദേഹത്തിനു ഭ്രഷ്ട് കല്പിച്ചതും ഇക്കാലത്തുതന്നെ. ടോൾസ്റ്റോയിയുടെ ഈ വീട് കലാകാരന്മാരുടെയും ബുദ്ധിജീവികളുടെയും കേന്ദ്രമായിരുന്നു. റൂബിൻസ്റ്റീൻ, റാച്മാനിനൊഫ്, സ്ക്രിയാബിൻ തുടങ്ങിയ സംഗീതജ്ഞർ ഇവിടെവന്ന് പുതിയ രചനകളാലപിച്ചു; ചെഖോവും ഗോർക്കിയും ഇവിടെ വന്ന് കൃതികൾ ചർച്ചചെയ്തു. കർഷകരും തൊഴിലാളികളും ടോൾസ്റ്റോയിയുടെ മുറിയിൽ വന്നുകൊണ്ടിരുന്നു. ഇത് അദ്ദേഹത്തിന്റെ പത്നിക്ക് ഇഷ്ടമല്ലായിരുന്നു. അതുകൊണ്ട് അവർ പിൻവാതിലൂടെയാണ് വന്നത്. ഭൃത്യന്മാർക്കുള്ള ഈ വാതിലാണ് ടോൾസ്റ്റോയിയും ഉപയോഗിച്ചത്.

കുലീനർ 'വെടിവട്ട'ത്തിനു കൂടാറുള്ള വിരുന്നുമുറിയെ 'വീടിന്റെ ഏറ്റവും വിരസമായ ഭാഗം' എന്നാണ് ടോൾസ്റ്റോയ് വിശേഷിപ്പിച്ചിരുന്നത്. വിപ്ലവാനന്തരം ലെനിൻ ചെയ്ത ആദ്യകാര്യങ്ങളിലൊന്ന് ഈ വീട് വിലയ്ക്കുവാങ്ങി ഒരു ദേശീയസ്മാരകമാക്കി മാറ്റുകയായിരുന്നു. അര ലക്ഷം സന്ദർശകരെങ്കിലും പ്രതിവർഷം ഇവിടെയെത്തുന്നു. എൻ.എൻ.ഖേ, റെപിൻ എന്നിവർ വരച്ച പോർട്രെയിറ്റുകളിലൂടെ ടോൾസ്റ്റോയ് കുടുംബം ഇപ്പോഴും ഇവിടെ ജീവിക്കുന്നു. തന്റെ സമ്പൂർണ്ണ കൃതികളുടെ 'അവസാനത്തെ വാല്യം' എന്ന് ടോൾസ്റ്റോയ് വിശേഷിപ്പിച്ചിരുന്ന സ്വന്തം കൈ കൊണ്ടുണ്ടാക്കിയ ഒരു ജോടി ഷൂസ്, അദ്ദേഹമുപയോഗിച്ചിരുന്ന ഇരിപ്പിടങ്ങൾ, എഴുത്തുസാമഗ്രികൾ, ചില കൈയെഴുത്തുപ്രതികൾ, കുട്ടികളുടെ കളിപ്പാട്ടങ്ങൾ, ചിത്രങ്ങൾ ഇവയെല്ലാം ഇവിടെ ശ്രദ്ധാപൂർവം സംരക്ഷിച്ചിരിക്കുന്നു.

സോവിയറ്റ് യൂണിയൻ സന്ദർശിക്കുന്ന ആരും ശ്രദ്ധിച്ചുപോകുന്ന ഒരു കാര്യമാണ് തങ്ങളുടെ എഴുത്തുകാരോടും കലാകാരന്മാരോടും ജനങ്ങൾ പുലർത്തുന്ന ആത്മാർത്ഥമായ സ്നേഹവും ആദരവും. ഞങ്ങൾ കണ്ട കവികളുടെയെല്ലാം പ്രതിമകൾക്കുമുൻപിൽ വാടാത്ത പൂക്കളുണ്ടായിരുന്നു. ഇതിന് പ്രതീകാത്മകമായ പ്രാധാന്യം മാത്രമേ ഉള്ളുവെന്നുവരാം. എങ്കിലും ഒരു ജനതയുടെ സംസ്കാരത്തിന്റെ പ്രധാനമായ ഒരളവുകോലാണ് അവർ തങ്ങളുടെ കലാകാരന്മാരോടും എഴുത്തുകാരന്മാരോടും എങ്ങനെ പെരുമാറുന്നുവെന്നത്. ഇന്ത്യയിൽ നാം ഏറെയും എഴുത്തുകാർ ജീവിച്ചിരിക്കുമ്പോൾ അവരുടെ പ്രധാന പ്രവർത്തനത്തെ തടസ്സപ്പെടുത്തുകയും അവരുടെ ജീവിതം നരകമാക്കി മാറ്റുകയും പിന്നീട് ചില സ്മാരകങ്ങൾ

നിർമ്മിച്ചാൽത്തന്നെ അവയെ അവഗണിക്കുകയുമാണല്ലോ പതിവ്. വിപ്ലവാനന്തരം സോവിയറ്റ് ജനത മുഴുവൻ സാക്ഷരരായിത്തീർന്ന താവാം ഈ അന്തരത്തിന് ഒരു കാരണം.

ഇപ്പോൾ ഞങ്ങൾ മോസ്കോവിലെ ഏറ്റവും ഉയരമുള്ള പ്രദേശ ത്താണ്. താഴ്വരയിൽ മസ്ക്വാനദി, അതിനപ്പുറം ഒളിമ്പിക് സ്റ്റേഡിയം, ഇപ്പുറത്ത് സ്വയം ഒരു ചെറുപട്ടണമായ മോസ്കോ യൂണിവേഴ്സിറ്റി. കുന്നിൻചെരുവിൽ കുട്ടികൾ 'സ്കേറ്റു' ചെയ്യുന്നു; പരിശീലനം നടത്തുന്നവരിൽ മൂന്നു വയസ്സുകാർവരെയുണ്ട്. മഞ്ഞിൽ നില്ക്കു മ്പോൾ ഒരു വിവാഹസംഘം അവിടെ വന്നെത്തുന്നു. ഇവിടെ - യുഗോസ്ലാവിയയിലും ഞാനിതു ശ്രദ്ധിച്ചിരുന്നു - ഒരു വിവാഹ സംഘത്തിൽ ഏറിയാൽ പത്താളുകളിൽ കൂടുതലുണ്ടാകാറില്ല. ഇതു കണ്ടപ്പോൾ ഞാൻ ഈയിടെ കോളിളക്കം സൃഷ്ടിച്ച ഒരു ഗ്വാളിയോർ വിവാഹത്തെക്കുറിച്ചോർത്തുപോയി; ദാരിദ്ര്യത്തിന്റെ ഒരു സമുദ്രത്തിലിരുന്ന് അത്തരമൊന്ന് ആസൂത്രണം ചെയ്ത കുറ്റ വാളിയുടെ ഹൃദയശൂന്യതയെയും.

തിരിച്ചുപോകുമ്പോൾ, ഇപ്പോൾ ദേശീയസ്മാരകമായി നില നിർത്തിയിരിക്കുന്ന മോസ്കോവിലെ ആദ്യത്തെ വൈദ്യുതി പ്ലാന്റ് കണ്ടു. 'വിദ്യുച്ഛക്തിയും മറ്റുചിലതും' എന്നായിരുന്നല്ലോ ലെനിൻ സോഷ്യലിസത്തെക്കുറിച്ചു പറഞ്ഞിരുന്നത്. വൈദ്യുതിയുടെ കാര്യ ത്തിൽ സോവിയറ്റു യൂണിയൻ ഇപ്പോൾ സ്വയംപര്യാപ്തമാണ്. കടുത്ത ശൈത്യത്തിലും വീടുകളും കടകളും വാഹനങ്ങളുമെല്ലാം ചൂടുള്ളതാക്കിവയ്ക്കാൻ ഇതുമൂലം അവർക്ക് കഴിയുന്നു. വൈദ്യുതി അല്പനേരം നിലച്ചാൽ അവിടത്തെ തടിച്ച സ്ത്രീകൾക്ക് പതി നഞ്ചാം നിലകളിലേക്ക് കോവണി കയറി പോകേണ്ടിവരുമല്ലോ എന്നോർത്തപ്പോൾ, വൈദ്യുതിയിലുള്ള ഈ ആശ്രിതത്വത്തെക്കുറിച്ച് ഉത്കണ്ഠയും തോന്നാതിരുന്നില്ല - വൈദ്യുതി ഇവിടെ നിലയ്ക്കാറി ല്ലെങ്കിലും. ഉച്ചയ്ക്ക് റെസ്റ്റോറണ്ടിലിരിക്കുമ്പോൾ ഞാൻ താനിയ യോടു ചോദിച്ചു: ''നിങ്ങൾക്ക് വ്യാവസായിക മലിനീകരണത്തിന്റെ പ്രശ്നങ്ങളില്ലേ?''

''തീർച്ചയായും. അത്തരം കാര്യങ്ങളിൽ ഞങ്ങൾ മറ്റൊരു യൂറോ പ്യൻ രാജ്യം മാത്രമാണ്. പുക, പൊടി, നദികളുടെ മലിനീകരണം. ജാഗ്രതയുള്ളതിനാൽ ഏറെ കഠിനമായിട്ടില്ലെന്നു മാത്രം.''

തിരക്കേറിയ പരിപാടികൾക്കിടയിൽ കിട്ടിയ ചെറിയ ഇടവേള യിൽ അനിൽ ഞങ്ങളെ കടകളിലേക്കു കൊണ്ടുപോകുന്നു. വഴിയിൽ ക്രെംലിനടുത്തുള്ള ഒരു പാലത്തിനരികിലെത്തിയപ്പോൾ അനിൽ പറഞ്ഞു: ''ഇതാ, ഇവിടെയാണ് റഷ്യൻ സുരക്ഷാസന്നാഹങ്ങളെ

ഭേദിച്ച് ചെറുപ്പക്കാരനായ പശ്ചിമജർമ്മൻ പൈലറ്റ് വിമാനമിറക്കിയത്.'' അന്ന് അത് ഒരു വലിയ പത്രവാർത്തയായിരുന്നു. ഒരുപക്ഷേ, സാഹസങ്ങളും രണ്ടാമത് വരുന്നത് കോമാളിത്തങ്ങളായിട്ടാകാം! കടകളിൽ ആഡംബര വസ്തുക്കൾക്ക് നികുതി വളരെ കൂടുതലാണ്. നിത്യോപയോഗവസ്തുക്കൾക്ക് തീരെക്കുറവും. ശരിയായ അനുപാതബോധംതന്നെ.

റൂബിളിന്റെ വിനിമയമൂല്യമാലോചിച്ചാൽ (ഒരു റൂബിളിന് ഇരുപതിലേറെ രൂപ) ഇന്ത്യാക്കാർക്ക് യാതൊന്നും ഇവിടെനിന്നു വാങ്ങാനാവില്ല. ലോകവിപണിയിൽ റഷ്യയുടെ വ്യാവസായികോൽപന്നങ്ങൾ തീരെ പേരുകേട്ടവയുമല്ല, അവശ്യവസ്തുക്കളുടെ ഉൽപാദനത്തിൽ ഊന്നുന്ന ഒരു സമ്പദ്ഘടനയുടെ ഫലമാകാം ഇത്. (എന്തിന്, സിഗററ്റുപോലും തെരുവിൽ നടക്കുമ്പോൾ ചില ചെറുപ്പക്കാർ ഞങ്ങളോട് വിദേശ സിഗററ്റുകൾ ചോദിച്ചു.) കടകളിലെ പല സാധനങ്ങളും പൂർവ യൂറോപ്പിലുണ്ടാക്കിയവയാണ്. സോവിയറ്റ് യൂണിയന്റെ 'തനിമ'യുള്ള സാധനങ്ങൾ മരംകൊണ്ടുള്ള ചില കരകൗശല വസ്തുക്കളും ചില സുഗന്ധദ്രവ്യങ്ങളും പാവക്കുട്ടികളും കാർപ്പെറ്റുകളും ഗ്ലാസുകളും 'ആംബർ' (പൈൻ പശയുടെ ഒരു ശിലീകൃത രൂപം) കൊണ്ടുള്ള ആഭരണങ്ങളുമാണ്.

വൈകീട്ട് 'സോവിയറ്റ് ലിറ്ററേച്ചർ മാസിക'യുടെ വക ഒരു സ്വീകരണം. അവർ തങ്ങൾക്ക് സോവിയറ്റ് ലിറ്ററേച്ചർ ഈയിടെയിറക്കിയ 'ഇൻഡോ-സോവിയറ്റ് സാംസ്കാരിക സൗഹൃദ വിശേഷാൽ പ്രതി' സമ്മാനിക്കുന്നു. മുക്തിബോധം സമർസെന്നും സുഭാഷ് മുഖോപാധ്യായയും ഉൾപ്പെടെയുള്ള കവികൾ സോവിയറ്റ് യൂണിയനെക്കുറിച്ചെഴുതിയ കവിതകൾ, ശ്യാംബെനഗലും ഭീഷ്മസാഹ്നിയുമായുള്ള അഭിമുഖസംഭാഷണങ്ങൾ, അദ്ധ്വാനത്തിന്റെ മഹത്വത്തെക്കുറിച്ച് സ്വാമി ലോകേശ്വരാനന്ദന്റെ ഒരു കുറിപ്പ്, സോവിയറ്റ് കവികൾ ഇന്ത്യയെക്കുറിച്ചെഴുതിയ കവിതകൾ, സോവിയറ്റ് ചിത്രകാരന്മാർ വരച്ച ഇന്ത്യൻ ജീവിതചിത്രങ്ങൾ, സന്ദർശകരുടെ സ്മരണകൾ ഇവയെല്ലാമുണ്ട്. പഞ്ചതന്ത്രവും ഭഗവദ്ഗീതയും ശാകുന്തളവും രണ്ടു നൂറ്റാണ്ടു മുൻപുതന്നെ റഷ്യയിലെത്തിയിരുന്നു. പുഷ്കിന്റെ 'ജലകന്യക'യെ ശാകുന്തളം സ്വാധീനിച്ചിട്ടുണ്ട്. ടോൾസ്റ്റോയിയിൽ ഗാന്ധിയൻ സാഹിത്യത്തിന്റെ സ്വാധീനവും (മറിച്ചും) സുവിദിതമാണല്ലോ. ടാഗൂർ മുതൽ പ്രേംചന്ദും തകഴിയും സർവേശ്വർ ദയാൽ സാക്സേനയും വരെയുള്ളവരുടെ കൃതികൾ റഷ്യൻ വായനക്കാർക്ക് സുപരിചിതമാണ്.

സോവിയറ്റ് യൂണിയനിലെ ഇന്ത്യാ ഫെസ്റ്റിവെലിനോടനുബന്ധിച്ചു നടന്ന പ്രദർശനങ്ങളും പരിപാടികളും തിരിച്ചുണ്ടായ പരിപാടികളും - ഈ ഉത്സവങ്ങളുടെ പിറകിൽ ഗവൺമെന്റുകൾക്കുള്ള നയതന്ത്ര പരവും വാണിജ്യപരവുമായ ലക്ഷ്യങ്ങളെ മറികടന്നു കൊണ്ട് - രണ്ടു ജനതകളിലും പരസ്പരധാരണയും ആദരവും വർദ്ധിപ്പിപ്പി ക്കാൻ സഹായിച്ചിട്ടുണ്ടെന്നത് യാത്രാവേളയിൽ വ്യക്തമായിരുന്നു. ഭരണകൂടങ്ങളുടെ തന്ത്രബന്ധങ്ങളെക്കാൾ പ്രധാനം ജനതകളു ടെയും സംസ്കാരങ്ങളുടെയും സർഗാത്മക സൗഹൃദമാണെന്ന കാര്യം അവിടത്തെ എഴുത്തു കാർ സ്വീകരണവേളകളിൽ ആവർ ത്തിച്ചു പറഞ്ഞിരുന്നു. 'സോവിയറ്റ് ലിറ്ററേച്ചറി'ന്റെ പുതിയ പരി പാടികൾ - മാസികയുടെ ഒരു ഹിന്ദി പതിപ്പും ഇരുപതാം നൂറ്റാ ണ്ടിലെ ഇന്ത്യൻ സാഹിത്യത്തിന്റെ 20 വാല്യങ്ങളുള്ള ഒരു റഷ്യൻ വിവർത്തനസമാഹാരവും സോവിയറ്റ് സാഹിത്യത്തിന്റെ അത്രതന്നെ വരുന്ന ഒരു ഹിന്ദി സമാഹാരവും - ഈ സാംസ്കാരിക വിനിമയ ത്തിൽ ശ്രദ്ധേയമായ കാൽവയ്പ്പുകളാണ്.

സാമൂഹ്യ ചിന്തയ്ക്കും സാഹിത്യ സിദ്ധാന്തങ്ങൾക്കും ഊന്നൽ കൊടുക്കുന്ന സോവിയറ്റ് സാഹിത്യ സമാഹാരത്തിന്റെ ആദ്യവാല്യം ഹിന്ദിയിൽ പ്രസിദ്ധീകരിച്ചുകഴിഞ്ഞിരിക്കുന്നു. ടോൾസ്റ്റോയിയെ ക്കുറിച്ചുള്ള ലെനിന്റെ പഠനം, പുനച്ചാർക്സി, പ്ലീഹാ നൊഫ്, ഗോർക്കി തുടങ്ങിയവരുടെ സാഹിത്യസംബന്ധമായ ലേഖനങ്ങൾ, മിഖായേൽ ബഖ്തിൻ, വിത്തോർഷക്ലോവ്സ്കിയ്, യൂറി ലോട്മാൻ തുടങ്ങിയവരുടെ ആധുനിക സൗന്ദര്യശാസ്ത്രസിദ്ധാന്തങ്ങൾ തുട ങ്ങിയവയും പൗരസ്ത്യ സാഹിത്യത്തെക്കുറിച്ച് സോവിയറ്റ് വിമർശ കരുടെ പഠനങ്ങളും ഇതിലുണ്ട്. ഗാന്ധിയും ടോൾസ്റ്റോയിയും തമ്മിൽ നടന്ന കത്തിടപാടുകളും അരബിന്ദഘോഷിന്റെയും ജെ. കൃഷ്ണമൂർത്തിയുടെയും കൃതികളും സമീപകാലത്ത് റഷ്യൻ ഭാഷ യിൽ പ്രസിദ്ധീകരിക്കപ്പെട്ടിരിക്കുന്നു. ഇന്ത്യൻ സംസ്കാരത്തിൽ നിന്ന് തങ്ങൾക്ക് സ്വീകാര്യമായ ചിലതു കണ്ടെത്താൻ മാത്രമല്ല അവരുടെ യത്നമെന്നും മറിച്ച് അതിനെക്കുറിച്ചൊരു സമഗ്രധാരണ യുണ്ടാക്കാനാണെന്നും ഇതിൽനിന്നു വ്യക്തമാണ്.

പിറ്റേദിവസം രാവിലെ 'ഫോറിൻ ലിറ്ററേച്ചറി'ന്റെ എഡിറ്റോറി യൽ ഓഫീസിലായിരുന്നു സ്വീകരണം. വിദേശസാഹിത്യകൃതികൾ റഷ്യനിൽ പരിഭാഷ ചെയ്തും പഠനങ്ങൾ പ്രസിദ്ധീകരിച്ചും സോവി യറ്റ് വായനക്കാരുടെ സാംസ്കാരികപരിചയം വികസിപ്പിക്കുകയാണ് ഈ മാസികയുടെയും പ്രസാധനഗൃഹത്തിന്റേയും ലക്ഷ്യം. മാസിക യുടെ പുതിയ ലക്കത്തിൽ ഇന്ത്യൻ ഫെമിനിസ്റ്റ് പ്രസിദ്ധീകരണ ശാലയായ 'കാളി'യുടെ പരസ്യവും അവരുടെ ഒരു പുസ്തകത്തിന്റെ

നിരൂപണവും കണ്ടു. അത് ഞങ്ങളുടെ സംഭാഷണത്തെ ഫെമിനിസത്തിന്റെ പ്രശ്നങ്ങളിലേക്കു തിരിച്ചുവിട്ടു.

പ്രാചീനഭാരതീയസമൂഹത്തിൽ സ്ത്രീകൾക്ക് ഉന്നതപദവിയുണ്ടായിരുന്നെന്നും മുകിലരുടെയും ബ്രിട്ടീഷുകാരുടെയും വരവോടെയാണ് സ്ത്രീകൾ രണ്ടാംസ്ഥാനത്തായതെന്നും പ്രൊഫ. ചൗധരി അഭിപ്രായപ്പെട്ടു. എനിക്ക് അദ്ദേഹത്തോട് വിയോജിക്കേണ്ടിവന്നു. ഇത് പ്രചാരമുള്ള ഒരൈതിഹ്യം മാത്രമാണെന്നും സ്ത്രീകൾക്കിടയിൽ അക്കാലത്ത് അജിതകേശകംബിളിയെപ്പോലെ ചില ദാർശനികരുണ്ടായിരുന്നുവെങ്കിലും 'സ്മൃതികളിൽ പ്രതിഫലിക്കുന്ന സ്ത്രീബിംബം പരതന്ത്രമാണെന്നും ഞാൻ പറഞ്ഞു. ഇന്ത്യയിൽ ഒന്നുകിൽ സ്ത്രീകൾ ദേവതമാരായി ആരാധിക്കപ്പെട്ടു. അല്ലെങ്കിൽ അടിമകളായി ചവിട്ടിത്താഴ്ത്തപ്പെട്ടു. രണ്ടും അസമത്വത്തിന്റെ രണ്ടു രൂപങ്ങൾ തന്നെയാണ്. ഒന്നുകിൽ ലൈംഗികാഭിവാഞ്ഛയോടെ, അല്ലെങ്കിൽ അതിന്റെ ഉദാത്തീകൃതരൂപമായ ഭക്തിയോടെ മാത്രം സ്ത്രീകളെക്കാണുന്നവർക്ക് സ്ത്രീകളെ തുല്യരായ സുഹൃത്തുക്കളായി അംഗീകരിക്കാനാവില്ല.

ഇന്ത്യയിൽ പൊതുവെ നിലനില്ക്കുന്ന പീഡകമായ സാമൂഹ്യഘടനയെ തകർക്കുന്ന ജനകീയമായ ഉയിർത്തെഴുന്നേല്പിനൊപ്പം തന്നെ സ്ത്രീകളുടെ അന്തസ്സിനുവേണ്ടിയുള്ള സവിശേഷ പ്രസ്ഥാനങ്ങളും വളർന്നുവരേണ്ടതുണ്ടെന്ന് ഞാനഭിപ്രായപ്പെട്ടു. പത്മാസച്ദേവ് ചില അനുഭവങ്ങൾ വിവരിച്ച് സ്ത്രീയുടെ വർത്തമാനാവസ്ഥയിലെ ദുരിതത്തിലേക്ക് വിരൽചൂണ്ടി, റഷ്യയിൽ സ്ത്രീകൾക്ക് സ്വാതന്ത്ര്യം കുറച്ചേറിപ്പോയെന്നും അവരിപ്പോൾ പുരുഷന്മാരെ ഭരിക്കുകയാണെന്നും പ്രസാധനഗൃഹത്തിന്റെ മേധാവി അഭിപ്രായപ്പെട്ടപ്പോൾ ഞാൻ താനിയ പറഞ്ഞതോർക്കുകയായിരുന്നു - പുരുഷന്മാരുടെ സമീപനം ഇനിയും മാറിക്കഴിഞ്ഞിട്ടില്ല. തീർച്ചയായും അദ്ദേഹത്തിന്റെ അഭിപ്രായപ്രകടനത്തെ സമ്പാദകസമിതിയിലെ വനിതാ അംഗങ്ങൾ ശക്തിയായി എതിർത്തു. സാഹിത്യത്തിലെ സ്ത്രീബിംബവും ചർച്ചാവിഷയമായി. സമൂഹത്തിലെ സ്ത്രീയുടെ യഥാർത്ഥാവസ്ഥയും സാഹിത്യത്തിൽ പ്രതിഫലിക്കുന്ന നായികാസങ്കല്പവും രണ്ടു കാര്യങ്ങളാണെന്ന് രമാകാന്ത് പറഞ്ഞു. പ്രാചീനസാഹിത്യത്തിൽ ഈ അന്തരം പ്രകടമാണ്. എങ്കിലും കമലാദാസിന്റെയും അമൃതാപ്രീതത്തിന്റെയും മലയാളത്തിലെ സാറാ ജോസഫിനെപ്പോലുള്ള യുവകഥാകൃത്തുക്കളുടെയും മറ്റും രചനകളിൽ സ്ത്രീയുടെ ഭൗതികവും മാനസികവുമായ പീഡിതാവസ്ഥ ആവിഷ്കൃതമായി തുടങ്ങിയിട്ടുണ്ടെന്ന് ഞാൻ പറഞ്ഞു.

ഇമാൻത്സ് സീഡോണിസ് എനിക്കു സമ്മാനിച്ചിരുന്ന സമാഹാരത്തിലെ 'ചെരിപ്പുകൾ' എന്ന കവിത ഞാനോർത്തുപോയി. 'പ്രഭാതം. ധാരാളം സമയമുള്ള ഒരാളെപ്പോലെ നിങ്ങൾ ക്ഷൗരം ചെയ്യുന്നു - സാവധാനം. പിന്നെ കൂട്ടുകാരെത്തുന്നു. പുകവലി, ചീട്ടുകളി, പുരുഷന്മാരുടെ ഫലിതങ്ങളും മൂർച്ചയേറിയ വാക്കുകളും കൊണ്ട് ഊർജസ്വലമായ ആഹ്ലാദം. കുട്ടികൾ രാവിലെ മുതൽ ടി.വി. യുടെ മുൻപിൽനിന്ന് ജനങ്ങിയിട്ടില്ല. സ്ത്രീകളോ, അടുക്കളയിൽ തിരക്കിട്ടു പണിയെടുക്കുകയാണ്, വേവിക്കലും പൊരിക്കലും. ഞായറാഴ്ച മേശയ്ക്കടിയിൽ അനലങ്കൃതയായി കിടക്കുന്നു; ഒഴിഞ്ഞ കുപ്പികളെപ്പോലെ, പ്രഹരം ലഭിച്ച പ്രതീതിയോടെ.'

'ഗ്ലാസ്നോസ്റ്റും' (തുറന്ന സമീപനം) 'പെരിസ്ട്രോയിക്ക' (പുനഃസംഘാടനം)യും ഞങ്ങളുടെ സംഭാഷണങ്ങൾക്കും ചർച്ചകൾക്കുമിടയിൽ പലകുറി പരാമർശിക്കപ്പെട്ട വാക്കുകളാണ്. പുതിയ സമീപനത്തിന്റെ പാലങ്ങൾ സാംസ്കാരികരംഗത്ത് കണ്ടുതുടങ്ങിയിട്ടുണ്ട്. പസ്തർനക്കിനെപ്പോലുള്ളവർ അർഹമായ സ്ഥാനത്ത് പുനരവരോധിക്കപ്പെടുന്നതോടൊപ്പം വിമർശനാത്മകങ്ങളായ പുതിയ കലാസൃഷ്ടികളുമുണ്ടാകുന്നുണ്ട്. നാടക-ചലച്ചിത്രരംഗങ്ങളിൽ ഇതു വിശേഷിച്ചും പ്രകടമാണ്. യൂറികാരയുടെ 'നാളെ യുദ്ധം വന്നെത്തി' എന്ന സിനിമയുടെ ശീർഷകം മാത്രമല്ല, വ്യാകരണം തെറ്റിക്കുന്നത്. സോഷ്യലിസ്റ്റ് റിയലിസത്തെക്കുറിച്ചുള്ള സങ്കുചിത ധാരണകളുടെ കാലഹരണം വന്ന വ്യാകരണത്തെയും അതു ചോദ്യം ചെയ്യുന്നുണ്ട്.

പ്രശസ്ത കവി യെസ്യെനിൻ 'ജീർണ്ണകവി'(decadent) ആണെന്നു കരുതുന്ന യാഥാസ്ഥിതികരും കലയിലെ സ്വാതന്ത്ര്യവാദികളും തമ്മിൽ 1940കളിൽ പാർട്ടിക്കകത്തു നടന്ന യുദ്ധമാണ് ഈ സിനിമയുടെ പ്രമേയം. 'പാർട്ടി അച്ചടക്ക'വും മനുഷ്യരുടെ അടിസ്ഥാന ചോദനകളും തമ്മിലുള്ള സംഘർഷത്തിലേക്കാണ് യൂറികാര വിരൽ ചൂണ്ടുന്നത്.

ഗ്ലെഫ് പാൻഫിലോവിന്റെ 'തീം' ഒരു കലാകാരന്റെ പതനകഥയിലൂടെ എഴുപതുകളിലെ സോവിയറ്റ് സമൂഹത്തിന്റെ വിമർശനം സാധിക്കുന്നു. 1980ൽ നിർമ്മിച്ച ഈ ചിത്രം സമീപകാലംവരെ ഫെസ്റ്റിവലുകളിൽ മാത്രമേ പ്രദർശിപ്പിച്ചിരുന്നുള്ളൂ. 1987ൽ പശ്ചിമ ബർളിനിൽ 'ഗ്രേറ്റ് ബിയർ' പുരസ്കാരം നേടിയ ഈ സിനിമയിൽ ഔദ്യോഗികമായ അംഗീകാരങ്ങളാൽ പ്രതിരോധവാസന നശിച്ച് തകർന്നുപോകുന്ന കിംയെസ്യെനിൽ എന്ന നാടകകൃത്ത് സ്വാഭിമാനിയും ധിഷണാശാലിയുമായ സാഷാ എന്ന പെൺകുട്ടിയുമായുള്ള സൗഹൃദത്തിലൂടെ ഒരു തിരിച്ചുവരവിനു ശ്രമിക്കുന്നു. സ്ഥാപിത

താല്പര്യങ്ങളോടും അധികാരസ്ഥാപനങ്ങളോടും ഒറ്റയ്ക്കു പൊരുതി നിന്ന മറ്റൊരു കലാകാരന്റെ കഥ സാഷാ കിമ്മിനോട് പറയുന്നുണ്ട്. എന്നാൽ തിരിച്ചു വരാനാകും മുൻപേ കിം അപകടത്തിൽപെട്ട് മരിക്കുന്നു.

1987ൽ കാനേയിൽ പ്രത്യേക ജൂറി അവാർഡ് നേടിയ ടെങ്കിസ് അബൂളാദ്സേയുടെ പശ്ചാത്താപം അന്യവൽക്കരണവും പ്രഹസനവും സർറിയലിസ്റ്റിക് സങ്കേതങ്ങളുമുപയോഗിച്ച് അധികാരവും സ്വാതന്ത്ര്യവും തമ്മിലുള്ള സംഘർഷം ആവിഷ്കരിക്കുന്നു. 'സോഷ്യലിസ്റ്റ് റിയലിസ'ത്തിന്റെ അളവുകോലിലൊതുങ്ങാത്തതുകൊണ്ട് പ്രദർശനാനുമതി നിഷേധിക്കപ്പെട്ടിരുന്ന അലെക്സി ഘെർമാനിന്റെ 'തെരുവു വിചാരണ' (1971), യുദ്ധരഹിതമായ ഇരുപതു ദിനങ്ങൾ' (1976), 'എന്റെ സുഹൃത്ത് ഐവാൻ ലാപ്ഷിൻ' (1982) എന്നീ ചലച്ചിത്രങ്ങൾക്കും 1985ൽ പ്രദർശനാനുമതി നല്കപ്പെട്ടു.

മോസ്കോവിൽ ഇപ്പോൾ റിഹേഴ്സൽ നടത്തുന്ന മിഖായിൽ ഷാത്രോഫിന്റെ 'മുന്നോട്ട് എന്നും മുന്നോട്ട്' എന്ന നാടകം വലിയ ചർച്ചാവിഷയമായിട്ടുണ്ട്. നാടകത്തിൽ ലെനിനും ട്രോട്സ്കിയും രംഗത്തുവന്ന് സ്റ്റാലിന്റെ നയങ്ങളെ അധിക്ഷേപിക്കുന്നു. ''വിചാരണയെന്ന ഒരു പ്രഹസനംപോലും നടത്താതെ നീ എന്നെ കൊന്നു'' - ട്രോട്സ്കി സ്റ്റാലിനോട് പറയുന്നു. വ്യവസ്ഥിതിയെ തന്റെ പ്രതീക്ഷയ്ക്കൊത്ത് പരിഷ്കരിക്കാനായില്ലെന്ന് ലെനിൻ സമ്മതിക്കുന്നു. ''ഞാൻ കമ്മ്യൂണിസ്റ്റു വിശ്വാസിയല്ലെന്നാണോ താങ്കൾ പറയുന്നത്?'' എന്നു ചോദിക്കുന്ന സ്റ്റാലിനോട് ''അതെ, തീർച്ചയായും നീ കമ്യൂണിസ്റ്റല്ല'' എന്ന് ലെനിൻ പ്രതിവചിക്കുന്നിടത്താണ് നാടകം അവസാനിക്കുന്നത്. ഇത് അല്പം അതിരുകടന്ന വിമർശനമാണെന്ന് പല നിരൂപകർക്കും അഭിപ്രായമുണ്ട്. ഗവൺമെന്റും ഇതിനോട് യോജിപ്പ് പ്രകടിപ്പിച്ചിട്ടില്ല. എന്നാൽ സ്വതന്ത്രമായ വാദപ്രതിവാദത്തിനായി മോസ്കോവിലും ലെനിൻഗ്രാഡിലും ഇത്തരമൊരു നാടകം ജനങ്ങൾക്കു മുൻപിൽ അരങ്ങേറാൻ അനുമതി നല്കപ്പെടുന്നു എന്നതാണ് പ്രധാനമായ കാര്യം. 'സത്യമാണ് പ്രധാനം. വീണ്ടും പൂപ്പൽ വന്നു കയറാവുന്ന ഇരുണ്ട കോണുകൾ ഇനി നമുക്കു വേണ്ട' എന്ന ഗോർബച്ചേവിന്റെ പ്രസ്താവം ആത്മാർത്ഥമാണെന്ന് കരുതണം.

ചൈനയിൽ സാംസ്കാരിക വിപ്ലവകാലത്ത് നടന്ന അതിക്രമങ്ങളും കൂട്ടക്കൊലകളും ഒഴിവാക്കിക്കൊണ്ട് ഉദ്യോഗസ്ഥമേധാവിത്വത്തെ എങ്ങനെ ദുർബലമാക്കാം എന്നതാണ് പുതിയ ഭരണകൂടത്തിന്റെ അന്വേഷണ വിഷയം. ഒക്ടോബർ വിപ്ലവത്തിന്റെ മുഖ്യലക്ഷ്യം 'അധികാരം സോവിയറ്റുകൾക്ക്' എന്നതായിരുന്നുവല്ലോ,

സോവിയറ്റുകളെ ലെനിൻ സങ്കല്പിച്ചിരുന്നത് ജനകീയരാഷ്ട്രീയാധികാരത്തിന്റെ അടിസ്ഥാന ഏകകങ്ങളായിട്ടാണ്. അവയിലൂടെ അധികാരം ശരിക്കും ജനതയുടെ കൈകളിൽ എത്തിച്ചേരുമെന്നും അങ്ങനെ ശക്തമായൊരു കേന്ദ്രഭരണകൂടം അനാവശ്യമായിത്തീരുമെന്നും ആ മഹാത്മാവ് സ്വപ്നം കണ്ടു. എന്നാൽ സംഭവിച്ചത് അതല്ല. തീരുമാനങ്ങൾ സോവിയറ്റുകൾ എടുക്കേണ്ടതിനു പകരം പാർട്ടിക്കമ്മറ്റികൾ എടുക്കാനാരംഭിച്ചു. സോവിയറ്റുകൾ പാർട്ടിക്കമ്മറ്റികളുടെ വെറും ആജ്ഞാനുവർത്തികളായി മാറി. ഈ പുത്തൻ സർവാധികാരിവർഗ്ഗത്തെ വിമർശിക്കുവാൻ ജനങ്ങൾ ഭയന്നു. അങ്ങനെ പാർട്ടി ജനങ്ങളിൽ നിന്നന്യവത്ക്കരിക്കപ്പെട്ടു. അത് ജനങ്ങളുടെ ഇച്ഛയെ പ്രതിഫലിപ്പിക്കുന്നതിനു പകരം ഒരു പുതിയ മേലാളവർഗ്ഗമായി രൂപം മാറി, (''ചക്രവർത്തിമാർ ഇപ്പോഴും ജീവിച്ചിരിക്കുന്നു'' - താനിയെ പറഞ്ഞു.) അധികാരവും മൂലധനവും കൈയാളാനാരംഭിച്ചു.

ലെനിൻ ഭയപ്പെട്ടിരുന്നത് സംഭവിച്ചു. അന്ത്യകാലത്ത് പ്രസംഗങ്ങളിലും ലേഖനങ്ങളിലും 'പഴയ ഭരണകൂട സങ്കല്പവും ബ്യൂറോക്രസിയും ഇന്നും ശക്തമാണെ'ന്ന് അദ്ദേഹം ആവർത്തിച്ചു പറയുന്നുണ്ടല്ലോ. സ്റ്റാലിൻ ഘട്ടത്തിൽ, മാർക്സിസത്തിന്റെ യാന്ത്രിക വ്യാഖ്യാനവും (ഉൽപാദനോപാധികൾ പൊതു ഉടമയിലാക്കിയാൽ സോഷ്യലിസമായി എന്ന ദുർ വിശ്വാസം) യുദ്ധത്തിന്റെ അടിയന്തിര സാഹചര്യവും ചേർന്ന് ഈ അധികാരയന്ത്രത്തെ തീർത്തും ഹൃദയശൂന്യമാക്കി മാറ്റി. പിന്നീട് ക്രൂഷ്ചേവ്, ഈ നയങ്ങളെ തുറന്നുകാട്ടിയെങ്കിലും ബ്യൂറോക്രസിയുടെ തായ്‌വേര് തകർക്കാൻ അദ്ദേഹത്തിനായില്ല. ബ്രഷ്നെഫ് യുഗത്തിൽ അധികാരയന്ത്രം വീണ്ടും ശക്തമായി ('കമ്മ്യൂണിസ്റ്റുകാർ വന്നാൽ നീയെന്തുചെയ്യും?' എന്ന്. ബ്രഷ്നെഫിന്റെ മാതാവ് മകനോട് ചോദിക്കുന്ന ഒരു ഫലിതം തന്നെയുണ്ടല്ലോ.) ഇതിനെ വെല്ലുവിളിക്കാനുള്ള ആദ്യത്തെ സമഗ്ര പരിശ്രമമാണ് 'പെരിസ്ത്രോയ്ക' അഥവാ പുനഃസംഘാടനം.

'പെരിസ്ത്രോയ്ക' വിപ്ലവം തന്നെയാണെന്നും അത് ജനങ്ങൾ ഏറ്റെടുക്കണമെന്നും ഗോർബച്ചേവ് പറയുന്നു. ഉദ്യോഗസ്ഥ പ്രമാണിവർഗ്ഗത്തിൽനിന്ന് ഈ നയത്തിന് കടുത്ത എതിർപ്പുകൾ നേരിടേണ്ടിവരുന്നുണ്ട്. സോഷ്യലിസം ശരിക്കും വരികയാണോ എന്നാണവരുടെ ഭയം. സോവിയറ്റുകൾക്ക് നേരിട്ട് കൂടുതൽ അധികാരങ്ങൾ നല്കുക, അവയിൽ അംഗങ്ങളെ നാമനിർദ്ദേശം ചെയ്യുന്നതിനു പകരം സ്ഥാനാർത്ഥികളെ നിർത്തി ജനങ്ങളുടെ സമ്മതി തേടുക, വ്യവസായശാലകളിലെ മാനേജുമെന്റിനെ തൊഴിലാളികൾ തെരഞ്ഞെടുക്കുക, വീക്ഷണ വൈവിധ്യങ്ങളെ സ്വതന്ത്രമായി ഏറ്റുമുട്ടാൻ

അനുവദിക്കുക, സോവിയറ്റ് യൂണിയനിലെ നൂറോളം വരുന്ന വ്യത്യസ്ത ദേശീയ-ഗോത്ര-മത വിഭാഗങ്ങളുടെ ആരോഗ്യകരമായ താൽപര്യ ങ്ങൾക്കെല്ലാം വേണ്ടത്ര പരിഗണന നല്കുക, ദേശീയ സംസ്കാര ങ്ങൾക്ക് വളരാനവസരം സൃഷ്ടിക്കുക, വ്യക്തിയുടെ ആന്തരിക ലോകത്തിനും ധാർമ്മികശക്തിക്കും ഊന്നൽ നല്കുക, അമിത മദ്യപാനവും അഴിമതിയും തുടച്ചുനീക്കുക, വിവാഹമോചനങ്ങളുടെ എണ്ണം കുറയ്ക്കാവുന്ന സാഹചര്യങ്ങൾ സൃഷ്ടിക്കുക, കലാ സാഹിത്യങ്ങളിൽ ഭരണകൂടത്തിന്റെ ഇടപെടൽ കുറയ്ക്കുക ഇതെല്ലാ മാണ് നിർദ്ദിഷ്ട പരിഷ്കരണ നടപടികൾ. സ്വകാര്യസ്വത്ത് ഇപ്പോഴും അനുവദിക്കപ്പെടുന്നില്ല. ഇതിനെക്കുറിച്ച് പ്രതികരണമാരാഞ്ഞപ്പോൾ നടാഷ പറഞ്ഞു: ‘‘കൂടുതൽ അധ്വാനിക്കുന്നവർക്കും തീരെ പണി യെടുക്കാത്തവർക്കും ഒരേ പരിഗണന ലഭിക്കുന്നു എന്നതൊരു പ്രശ്നമാണ്. ഇത് ആലസ്യം പ്രോത്സാഹിപ്പിക്കുന്നുണ്ട്. വൈയ ക്തിക പ്രയത്നത്തിന് പ്രചോദനമുണ്ടാകണം.’’

ഞാൻ ചോദിച്ചു: ‘‘അത് ഒടുവിൽ മുതലാളിത്തത്തിൽ തന്നെ എത്തില്ലേ?’’

‘‘ഇല്ല.’’ നടാഷ പറഞ്ഞു. ‘‘അധാർമ്മികമായ സമ്പാദ്യവും ചൂഷ ണവും അനുവദിക്കപ്പെടരുതെന്നേയുള്ളൂ. അദ്ധ്വാനവും പ്രതിഫലവും തമ്മിൽ നീതിപൂർവമായ ഒരനുപാതമുണ്ടാവണം. ഇവിടെ നില നിന്നിരുന്നത് സോഷ്യലിസമല്ല. അതിന്റെ ഒരു വികൃതരൂപം മാത്ര മാണ്. സമ്പത്ത് പൊതു ഉടമയിലായതുകൊണ്ടു മാത്രം സോഷ്യ ലിസമുണ്ടാവില്ല.’’

ലാത്വിയൻ റിപ്പബ്ലിക്കിന്റെ തലസ്ഥാനമായ റീഗയിൽ നൃത്തവും സംഗീതവും കവിതയും നിറഞ്ഞ മൂന്നു ദിവസങ്ങൾ കഴിച്ച് മോസ്കോ വിൽ തിരിച്ചെത്തിയ ഞങ്ങളെ പ്രൊഫ. ചെലിഷേഫും ഡോ. കുസ് നെറ്റോഫും റീമാ കസക്കോവായും ഉൾപ്പെട്ട ഒരു സംഘം റൈറ്റേ ഴ്സ് യൂണിയനിൽ ഉച്ചഭക്ഷണമൊരുക്കി കാത്തിരിക്കുന്നുണ്ടാ യിരുന്നു. ഭക്ഷണത്തിനിടയിൽ റീമാ അപ്രതീക്ഷിതമായൊരു ചോദ്യം ചോദിക്കുന്നു. ‘‘താങ്കൾ ഏതെങ്കിലും രാഷ്ട്രീയപാർട്ടിയിൽ അം ഗമാണോ?’’

താൻ കമ്മ്യൂണിസ്റ്റുപാർട്ടിയിൽ അംഗമാണെന്നും എന്നാൽ താൻ എത്രമാത്രം കമ്മ്യൂണിസ്റ്റാണെന്ന് തനിക്കറിഞ്ഞുകൂടെന്നും അവർ തുടർന്നു പറഞ്ഞു. കേദാർനാഥ് എനിക്കുവേണ്ടി മറുപടി പറയുന്നു. ഞാൻ ഒരിടതുപക്ഷചിന്തകനും പുരോഗമന വീക്ഷണമുള്ള കവി യുമാണെന്നാണ് വിശേഷണങ്ങളൊഴിവാക്കിയാൽ മറുപടിയുടെ ചുരുക്കം. ഞാൻ വിശദീകരിക്കുന്നു. ‘‘ഇന്ത്യയിലെ സ്ഥിതി ഇവിട ത്തേതു പോലെയല്ല. സ്വന്തം ശരികളിൽ അന്ധമായി വിശ്വസിക്കുന്ന

ഒരുപാട് കമ്മ്യൂണിസ്റ്റു പാർട്ടികളും ഗ്രൂപ്പുകളും അവിടെയുണ്ട്. വർഗ്ഗവിശകലനം മുതൽ വിപ്ലവതന്ത്രം വരെയുള്ള കാര്യങ്ങളിൽ അവർ തമ്മിൽ വിയോജിപ്പുകളുണ്ട്. ഈയവസ്ഥയിൽ പൊതുവെ ഇടതുപക്ഷത്തോട് വിമർശനാത്മക സൗഹൃദം പുലർത്തിക്കൊണ്ട് തെറ്റുകൾ വരുത്തിയും തിരുത്തിയും ഇടതുപക്ഷ വീക്ഷണത്തിനും സിദ്ധാന്തത്തിനും കഴിയുന്ന സംഭാവനകൾ നല്കാൻ ശ്രമിക്കുന്ന പല എഴുത്തുകാരിലൊരാൾ മാത്രമാണ് ഞാൻ. പിന്നെ, കവികളുടെ മനസ്സും സംഘടനകളുടെ അച്ചടക്കവും എപ്പോഴും ഒത്തുപോവുകയില്ലെന്ന് കവയിത്രിയായ താങ്കളോട് പറയേണ്ടതുമില്ലല്ലോ.''

വിടപറയാൻ സമയമായി. അനിലും നടാഷയും റീമയും ചില കൊച്ചു സമ്മാനങ്ങളുമായെത്തിയിട്ടുണ്ട്. രണ്ട് സംഗീത റിക്കാർഡുകൾ, സുഗന്ധതൈലത്തിന്റെ ഒരു കുപ്പി, ചിത്രപ്പണി ചെയ്ത ഒരു കരണ്ടി. അത് സമ്മാനിച്ച് നടാഷ പറയുന്നു: ''താങ്കൾക്ക് സൂപ്പു കഴിക്കാൻ; എന്നെ ഓർമ്മിക്കാനും.''

ഞാൻ പറയുന്നു: ''സൂപ്പ് ഞങ്ങൾക്ക് നിത്യഭക്ഷണമല്ല. നിങ്ങളെ ആരെയുമോർക്കാൻ ഇതിന്റെ ആവശ്യവുമില്ല. എങ്കിലും നന്ദി.''

വിമാനത്താവളത്തിലേക്ക് മീരയും താനിയയും നടാഷയും വരുന്നുണ്ട്. കാറിൽനിന്ന് സംഗീതമുയരുമ്പോൾ ഞാൻ നടാഷയോട് തിരക്കുന്നു. ''ഈ റോക്ക് സംഗീതമാണോ യുവതലമുറയ്ക്കിഷ്ടം? ഷൊസ്തക്കോവിച്ചും പായ്ക്കോവിസ്കിയും സ്ട്രാവിൻസ്കിയും പുതിയ തലമുറയ്ക്ക് അപരിചിതരാണോ?''

''അങ്ങനെയല്ല, ക്ലാസിക്കൽ സംഗീതാസ്വാദനത്തിന് വൈദഗ്ദ്ധ്യം വേണമല്ലോ. രണ്ടും ഇഷ്ടപ്പെടുന്നവരുമുണ്ട്.''

'ജനകീയത'യും 'ജനപ്രിയത'യും തമ്മിലുള്ള വിടവ് സോവിയറ്റ് യൂണിയനിലുമുണ്ട് എന്ന് വ്യക്തം. നമ്മുടെ ബുദ്ധിശൂന്യമായ ഹിന്ദി സിനിമകൾക്ക് അവിടെ ധാരാളം ആസ്വാദകരുണ്ടല്ലോ. വീണ്ടും ഞങ്ങളുടെ സംസാരം രാഷ്ട്രീയവർത്തമാനത്തിലേക്കെത്തുന്നു. പുതിയ പരിഷ്കാരങ്ങളെക്കുറിച്ച് ഞാനന്വേഷിക്കുന്നു.

''അധികാരത്തിന്റെ പ്രലോഭനം ശക്തമാണ്. ഉദ്യോഗസ്ഥപ്രമാണിമാർ പെട്ടെന്ന് കീഴടങ്ങില്ല. ഭരണയന്ത്രം ശുദ്ധമാക്കാൻ നൂറ്റാണ്ടുകൾ വേണ്ടിവന്നേക്കാം. അധികാരം ജനങ്ങളുടെ കൈയിൽ ഒരിക്കലും എത്തിയില്ലെന്നും വരാം.'' യുവാക്കൾ ഇത് അശുഭവിശ്വാസികളാവുകയോ?

ഞാൻ പറയുന്നു: ''നീയൊരു സിനിക്കാണെന്നു തോന്നുന്നു.''

''അല്ല, ഒരു റിയലിസ്റ്റ്.''

ദില്ലിയുടെ മൃദുലഹേമന്തത്തിൽ തിരിച്ചെത്തി കവിസുഹൃത്ത് രാജേന്ദ്രധോഡപകറും ചിത്രകാരനും ഫോട്ടോഗ്രാഫറുമായ സുരേന്ദ്ര രാജനുമൊത്ത് നാഷണൽ മ്യൂസിയത്തിൽ നടക്കുന്ന - ലെനിൻ ഗ്രാഡിലെ ''ഹെർമിറ്റേജിൽ നിന്ന് കൊണ്ടുവന്ന പശ്ചിമ യൂറോപ്യൻ ചിത്രപ്രദർശനം കണ്ട് ചുറ്റിനടക്കുമ്പോൾ റെംബ്രാണ്ടിന്റെ 'അബ്ര ഹാമിന്റെ ബലി'യിൽ എന്റെ കണ്ണുകൾ വീണ്ടും വീണ്ടും ഉടക്കി പ്പോകുന്നു, രാത്രി, അബ്രഹാമിനു മുന്നിൽ പ്രത്യക്ഷപ്പെട്ട മാലാഖ എന്നോട് ചോദിക്കുന്നു: ''നിനക്ക് അപ്പം വേണോ അതോ സ്വാതന്ത്ര്യം വേണോ?''

ഞാൻ പറയുന്നു ''ഒരു വർഗ്ഗത്തിന്റെ സ്വാതന്ത്ര്യം മറ്റൊരു വർഗ്ഗ ത്തിന്റെ പട്ടിണിയായി മാറാത്ത ഒരു ലോകം. സ്വാതന്ത്ര്യമില്ലാത്ത അപ്പം വിഡ്ഢികളുടെ സ്വർഗ്ഗമാണ്. അപ്പമില്ലാത്ത സ്വാതന്ത്ര്യം സമർത്ഥരുടെ നരകവും.''

പ്രത്യുത്തരമായി ഞാൻ കേട്ടത് വസന്തത്തിന്റെ ഇടിമുഴക്കമായി രുന്നോ? അതോ പരിഹാസത്തിന്റെ പൊട്ടിച്ചിരിയോ? ഞാൻ പ്രത്യാശ കൈവിടുകയില്ല.

(1988)

റീഗ, റീഗ, റീഗ!

റീഗ ഞങ്ങളെ വിളിച്ചത് ജനുവരി മധ്യത്തിലെ തണുപ്പേറിയ ഒരു രാത്രിയിലായിരുന്നു. മോസ്കോവിലെ മൈനസ് ആറു ഡിഗ്രിയിൽ നിന്ന് പൂജ്യം ഡിഗ്രിയിലേക്ക് ഒരു രാത്രി നീണ്ടുനില്ക്കുന്ന ഒരു തീവണ്ടിയാത്ര; രാഷ്ട്രതലസ്ഥാനത്തിന്റെ മാനഗൗരവത്തിൽനിന്ന്, ലാത്വിയൻ തലസ്ഥാനത്തിന്റെ നിറഞ്ഞ ചിരിയിലേക്കും പാട്ടിലേക്കും നൃത്തത്തിലേക്കും ഒരു രാത്രിയേക്കാൾ ദൂരം കൂടുതലുണ്ടെന്നു തോന്നി.

വണ്ടി കടന്നുപോകുന്നത് നാട്ടിൻ പുറങ്ങളിലൂടെയാണ്. ഇല പൊഴിഞ്ഞ് മഞ്ഞുമൂടി നില്ക്കുന്ന പൈൻ മരക്കാടുകൾ, റഷ്യാക്കാർക്കു പ്രിയങ്കരമായ പുളിയുള്ള കറുത്ത റൊട്ടിയുണ്ടാക്കുന്ന 'റൈ'യും ബാർളിയും ഗോതമ്പും മഞ്ഞലിഞ്ഞ് വസന്തം വരാൻ കാത്തുകിടക്കുന്ന വിശാലമായ വയലുകൾ, മുന്തിരിത്തോപ്പുകൾക്ക് നടുവിൽ മരംകൊണ്ട് നിർമ്മിച്ച് ചായം പൂശിയ മനോഹരമായ കർഷകഗൃഹങ്ങൾ, ഹിമപ്പരപ്പുകളിലെ നിലാവിന്റെ നിരന്തര ലാസ്യം.

യൂറോപ്പിലെമ്പാടുമെന്നപോലെ സോവിയറ്റ് യൂണിയന്റെ ഈ യൂറോപ്യൻ ഭാഗങ്ങളിലും തീവണ്ടിയാത്രകൾ സുഖാനുഭവങ്ങളാണ്. വണ്ടിക്കൂലിയും വിമാനക്കൂലിയും തുല്യമാണ്; രണ്ടുപേർ മാത്രമുള്ള കുപ്പികളിലാണെങ്കിൽ, വണ്ടിക്കൂലി അല്പം കൂടുമെന്നേയുള്ളൂ.

ഒരുറക്കവും പ്രഭാതത്തിലെ കാപ്പിയും കഴിയുന്നതോടെ ഞങ്ങൾ റീഗയിലെത്തുന്നു. എഴുത്തുകാരുടെ പ്രതിനിധികൾ പനിനീർ പുഷ്പങ്ങളുമായി ഞങ്ങളെ സ്വാഗതം ചെയ്യുന്നു - ഭഗവദ്ഗീതയും ഋഗ്വേദത്തിന്റെ കുറെ ഭാഗങ്ങളും ഇന്ത്യൻ കവിതകളും - ഞങ്ങളുടേതുൾപ്പെടെ - ലാത്വിയൻ ഭാഷയിലേക്ക് പരിഭാഷപ്പെടുത്തിയിട്ടുള്ള മിതഭാഷിയായ ആന്ദ്രേ ലിങ്കേവിച്ച്, ആന്ദ്രേയുടെ ലജ്ജാശീലയായ പത്നി ഗുനാ, പ്രശസ്ത ലാത്വിയൻ കവി മാരീസ് ചക്ളെയ്സ്,

റഷ്യൻ പൗരസ്ത്യ പണ്ഡിതസഭയുടെ അദ്ധ്യക്ഷനും ബംഗാളി സാഹിത്യവിദഗ്ദ്ധനും വിശാലഹൃദയനുമായ പ്രൊഫ. വിക്തോർ ഇഫ് ബുളിസ്.

യുദ്ധത്തോടെ മാത്രം സോവിയറ്റ് യൂണിയനിൽ ലയിച്ച ബാൾട്ടിക് റിപ്പബ്ലിക്കുകളിലൊന്നായ ലാത്വിയയുടെ തലസ്ഥാനമാണ് ചരിത്രപ്രസിദ്ധമായ റീഗാ. വിദേശ മന്ത്രികാര്യാലയത്തിലെ സ്വീകരണത്തിൽ, വിദേശകാര്യമന്ത്രി ലിയോനാർഡ് ബാർത്കേവിച്ച്, തന്റെ നാടിന്റെ ധീരവും വേദനാകലുഷവുമായ അതിജീവനകഥ ഞങ്ങളോടു പറഞ്ഞു. എഴുന്നൂറുവർഷക്കാലം ജർമ്മനിയുടെ അടിമകളായിരുന്ന, വിദേശാക്രമികൾ മാറിമാറി ആക്രമിച്ച, ഒരു നാടിന്റെ പുനരുജ്ജീവനഗാഥയായിരുന്നു അത്.

ലെനിനോടൊപ്പം ആയുധമെടുത്തു പൊരുതിയ ലാത്വിയൻ സഖാക്കളെക്കുറിച്ച് പറയുമ്പോൾ അദ്ദേഹത്തിന്റെ സ്വരം അഭിമാനനിർഭരമായിരുന്നു. തന്റെ റിപ്പബ്ലിക്കിന്റെ ഭാഷയും സംസ്കൃതവും ഒരേ ഇൻഡോയൂറോപ്യൻ വംശത്തിൽനിന്നു പിരിഞ്ഞുപോയവയാണെന്നും വേദോപനിഷത്തുക്കളും ഗീതയും ശാകുന്തളവും ടാഗോർകൃതികളും തങ്ങൾക്ക് ചിരപരിചിതമാണെന്നും സൗഹൃദമുറപ്പിക്കുവാൻ ലിയൊനാർഡ് മറന്നില്ല. ലാത്ഗാലിയൻ, സേലി, കുഴ്സിസെംഗാലിയൻ തുടങ്ങിയ ഗോത്രങ്ങളിൽനിന്ന് ഒരു ബാൾട്ടിക് ജനസമൂഹമെന്ന നിലയിൽ ലാത്വിയക്കാർ രൂപപ്പെടാനാരംഭിച്ചത് രണ്ടാം മില്ലേനിയത്തിലാണ്. ഒപ്പം തന്നെ, പ്രാകൃത പ്രഷ്യൻ, ലിത്വാനിയൻ ഭാഷകളോടൊപ്പം, ലിത്വാനിയൻ ഭാഷ വികസിക്കാനാരംഭിക്കുകയും ചെയ്തു.

ലിത്വാനിയൻ സാഹിത്യത്തിന് അടിത്തറ പാകിയ എഴുത്തുകാർ മൂന്നുപേരാണ്. ആന്ദ്രേയ്സ് യൂപിറ്റസ്, വിലിസ്‌ലാച്ചിസ് എന്നീ നോവലിസ്റ്റുകളും കവിയും നാടകകൃത്തുമായ റെയ്നിസ്സും. പിറ്റേന്ന് ബാൾട്ടിക് കടൽത്തീരത്തെ 'യൂർമല'യിലെ റെയ്നിസ്സ് സ്മാരകം ഞങ്ങൾ സന്ദർശിച്ചു. കവിയുടെ പുസ്തകശേഖരത്തിൽ ഭഗവദ്ഗീതയും ടാഗോറിന്റെ 'ചിത്ര'യും മറ്റു കൃതികളും അശ്വഘോഷന്റെ 'ബുദ്ധചരിത'വും ഞങ്ങൾ കണ്ടു. അദ്ദേഹത്തിന്റെ മുറി, കവി മരിച്ച ദിവസത്തെപ്പോലെതന്നെ സൂക്ഷിക്കപ്പെട്ടിരിക്കുന്നു. റെയ്നിസ്സിന്റെ പേരിൽ എല്ലാ വർഷവും ലാത്വിയായിൽ ഒരു കാവ്യോത്സവം നടക്കുന്നു. കവികൾ ഇക്കാലത്ത് നാട്ടിലുടനീളം സഞ്ചരിച്ച് വായനക്കാരുമായി നേരിട്ട് സംവാദങ്ങളിലേർപ്പെടുന്നു; പുതിയ കവിതകൾ അവരെ വായിച്ചു കേൾപ്പിക്കുന്നു. ലാത്വിയയിലെ മുഖ്യ സാഹിത്യ മാസികയായ 'കാരോഗ്സി'ന് ('പതാക്') 46,000 കോപ്പി പ്രചാരമുണ്ട്.

1500 പബ്ലിക് ലൈബ്രറികളും ഒട്ടേറെ സ്വകാര്യ പുസ്തകശേഖരങ്ങളും സാഹിത്യവാരികകളും റിപ്പബ്ലിക്കിലുണ്ട്. 'കലയും സാഹിത്യവും' എന്ന വാരിക, ഫെസ്റ്റിവലിനോടനുബന്ധിച്ച് തങ്ങളുടെ കവിതകളുടെ പരിഭാഷയുൾക്കൊള്ളിച്ചിറക്കിയ വിശേഷാൽ പതിപ്പിന്റെ കോപ്പികൾ ആന്ദ്രേ ഞങ്ങൾക്കു നല്കുകയുണ്ടായി. അന്തരിച്ച പ്രമുഖ എഴുത്തുകാരുടെയെല്ലാം പേരിൽ ഇവിടെ മ്യൂസിയങ്ങളുണ്ട്; കവികളുടെ പ്രതിമകൾക്കു മുൻപിൽ എപ്പോഴും വാടാത്ത പൂക്കൾ കാണാം.

ലാത്വിയ പാട്ടിന്റെയും നൃത്തത്തിന്റെയും നാടാണ്. പതിനേഴായിരം പേരുള്ള ഒരു ദേശീയ ഗായകസംഘം ഇവർക്കുണ്ട്. റീഗയിലെ 'ആവോ സോൾ' എന്ന ഗായകസംഘം ലാത്വിയൻ സംഗീതത്തിന്റെ ഒരു ഗംഭീരവിരുന്ന് ഞങ്ങൾക്കായി ഒരുക്കിയിരുന്നു. ഐ. കോക്കോഴ്സ് എന്ന സംഗീതജ്ഞനൊരുക്കിയ ഈ ശില്പത്തിൽ ക്ലാസിക്കൽ സംഗീതവും നാടോടി സംഗീതവുമുണ്ടായിരുന്നു. എൽസാ റാഡ്സിനാ എന്ന ഗായകനടി ടാഗോറിന്റെ ഗീതാഞ്ജലിയിൽ നിന്ന് ചില കവിതകൾ മനോഹരമായി ചൊല്ലി. രവിശങ്കറിനെയും അള്ളാരാഖയെയും കേട്ടുപഠിച്ച - ഒരാഴ്ചമാത്രം അവരുടെ കൂടെ സഞ്ചരിക്കുകയും ചെയ്തിരുന്നു ഇവർ - രണ്ടു യുവാക്കൾ സിതാറും തബലയും അവതരിപ്പിച്ചു. ഈ സംഗീതപ്രവാഹത്തെ തടസ്സപ്പെടുത്തിയത് നീരേന്ദ്രനാഥിന്റെ ടാഗൂർ കവിതാപാരായണവും പത്മാസച്ദേവിന്റെ ഡോഗ്രി നാടോടിപ്പാട്ടും ഞങ്ങളുടെ കവിതാ വായനകളും മാത്രമായിരുന്നു.

പിറ്റേന്നു രാവിലെ 'ഹോട്ടൽ റീഗ'യുടെ വരാന്തയിൽ ആന്ദ്രയെ കാത്തിരിക്കുമ്പോൾ ഞങ്ങളുടെ ഗൈഡായിരുന്ന നടാഷയോടു ചോദിച്ചു: 'ഗ്ലാസ്നോസ്തി'ന്റേയും 'പെരിസ്ത്രോയ്ക'യുടെയും (തുറന്ന സമീപനം, പുനഃസംഘാടനം) ഫലങ്ങൾ മോസ്കോവിൽ നിന്നകലെ, റിപ്പബ്ലിക്കുകളിലും അനുഭവപ്പെടുന്നുണ്ടോ?''

''ചിലയിടങ്ങളിൽനിന്ന് പരാതികളുണ്ട്, അവിടെ ഉദ്യോഗസ്ഥരുടെ അഴിമതികൾ തുടരുന്നുണ്ട്. ചോദ്യം ചെയ്യാൻ ജനങ്ങൾക്കിപ്പോഴും കഴിയുന്നില്ല.'' ''ബ്യൂറോക്രസി ഈ മാറ്റങ്ങളെ എങ്ങനെയാണു സ്വീകരിക്കുന്നത്?'' ''അവർക്ക് കടുത്ത എതിർപ്പുണ്ട്. വിപ്ലവങ്ങൾ, വിശേഷിച്ചും ഹിംസ ഉപയോഗിക്കാത്ത വിപ്ലവങ്ങൾ നടപ്പിലാക്കുക എളുപ്പമല്ല. ഞങ്ങളുടെ വിപ്ലവങ്ങളാകട്ടെ, മുകളിൽ നിന്നാണു വരുന്നതും.'' ഞാൻ ഇപ്പോൾ രണ്ടു കാര്യങ്ങളോർമ്മിച്ചു:

ഒന്ന്, തന്റെ വിപ്ലവം മുകളിൽനിന്നു വരുന്നതല്ലെന്നും ജനങ്ങളാണ് അതേറ്റെടുക്കേണ്ടതെന്നും ജനറൽ സെക്രട്ടറി മുതൽ

തൊഴിലാളിവരെ എല്ലാവരും ചിന്താശൈലി മാറ്റണമെന്നും കെട്ടി നില്ക്കുന്ന സമൂഹത്തെ തുറന്നുവിടണമെന്നും ജനങ്ങളുടെ വിവേക ത്തിൽ വിശ്വാസമർപ്പിക്കണമെന്നുമുള്ള ഗോർബച്ചേവിന്റെ ആഹ്വാനം.

രണ്ട്, കഴിഞ്ഞ ഓഗസ്റ്റിൽ മോസ്കോവിൽ ഒത്തുചേർന്ന അൻ പത് സാംസ്കാരിക-പാരിസ്ഥിതിക-ജനകീയ സംഘടനകൾ, (അര നൂറ്റാണ്ടുകാലത്തിനുശേഷമാണ് സ്വതന്ത്ര ഇടതുപക്ഷഗ്രൂപ്പുകളു ടെയും വ്യക്തികളുടെയും ഇത്തരമൊരു യോഗത്തിന് അനുമതിയും പ്രോത്സാഹനവും നല്കപ്പെട്ടത്.) സമൂഹത്തിന്റെ അടിത്തട്ടിൽ നിന്നും ജനാധിപത്യ സംഘടനകൾ വികസിപ്പിച്ചെടുക്കേണ്ടതിന്റെ അനിവാര്യതയെക്കുറിച്ചു നടത്തിയിരുന്ന പ്രസ്താവന. ശരിയാണ്, 'നൂറു പൂക്കൾ വിരയട്ടെ' എന്ന മുദ്രാവാക്യം മുകളിൽ നിന്നാണ് മുഴങ്ങുന്നതെങ്കിൽ നാമതിനെ തീർത്തും വിശ്വസിച്ചുകൂടാ. ഭരണ കൂടവും ഏതു ദിവസവും നയം മാറ്റിയേക്കാം. ജനതയിൽ നിന്നു തന്നെ ആ മുദ്രാവാക്യം ഉയർന്നുവരണം.

ഞാൻ പറഞ്ഞു: ''ഇന്ത്യയിൽ ഇടതുപക്ഷവുമായി സഹകരി ക്കുന്ന എന്നെപ്പോലുള്ള എഴുത്തുകാർക്ക്, സോവിയറ്റ് യൂണിയൻ ഇതുവരെ വലിയൊരു പ്രശ്നമായിരുന്നു. സോഷ്യലിസ്റ്റ് സമ്പദ് വ്യവസ്ഥയുടെ മെച്ചങ്ങൾ പ്രകടമായിരിക്കെത്തന്നെ, ഇവിടത്തെ ജനാധിപത്യത്തിന്റെ ദുരവസ്ഥ - ഉദ്യോഗസ്ഥ പ്രമാണിത്തവും ആവിഷ്കാരസ്വാതന്ത്ര്യത്തിന്റെ അടിച്ചമർത്തലും - സോവിയറ്റ് യൂണിയനെ ഒരു ചീത്ത ഉദാഹരണമാക്കിയിരുന്നു - വിശേഷിച്ചും, ബൂർഷാ ജനാധിപത്യത്തിന്റെ ഔപചാരികസ്വാതന്ത്ര്യങ്ങളെങ്കിലും അനുഭവിക്കുന്ന ഒരു ജനതയോട് ഇവിടെ ഏറെക്കാലം നിലനിന്ന 'അടിയന്തരാവസ്ഥ' തിരഞ്ഞെടുക്കാൻ ഞങ്ങൾക്കൊരിക്കലും പറയാ നാവില്ലായിരുന്നു. ഉൽപാദനം പൊതുമേഖലയിലാണെങ്കിലും ഉൽ പാദനബന്ധങ്ങളിൽ കാര്യമായ അഴിച്ചുപണി നടന്നിട്ടില്ലാത്തതു കൊണ്ട്, ഇവിടത്തെ സമ്പദ്വ്യവസ്ഥതന്നെയും തികച്ചും സോഷ്യ ലിസ്റ്റാണോ എന്ന് ഞങ്ങൾക്ക് സംശയമുണ്ടായിരുന്നു. എന്നാൽ ഇപ്പോൾ ജനാധിപത്യസ്വാതന്ത്ര്യങ്ങളുടെ പുനഃസ്ഥാപനവും തൊഴി ലാളികളുടെ സ്വയം മാനേജ്മെന്റിനുള്ള നീക്കങ്ങളും ഞങ്ങൾക്ക് വലിയ പ്രതീക്ഷ നല്കുന്നുണ്ട്.

''അതെ,'' നടാഷ പറഞ്ഞു: ''ഇവിടെ നിലനിന്നിരുന്നത് ജനാ ധിപത്യമില്ലാത്ത ഒരു വികല സോഷ്യലിസമായിരുന്നു; ഇവിടെ നടന്നത് ഒരു 'പാതിവിപ്ലവം,' മാത്രവും. എങ്കിലും താങ്കൾ കരുതും പോലെ എളുപ്പമല്ല പരിവർത്തനം. പാർട്ടി ബ്യൂറോക്രാറ്റുകൾ വെറുതെ അധികാരം വച്ചൊഴിഞ്ഞുപോവില്ല. അതൊരു ശത്രുവർഗ്ഗമാണ്,''

- ഇങ്ങനെ തുറന്നു പറയാൻ ഈ സാധാരണക്കാർക്കു കഴിയുന്നു എന്നത് എനിക്കേതായാലും ആശ്വാസകരമായിത്തോന്നി; ഒപ്പംതന്നെ ഇത്രയും കാലം അവരനുഭവിച്ചിരിക്കാവുന്ന നിശ്ശബ്ദരോഷത്തിന്റെ ആഴത്തെക്കുറിച്ചും ഞാനാലോചിച്ചുപോയി.

ഞങ്ങൾ റീഗയിലെത്തിയ ആഴ്ചയിൽ അവിടെ ലാത്വിയൻ കലാകാരന്മാരുടെ ഒരു ശില്പപ്രദർശനം നടക്കുന്നുണ്ടായിരുന്നു. 'സോഷ്യലിസ്റ്റ് റിയലിസ'ത്തിന്റെ സങ്കുചിത നിർവചനങ്ങളിലൊതുങ്ങുന്ന ശില്പങ്ങൾ - ചില പോർട്രെയ്റ്റുകളൊഴിച്ചാൽ - അവയിൽ ഇല്ലായിരുന്നുവെന്നുതന്നെ പറയാം. ഹെൻറിമൂർ, ബ്രാൻക്യൂസി, ബാർബറാ ഹെപ്‌വർത്ത്, ജാക്കൊമെത്തി തുടങ്ങിയവരെ അനുസ്മരിപ്പിക്കുന്നതായിരുന്നു പല ശില്പങ്ങളും. കൂട്ടത്തിൽ കുഞ്ഞിരാമന്റെ 'മുക്കോലപ്പെരുമാളി'നെ ശക്തമായോർമ്മിപ്പിക്കുന്ന ഒരു ശില്പവും കണ്ടു.

ലോകത്തിന്റെ രണ്ടു ഭാഗങ്ങളിലിരുന്ന് രണ്ടു ശില്പികൾ വളരെ സമാനമായ ചില രൂപധാരണകളിലെത്തുന്നു എന്നത്, ക്യൂബിസ്റ്റുകൾ പറയാറുള്ള 'രൂപങ്ങളുടെ അടിസ്ഥാന ജ്യോമട്രി' മൂലം തന്നെയാകാം. റോഡിൻ, സാഡ്കിൻ, നീസ്‌വെസ്റ്റ്നി തുടങ്ങിയവരുടെ മഹത്തായ റഷ്യൻ പാരമ്പര്യം പുതിയ ആകാരങ്ങളിലേക്കു പരിണമിച്ചിരിക്കുന്നു. ശില്പങ്ങളേറെയും അബ്സ്ട്രാക്റ്റ്-എക്സ്പ്രഷനിസ്റ്റ് വകുപ്പിൽ വരുന്നവയാണ്. എന്നാൽ ന്യൂയോർക്ക്-പാരീസ് ആർട്ട് ഗ്യാലറികളിലെ കപട-ആധുനിക അസംബന്ധങ്ങൾ ഇല്ല. ശില്പത്തിന്റെ അടിസ്ഥാനമൂല്യങ്ങളെക്കുറിച്ച് തികഞ്ഞ ബോധം ഇവയ്ക്കു പിറകിലുണ്ട്. പിന്നീട്, റൈറ്റേഴ്സ് യൂണിയൻ നാളിൽ ചെന്നപ്പോൾ തികഞ്ഞ വർണ്ണമൂല്യമുള്ള അമൂർത്ത ചിത്രങ്ങളും - വിശേഷിച്ചും നമ്മുടെ രാം കുമാറിനെ ഓർമ്മിപ്പിക്കുന്ന അമൂർത്ത പ്രകൃതി ദൃശ്യങ്ങൾ - ചുവരുകളിൽ ധാരാളമായി സ്ഥാനം പിടിച്ചിരിക്കുന്നതു കണ്ടു.

ക്രൂഷ്ചേവിന്റെ കാലത്തുപോലും, വിമർശനവിധേയമായിരുന്ന നീസ്‌വെസ്റ്റ്നിയുടെ ശില്പങ്ങളെ - മനുഷ്യദുരിതവും അതിജീവനവും പ്രമേയമാക്കുന്നവ - ന്യായീകരിക്കുവാൻ ജോൺ ബെർഗർക്ക് ഒരു പുസ്തകം തന്നെ 'കലയും വിപ്ലവവും' എഴുതേണ്ടിവന്നത് ഞാനോർത്തുപോയി. ബെർതോൾട് ബ്രെഹറ്റും ഏൺസ്റ്റ് ഫിഷേറും മറ്റും 'റിയലിസ'ത്തെക്കുറിച്ചുള്ള സങ്കുചിതമായ ലൂക്കാച്ച് -ഷ്ലീഹാനൊഫ് സങ്കല്പങ്ങൾക്കെതിരെ നടത്തിയ നീണ്ട സൈദ്ധാന്തിക യുദ്ധങ്ങളും ഇനി ഇന്ത്യയിലൊരു വിപ്ലവം സംഭവിക്കുംവരെയെങ്കിലും അപ്രസക്ഷമായിത്തുടരാം!

രാത്രി അത്താഴം വിക്തോർ ഇഫ്ബുളിസിന്റെ വീട്ടിലായിരുന്നു. മറവിക്കാരനായ ഈ പ്രൊഫസർ ആദ്യം ഞങ്ങളെ കൊണ്ടു പോയത് മറ്റൊരു വീട്ടിലേക്കായിരുന്നു; ലിഫ്റ്റ് മാറിപ്പോയിരുന്നു. ടാഗൂറിനെക്കുറിച്ചും ഇന്ത്യയെക്കുറിച്ചും ഇംഗ്ലീഷ്, ലാത്വിയൻ, ജർമ്മൻ ഭാഷകളിൽ നിരവധി പ്രബന്ധങ്ങളും പുസ്തകങ്ങളും രചിച്ചിട്ടുള്ള ഇഫ്ബുളിസ് ബംഗാളി സുഗമമായി സംസാരിക്കും; ശാന്തിനികേതനിലും വിശ്വഭാരതിയിലും പല വർഷങ്ങൾ കഴിഞ്ഞിട്ടുള്ള പ്രൊഫസർ, ടാഗൂറിന്റെ ഏറെ കൃതികൾ തന്റെ ഭാഷയിലേക്കു പരിഭാഷ ചെയ്തിട്ടുണ്ട്. ടാഗൂറിനെ, ഇന്ത്യൻ പാരമ്പര്യത്തിൽ വേരുറപ്പിച്ച മഹാനായ ഒരു റൊമാന്റിക് ആയാണ് അദ്ദേഹം വിലയിരുത്തുന്നതെന്ന്, അദ്ദേഹം എനിക്കു നല്കിയ ചില പ്രബന്ധങ്ങളിൽ നിന്ന് ('ജീവൻ ദേവത'യെക്കുറിച്ചൊരു പഠനവും 'ടാഗൂറും ആദ്യകാല ജർമ്മൻ റൊമാന്റിക്കുകളും' എന്ന ലേഖനവും.) വ്യക്തമായി.

പ്രൊഫ. ഇഫ്ബുളിസ്, തന്റെ ഫ്ളാറ്റിലെ ഏറ്റവും വിശാലമായ മുറി, ശില്പിയായ പത്നിക്കു വിട്ടുകൊടുത്തിരിക്കുന്നു. അവർ ഒരൊന്നാന്തരം ശില്പിയും ഒന്നാന്തരം ആതിഥേയയുമാണ്. അവരിപ്പോൾ ചെയ്തുവരുന്ന ഒരു ശില്പപരമ്പര ഞാൻ പ്രത്യേകം ശ്രദ്ധിച്ചു; സ്വാതന്ത്ര്യം പ്രഖ്യാപിക്കുന്ന സ്ത്രീയാണ് ഇതിന്റെ പ്രമേയം.

പതിനാറാം തീയതി രാവിലെ പഴയ റീഗയിലൂടെ ഒരു നടത്തം. മുകളിൽ ലോഹക്കോഴിയുമായി നില്ക്കുന്ന ഉയരമേറിയ പള്ളി ഗോപുരങ്ങൾ. പട്ടണത്തിനു ചുറ്റും പതിനഞ്ചടിയെങ്കിലും ഉയരം വരുന്ന കോട്ടമതിൽ. കോട്ടയ്ക്ക് കത്ത് അമ്പുകളെത്താത്ത ദൂരത്തിൽ വീടുകൾ. കല്ലുപാകിയ നിലങ്ങൾ. ഇടുങ്ങിയ നടപ്പാതകൾ. വീഴാൻ തുടങ്ങുന്ന എട്ടു നൂറ്റാണ്ടുവരെ പഴക്കമുള്ള കെട്ടിടങ്ങൾ അവർ പുതുക്കിപ്പണിയുകയാണ്. നടത്തം കഴിഞ്ഞ്, 'യൂർമല'യിലെ റൈനിസ് സ്മാരകം സന്ദർശിച്ചശേഷം ഞങ്ങൾ ബാൾട്ടിക് കടൽത്തീരത്തുന്നു. തീരത്ത് മഞ്ഞിൻപരപ്പ്. അപ്പുറം കടൽപക്ഷികൾ. 'ഡൗബെൽട്ടി' എന്ന കടൽത്തീര ഗ്രാമത്തിൽ എഴുത്തുകാർക്കു വേണ്ടിയുള്ള ഭവനങ്ങളുണ്ട്. എഴുതുവാനായി ഒരു മാസം - ചിലപ്പോൾ കൂടുതലും - അവർക്കിവിടെ സൗജന്യമായി താമസിക്കാം; ഭക്ഷണവും സൗജന്യമാണ്. അന്നു വൈകിട്ട് 'നെരിപ്പോടിനരികിലെ കവിതവായന'യായിരുന്നു പരിപാടി. ഞങ്ങളോരോരുത്തരും രണ്ടു മൂന്നു കവിതകൾ വീതം വായിച്ചു; ആന്ദ്രേയുടെ പരിഭാഷകളും വായിക്കപ്പെട്ടു. തുടർന്ന് ലാത്വിയൻ നാടോടിനൃത്തസംഘം, ഒരു വിവാഹച്ചടങ്ങു മുഴുവൻ, നൃത്തങ്ങളായവതരിപ്പിച്ചു. അതിഥികളായ ഞങ്ങൾക്കും അവരോടൊപ്പം നൃത്തം ചെയ്യേണ്ടിവന്നു. കിതച്ചും

തളർന്നും ഞങ്ങൾ അത്താഴത്തിനിരുന്നു. ക്ഷീണം ഭക്ഷണത്തിനു രുചി വർധിപ്പിച്ചു. ഹോട്ടലിൽ തിരിച്ചെത്തുമ്പോൾ വൈകിയിരുന്നു. കവി മരിസ്ചക്ലെയ്സ് സമ്മാനിച്ച 'പ്രവചനം' എന്ന സമാഹാരം ഞാൻ നിവർത്തുന്നു. ഈ രാത്രിയുടെ യാഥാർത്ഥ്യം ഞാനതിൽ കണ്ടെത്തുന്നു. ''ആഹ്ലാദനിർഭരമായി മഞ്ഞിൽ തിളങ്ങുന്ന കൊച്ചു നക്ഷത്രങ്ങളേ, നിങ്ങൾ എന്തിനാണ് എന്നെ നോക്കി കണ്ണുചിമ്മുന്നത്? അതൊരു മറുപടിയാണോ, ഒരു വാഗ്ദാനമാണോ, അതോ, ഒരു കെണിയാണോ? അതാ, പാതി ഉന്മാദിനിയായ ഒരു കിളി നാളെ പിറക്കാൻ പോകുന്ന ഇലകളെക്കുറിച്ച് ഇന്നേ പാടാൻ തുടങ്ങിക്കഴിഞ്ഞു.''

പിറ്റേന്നു രാവിലെ റീഗയിലെ നാടോടിക്കലകളുടെ കാഴ്ചബംഗ്ലാവിൽ, പാരമ്പര്യരീതിയിൽ പുഴുങ്ങിയ കടലയും കാപ്പിയുമായി ഞങ്ങൾ സ്വീകരിക്കപ്പെടുന്നു. ഈ മ്യൂസിയം ക്രിസ്ത്യാനി ബാരോണിനുള്ള (1835-1923) സ്മാരകമാണ്. ലാത്വിയൻ ഭാഷ ലോകത്തിലേറ്റവുമധികം നാടോടിപ്പാട്ടുകളുള്ള ഭാഷയാണെന്ന് ലാത്വിയക്കാർ അവകാശപ്പെടുന്നു; ഓരോ നാട്ടുകാരനും ഓരോ പാട്ടുണ്ടത്രേ. ഈ നാടൻപാട്ടുകൾ ശേഖരിക്കാനായി ജീവിതമുഴിഞ്ഞുവച്ച മഹാനായിരുന്നു ക്രിസ്ത്യാനി ബാരോൺ. നാല്പതുവർഷം രാവും പകലും ചിട്ടയായി പ്രവർത്തിച്ചാണ് അദ്ദേഹം മുപ്പത്തോരായിരത്തിലേറെ വരുന്ന 'ഡൈന'കൾ (നാലുവരിക്കവിതകൾ) ശേഖരിച്ചത് ആന്ദ്രേ സമ്മാനിച്ച ആ മഹാന്റെ ജീവചരിത്രഗ്രന്ഥത്തിൽ 'ഡൈന'യുടെ കുറെ മാതൃകകളുണ്ട്. ചിലത് ഇങ്ങനെയാണ്:

''യജമാനന് എന്നെ എന്തുചെയ്യാനാവും,
എന്നെയോ എന്റെ ശിരസ്സിനെയോ?
എന്റെ ശിരസ്സ് ഇരുമ്പുകൊണ്ടുണ്ടാക്കിയതാണ്.
എന്റെ ആത്മാവ് ഉരുക്കുകൊണ്ടും.''
''ഇടി കടലിനുമുകളിൽ മുരണ്ടുകൊണ്ടുരുളുന്നു.
എങ്കിലും ചെറിയമരങ്ങൾ പുഷ്പിക്കുന്നു.
ചാലുകൾ വരയ്ക്കുന്ന ഉഴവുകാരനും പുഷ്പിക്കുന്നു.''
''എന്റെ അച്ഛനെയും അമ്മയെയും പോലെ
എനിക്കും മരിക്കാൻ ഭാഗ്യമുണ്ടാകട്ടെ.
അച്ഛനെപ്പോലെ - കളപ്പുരയിൽ ധാന്യം മെതിച്ച്
അമ്മയെപ്പോലെ - അപ്പത്തിനു മാവുകുഴച്ച്.''
''ആളുകൾ പറയുന്നു, ഭൂമി ദുഷ്ടയാണെന്ന്
അല്ല, അല്ല, അവളിൽ നിറയെ കാരുണ്യമാണ്.

അവളെനിക്കു ജലം തന്നു, ആഹാരം തന്നു...
ഇപ്പോഴിതാ, എന്റെയുടൽ അവൾ പൊതിഞ്ഞു സൂക്ഷിക്കുന്നു.''

പ്രകൃതി, അദ്ധ്വാനം, സ്വാതന്ത്ര്യം, സമരം, മരണം: 'ഡൈന'കളിൽ ആവർത്തിക്കുന്ന പ്രമേയങ്ങൾ ഇവയാണ്. കർഷകരുടെ വിവേകവും ഗ്രാമീണരുടെ പരിചയവും കതിരിട്ടുനില്ക്കുന്ന ഒരാധുനിക ഭാവുകത്വവും ഈ രചനകൾക്കു പിറകിലുണ്ട്.

റീഗയുടെ തെരുവുകൾ പിന്നെ ഞങ്ങളെ എത്തിക്കുന്നത് ഇന്ത്യയുമായി ആത്മീയവേഴ്ചയുള്ള ഒരു ചിത്രകാരിയുടെ വീട്ടിലാണ്. മാരാ രിക്മൊണേ പ്രാഥമികമായും ഒരു ഗ്രാഫിക് കലാകാരിയാണ്. പെയിന്റിംഗുകളും ചെയ്യുന്നു. പെയിന്റിംഗുകളിലൊരുവിഭാഗം നഗ്ന സ്ത്രീചിത്രങ്ങളാണ്; മറ്റൊരു വിഭാഗം പൗരസ്ത്യയോഗദർശനവുമായി ബന്ധപ്പെട്ടവയും. എന്നാൽ ഇവയെക്കാൾ ആകർഷകം മാരായുടെ ഗ്രാഫിക്കുകൾ തന്നെയാണ്; വിശേഷിച്ചും ദാന്തേയുടെ 'ഡിവൈൻ കോമെഡി'യുടെ പരിഭാഷയ്ക്കായി തയ്യാറാക്കിയ ചിത്രങ്ങൾ. അവ എവിടെയൊക്കെയോ വില്യം ബ്ലെയ്ക്കിന്റെ ചിത്രങ്ങളെ അനുസ്മരിപ്പിച്ചു. എന്നാൽ അവർ ബ്ലെയ്ക്കിന്റെ രചനകൾ കണ്ടിട്ടില്ല. മറ്റു ചിലവ ഗോയയെ അനുസ്മരിപ്പിച്ചു; ഇരുണ്ട പരിഹാസം നിറഞ്ഞ ചിത്രങ്ങൾ. 'ചുമടുകൾ' എന്ന ചിത്രത്തിൽ ചിലർ ഭാര്യമാരെ ചുമക്കുന്നു. കുട്ടികൾ മാത്രമേ ചുമടുകളില്ലാത്തവരായുള്ളൂ. പൊതുവിരുന്ന് എന്ന ചിത്രത്തിൽ മൃഗങ്ങളും മനുഷ്യരും മനുഷ്യമൃഗങ്ങളും ഇടകലർന്ന് അത്താഴമുണ്ണുന്നു. എന്നാൽ ഇതുണർത്തുന്ന ഭാവം സമഭാവനയല്ല, ഭീകരമായൊരു പാനോത്സവത്തിന്റെ ബീഭത്സതയാണ്. പഴയ ലാത്വിയൻ ഗ്രാമീണ ജീവിതത്തെക്കുറിച്ചുള്ള തന്റെ ചിത്രപരമ്പരയിൽ നിന്ന് ഓരോ ചിത്രം മാരാ കൈയൊപ്പിട്ട് ഞങ്ങൾക്കു സമ്മാനിച്ചു. അവരുടെ മുഖത്തെ, പ്രായമെത്തും മുൻപേ വന്നെത്തിയ, ചുളിവുകളും അവരുടെ പീഡാത്മക ചിത്രങ്ങളും ഒരേ കഥ പറയുന്നതായി എനിക്കു തോന്നി.

ഇറങ്ങി നടക്കുമ്പോൾ രണ്ടു മാവേലിക്കരക്കാർ എതിരേ വരുന്നു. റീഗയിൽ വിദ്യയഭ്യസിക്കുന്നവരാണ്, തങ്ങളുടെ ഡയറി നിറയെ എന്റെ കവിതാശേഖരങ്ങളാണെന്ന് അവർ പറയുമ്പോൾ മലയാളികളുടെ കവിതാ സ്നേഹത്തെച്ചൊല്ലി പ്രൊഫ. ചൗധുരി അത്ഭുതപ്പെടുന്നു. മറ്റു ഭാഷാകവികൾക്കാകട്ടെ, മലയാളത്തിലെ യുവാക്കളുടെ കവിതാപ്രണയത്തെക്കുറിച്ചു കേൾക്കുമ്പോൾ ഒരുതരം അസൂയയാണ്. ഹിന്ദിയിലെപ്പോലും സ്ഥിതി അതാണ്. സാധാരണക്കാരിൽ നിന്ന് ഏറെ അകലെ, അക്കാഡമിക്കുകളുടെ ഇടുങ്ങിയ ലോകത്തിലൊതുങ്ങി നില്ക്കുന്നു ഹിന്ദിയിലെപ്പോലും കാവ്യാ സ്വാദനം. പോപ്പുലർ ഹിന്ദി കവിതയാകട്ടെ, കവിത തന്നെയല്ല - ടെലിവിഷനിലെ

'ഗോഷ്ടി'കളിൽ കാണാറുള്ളതരം അധമകവിതയാണ്. കഴിഞ്ഞ രണ്ടു പതിറ്റാണ്ടുകാലത്ത് ചീത്തക്കവികൾ മാത്രം, ഏറെയും വൃത്തങ്ങളുപയോഗിച്ച് കവിതയെഴുതിയിരുന്നുള്ളൂ - ത്രിലോചനും സർവ്വേശ്വർ ദയാൽ സാക്സേനയും മറ്റും വൃത്തം കൈവിട്ടിരുന്നില്ലെങ്കിലും. എന്നാലിപ്പോൾ ഗൗരവമുള്ള കവിതകളും ചിലപ്പോഴൊക്കെ വൃത്തമുപയോഗിക്കുന്നുണ്ടെന്ന് - സ്വാതന്ത്ര്യങ്ങളോടെ - കേദാർനാഥ് പറഞ്ഞു. മലയാളത്തിലെന്നപോലെ, ഗദ്യരൂപവും ദുരുപയോഗത്തിനടിപ്പെട്ടതാണ് ഈ പ്രവണതയ്ക്കു കാരണം. ഭാവാനുസൃതമായി അവർ ഗദ്യവും പദ്യരൂപങ്ങളും ഉപയോഗിക്കുന്നു.

രാത്രി. 'ദെയ്‌ലെസ് തിയേറ്ററിസ്' എന്ന ആധുനിക നാടകശാലയിലിരുന്ന് ഞങ്ങൾ ടാഗൂറിന്റെ 'ഇരുട്ടറയിലെ രാജാവ്' എന്ന നാടകം കാണുകയാണ്, 'ചിത്ര'യ്ക്കുശേഷം ഈ നാടകം കളിക്കാൻ തുടങ്ങിയിട്ട് ഒരാഴ്ച കഴിഞ്ഞിരുന്നുവെങ്കിലും ഹാൾ നിറച്ചും കാണികളുണ്ട്. സംസാരഭാഷ അന്യമെങ്കിലും തിയേറ്റർ ഭാഷയുടെ ശക്തിയും ചൈതന്യവും വ്യക്തമായിരുന്നു. പ്രൊഫ. ഇഫ്ബുളിസിന്റെ പരിഭാഷ സംവിധാനം ചെയ്ത കാർലിസ് ഓസ്കാപ്സ്, ഈ പൗരസ്ത്യ നാടകത്തിന്റെ സാർവജനീനാംശങ്ങളെ സ്വന്തം ദേശീയസംസ്കൃതിയിലൂടെ വ്യാഖ്യാനിച്ചിരിക്കുകയാണ്. ലാത്വിയയിൽ ഞാൻ കണ്ട ഏറ്റവും ആകർഷകമായ പ്രത്യേകത, സ്വന്തം നാടിന്റെ സംസ്കൃതിയെയും സവിശേഷതകളെയും കുറിച്ചുള്ള അഭിമാനം കലർന്ന സ്വത്വബോധവും അതോടൊപ്പം, ഒരുപക്ഷേ, അതിന്റെ ഫലമായിത്തന്നെ ഉണ്ടാകുന്ന, ഇതര സംസ്കാരങ്ങളോടുള്ള ഉദാരമായ ആദരവുമാണ്. ഇന്ത്യയിലും നാം ലക്ഷ്യമാക്കേണ്ടത് ഇത്തരമൊരു സമന്വയമാണ്. ശരിയായ ദേശീയത, സാർവദേശീയതയ്ക്കെതിരല്ല, മറിച്ച് അനുപൂരകമാണ്.

തിരിച്ച് യാത്രയയയ്ക്കാൻ ഒരു വലിയ സംഘംതന്നെ റെയിൽവേ സ്റ്റേഷനിലെത്തിയിട്ടുണ്ട്. എഴുത്തുകാർ, പാട്ടുകാർ, അവരുടെ കുടുംബങ്ങൾ. സ്നേഹനിർഭരമായ ആ മുഖങ്ങൾ മോസ്കോവിലേക്കുള്ള നിശായാത്രയിലുടനീളം എന്നെ പിന്തുടർന്നുകൊണ്ടിരുന്നു. ഹൃദയത്തിന്റെ ആദ്യശകലം ഇങ്ങോട്ടു വരും വഴി ഹിമാലയത്തിന്റെ ധവളമൂർച്ഛയ്ക്കു ഞാൻ നല്കി. ഇതാ, മറ്റൊരു ശകലം ഈ പ്രസന്നനഗരത്തിന്റെ സംഗീതമൂർച്ഛകൾക്ക്. 'റീഗാ, റീഗാ, റീഗാ....' 'ആവേസോളി'ന്റെ ഗായകസംഘം പാടിയിരുന്ന ഗാനം ഇതാ തീവണ്ടിചക്രങ്ങൾ ഏറ്റെടുത്തിരിക്കുന്നു... വിട, ആന്ദ്രേ, ഗുനാ, മാരിസ്, വിട, വിക്തോർ, ഇമാൻത്സ്, മാരാ, വിട, റീഗാ.

(1988)

മഞ്ഞ്: ഒന്ന്
(നതാലിയായ്ക്ക്)

പോകുന്നിടത്തെല്ലാം ഈ മഞ്ഞ്
എന്റെകൂടെ വരുന്നു.
ദൈവദൂതരെപ്പോലെ വെള്ളച്ചിറകുകളുമായി
സെന്റ് ജോൺ പള്ളിയുടെ ഗോപുരങ്ങൾക്കു മുകളിൽ
മഞ്ഞുപാളികൾ നൃത്തം ചെയ്യുന്നു
ഇലകൊഴിഞ്ഞ ഫർമരങ്ങളിൽ മഞ്ഞ്
ക്രിസ്തുമസ് വിളക്കുകൾ തൂക്കുന്നു
വെള്ളത്തുമ്പികൾപോലെ ഉടുപ്പുകൾക്കു മുകളിൽ
പറന്നു വന്നിരുന്ന് വസന്തം പ്രഖ്യാപിക്കുന്നു
ശാന്തിയുടെ പിറാവുകളായി ഇറങ്ങിവന്ന്
പുഷ്കിൻ പ്രതിമയ്ക്ക് രജത കിരീടം
ചൂടിക്കുന്നു
ഹിമക്കരടികളെപ്പോലെ ധ്രുവസ്മരണകളുമായി
സ്റ്റെപ്പാൻതെരുവിലുരുണ്ടുകളിക്കുന്നു
ബീഹാറിലെ കർഷകരെപ്പോലെ
കസാനിലെ തീവണ്ടികൾക്കു മുകളിലിരുന്നു
സവാരിചെയ്യുന്നു.
കൊയ്ത്തു കഴിഞ്ഞ ഗോതമ്പുവയലുകളിൽ
വെള്ളക്കൊക്കുകളായി കൂട്ടത്തോടെ
പറന്നിറങ്ങുന്നു
മുറിവേറ്റ ജടായുവിന്റെ തൂവലുകൾ പോലെ
നഗരങ്ങളിൽ വിപത്തിന്റെ കൊടിയുയർത്തുന്നു
പ്രണയസന്ദേശമേന്തിയ ഹംസങ്ങളെപ്പോലെ
വോൾഗയുടെ മുകളിലൂടെ ചിറകടിക്കുന്നു.

മഞ്ഞിന്റെ കുതിരപ്പുറത്ത്
ഇക്കുറി വന്നിറങ്ങുന്നതാരാണ്?
ചക്രവർത്തിയോ വിമോചകനോ?
ഹിമാഞ്ഞൊറികൾക്കു പിറകിലതാ
സൂര്യന്റെ കിരീടം;
കഥ വധമോ വരമോ?

(മോസ്കോ)

ഉറഞ്ഞുപോയ നദി

(മരിയായ്ക്ക്)

ഇത് എന്റെ എത്രാമത്തെ കുന്നാണെന്ന്
എനിക്കോർക്കാനാവുന്നില്ലല്ലോ.
ഇവിടെ സൂര്യൻ ഉദിക്കുകയോ
അസ്തമിക്കുകയോ ചെയ്യുന്നില്ല
കാലത്തിന്റെ ചക്രം,
പൂഴിയിലാണ്ടു നിലച്ച
കുട്ടിയുടെ പമ്പരംപോലെ
മഞ്ഞിൽ കുരുങ്ങി നിലച്ചുപോയി.
ഉറഞ്ഞുപോയ നദിയിൽ
ഉയർന്നുകാണുന്ന സ്വർണ്ണമുടി തേടി
കുട്ടികൾ മന്ത്രവാദികളെപ്പോലെ
വടികളിൽ പറന്നുപോകുന്നു.
ഏതിഷ്ടവും സാധിച്ചുതരുന്ന മഴവിൽപ്പൂവ്
ഇവിടെ എവിടെയോ ഉണ്ട്.
കൊക്കൊക്കോ നാട്ടിലേക്കു പോയ
കോഴിക്കുഞ്ഞും*
ഈ മഞ്ഞിൻപരപ്പിലാണ്ടുപോയിരിക്കുമോ?
താഴെക്കാണുന്ന ആ നദി എന്റെ
ഉറഞ്ഞുകിടക്കുന്ന ഭൂതകാലമാണ്
എന്റെ കുട്ടിക്കാലത്തിന്റെ കടലാസ്സു തോണികളും

* മഴവിൽപ്പൂവും കോഴിക്കുഞ്ഞും. റഷ്യൻ കുട്ടിക്കഥകളിൽനിന്ന്

താരുണ്യത്തിളപ്പിന്റെ ചെറുമീനുകളും
ആ വെളുപ്പിന്റെ ആഴത്തിലെവിടെയോ ഉണ്ട്.
നദി അലിയുമ്പോൾ
ആമ്പൽ പൊട്ടിക്കാനെത്തുന്ന മറ്റൊരു കുട്ടി
അവ കണ്ട് അത്ഭുതം കൂറും.
അവൻ അവ പൊറുക്കിയെടുക്കുമോ
എന്നെക്കുറിച്ചൊന്നുമറിയാത്ത ഒരപരിചിതൻ
എന്റെ വരികളിൽ തന്നെത്തന്നെ
കണ്ടെത്തുംപോലെ?

(മസ്ക്വാനദിക്കു മുകളിൽ)

ഇന്ത്യൻ ലെനിൻ

(അനിലിന്)

പൂവുകളർപ്പിച്ചു ഞാൻ തിരിഞ്ഞു.
'നിൽക്കൂ' കാതി-
ലാരുടെയാമന്ത്രണം? ചുണ്ടുകളനക്കുന്നു
ഹാ, ലെനിൻ! 'ഇന്ത്യാക്കാരനാണല്ലേ,'
കവിയെന്നോ?
കാതിൽ ഞാനോതാമൊരു സ്വകാര്യം,
കുനിയുക
ഞാനുമൊരിന്ത്യാക്കാരൻ; പിറന്നൂ പലകുറി
മാനായി, നായായ്, സ്വർണ്ണപ്പരുന്തായ്
മയിലായി,
ഭിക്ഷുവായ് വിശപ്പാർന്നുവന്നൊരിന്ദ്രനുദയാ-
ഭിക്ഷയായ് സ്വന്തം ദേഹം നല്കിയ മുയലായി[1]
ദൂതന്നു മുറിക്കുവാനാകാത്ത സ്വന്തം കൊമ്പു
വാളിനാൽ സ്വയമറുത്തേകിത്തൻ മുജ്ജന്മത്തിൻ
പ്രേയസിയുടെ ശിലാഹൃദന്തമലിയിച്ചൊ-
രാനയായ്, രാജാസ്ത്രത്തിൽനിന്നു
തൻവംശം കാക്കാൻ
പാലമായ് ഗംഗയ്ക്കുമേൽ കിടന്നു സ്വയംബലി-
യായ വാനരനായി,ക്കൊല്ലനായ്,
ചണ്ഡാളനായ്,

ധ്യാനിയായ്, നീതിജ്ഞനായ്, വിദ്വാനായ്,
ശുദ്ധോദന-
സൂനുവായലഞ്ഞു ഞാൻ കണ്ണീരിൻ ഗുഹകളിൽ.
അങ്ങനെയത്രേ വോൾഗാതീരത്തു വൈശാഖത്തിൽ
വന്നു ഞാനു,റങ്ങുന്ന നാടിനെ മുതിപ്പെരും[2]
'വെള്ളത്തിൽനിന്നും മീളാൻ,
ദുരിതം സഹിപ്പോരെ
വെള്ളിടിയുടെ ധീരതേജസ്സാൽ നിറയ്ക്കുവാൻ.'
പറഞ്ഞുനിർത്തി ലെനിൻ; വായിച്ചു
ഞാനാക്കണ്ണിൽ
കരുണം, മുദിതവും, മൈത്രിയു-
മുപേക്ഷയും.[3]
വരിക തിരിച്ചിനിയിന്ത്യയിൽ ഭവാൻ, ഞങ്ങൾ
ദുരധികാരത്തിനാൽ വീർപ്പുമുട്ടുവോർ, സ്വന്തം
കരുത്തു തിരിച്ചറിയാത്തവർ, ശത്രുക്കളോ-
രാടാതെ ഞങ്ങളന്യോന്യം പൊരുതുവോർ,
നട്ടെല്ലു വളഞ്ഞവർ ഭയത്താൽ, നാവിൻധർമ്മം
അതു നല്കിടും മധുരങ്ങളാൽ മറന്നവർ.
വന്നാലും ദയയോലുമറിവായുധമാക്കും
കർമ്മമായ്, നേരോതുന്ന വാക്കായ്, നിർഭയത്വമായ്.
ഇക്കുറി ചണ്ഡാലിയേകാണ്മൂ മുക്തിതൻപത്മ-
മേറ്റിടുമൈരാവതബോധത്തിൻ ധീരസ്വപ്നം.[4]

(ലെനിൻശവകുടീരത്തിൽ)

ടോൾസ്റ്റോയ് ഇവിടെ ഇല്ല

(റസൂൽഗംസത്തോവിന്)

ടോൾസ്റ്റോയുടെ ഷൂസ് ഇവിടെയുണ്ട്
അവ താണ്ടിയ ദൂരങ്ങൾ ഇവിടെയില്ല

1. ഇവയെല്ലാം ബോധിസത്വന്റെ ജന്മങ്ങൾ; ജാതകകഥകൾ കാണുക.
2. 'ധർമ്മപദം.'
3. ചതുർഗ്ഗുണങ്ങൾ.
4. ബുദ്ധമാതാവു കണ്ട സ്വപ്നം.

ടോൾസ്റ്റോയുടെ കണ്ണടയുണ്ട്
അതു കണ്ട ആഴങ്ങളില്ല
ടോൾസ്റ്റോയുടെ റാന്തലുണ്ട്
അതു പൊഴിച്ച് നിലാവില്ല
ടോൾസ്റ്റോയുടെ തീൻമേശയുണ്ട്
അതിലദ്ദേഹം ഭക്ഷിച്ച ദുരിതങ്ങളില്ല
ടോൾസ്റ്റോയുടെ പേനയുണ്ട്
അതിൽ നിറച്ച ഏകാകിതയില്ല
ടോൾസ്റ്റോയുടെ കൈയെഴുത്തുപ്രതികളുണ്ട്
പിയെറിയുടെയും അന്നയുടെയും
സംഘർഷങ്ങളില്ല.*
ടോൾസ്റ്റോയുടെ ശിരസ്സുണ്ട്
അതു നിർമ്മിച്ച് വായനക്കാരില്ല
ഞാൻ ഇവിടെയുണ്ട്
ഞാൻ ഇവിടെയില്ല.

(ടോൾസ്റ്റോയ് മ്യൂസിയത്തിൽ)

നരകം
(മാരായ്ക്ക്)

പ്രിയപ്പെട്ട മാരാ, മഞ്ഞിന്റെ മകളേ,
ഈ നഗരകൈലാസത്തിന്റെ ഹിമപ്പരപ്പിൽ
ഇലപൊഴിഞ്ഞ മരങ്ങളുടെ ശ്മശാനത്തിൽ
നീ തിരയുന്നത് ഏതു ശിവനെയാണ്?
നിന്റെ ക്യാൻവാസ്സിലെ നീല
ബ്രഹ്മാണ്ഡത്തിന്റെ
ഏതു പകുതിയിലാണ് നമ്മുടെ
മരിക്കുന്ന ഭൂമി,
എവിടെ മരിച്ച വഴികാട്ടി നക്ഷത്രങ്ങൾ?
നിർവികാരമായ നിന്റെ
സ്ത്രീരൂപങ്ങൾക്കിടയിൽ

---

* ടോൾസ്റ്റോയുടെ പ്രശസ്ത കഥാപാത്രങ്ങൾ: 'യുദ്ധവും സമാധാനവും', 'അന്നാകരേ നിനാ'.

നീയൊഴികെ എല്ലാവരുമുണ്ട്
അപ്പോൾ നീ എവിടെയാണ്?
ഗോതമ്പുമെതിക്കുന്ന ഈ
കർഷകർക്കിടയിൽ നീയില്ല,
ഭാരങ്ങൾ ചുമക്കുന്ന ഈ
മനുഷ്യർക്കിടയിലില്ല,
അത്താഴത്തിന്നിരിക്കുന്ന ഈ
ജന്തുക്കൾക്കിടയിലുമില്ല നീ,
പിന്നെ എവിടെ, എവിടെയാണു നീ?*
നീ പൊടിപിടിച്ച് ഒരു
ചിത്രമുയർത്തിക്കാണിക്കുന്നു: 'നരകം'
അതെ, അതാ വിഷാദത്തിന്റെ
നീലജ്ജ്വാലപോലെ
അവിടെ നിന്റെ ഏകാന്തമായ ആത്മാവ്.

(ചിത്രകാരിയുടെ വീട്ടിൽ, റീഗാ)

കവികളുടെ ഭാഷ
(ആന്ദ്രയ്ക്ക്)

പ്രിയപ്പെട്ട ആന്ദ്ര,
താങ്കൾ എന്റെ കവിത
താങ്കളുടെ ഭാഷയിൽ വായിക്കുകയാണ്
പക്ഷേ, അത് എന്റെ കവിതതന്നെയാണെന്ന്
എന്താണുറപ്പ്?
താങ്കളുടെ ഓർമ്മകൾ വേറെ, താങ്കളുടെ
സംഗീതവും വേറെ.
നാം രണ്ടു ലോകങ്ങളിൽ ജീവിക്കുന്നവർ.
കേൾവിക്കാരുടെ ഈ കൈയടി
എനിക്കോ താങ്കൾക്കോ?
താങ്കൾ പറയുന്നതെനിക്ക് കേൾക്കാം:
'കവികൾക്ക് ലോകമെമ്പാടും
ഒരു ഭാഷയേയുള്ളൂ,

* മാരാരിക്മനേയുടെ ചില ചിത്രങ്ങൾ.

ഇലകൾക്കും തത്തകൾക്കും
ഗൗളികൾക്കുമെന്നപോലെ.
ഒരേ കുതിരപ്പുറത്ത് അവർ പറക്കുന്നു
ഒരേ സ്വപ്നത്തിന്റെ അപ്പം പകുക്കുന്നു
ഒരേ കോപ്പയിൽ നിന്ന് കയ്പ് കുടിക്കുന്നു.
സ്വന്തം ജനതയെ സ്നേഹിക്കുകകൊണ്ട്
അവർ എല്ലാ ജനതയെയും സ്നേഹിക്കുന്നു
സ്വന്തം മണ്ണിൽ വേരാഴ്ത്തുന്നതുകൊണ്ട്
എല്ലാ ആകാശത്തിലും പുഷ്പിക്കുന്നു
ഒരു വേദത്തിലും ഉറച്ചുപോകാത്തതുകൊണ്ട്
എല്ലാറ്റിന്റെയും നേരറിയുന്നു.
ഹേ, കവേ,
ഈ ബാൾട്ടിക് കടലിലെ വെള്ളംതന്നെയാണ്
അറബിക്കടലിലെയും വെള്ളം
എന്റെ യൂറാൽമലയിലും
താങ്കളുടെ സഹ്യനിലും ഒരേ മഞ്ഞു ചേക്കേറുന്നു
എന്റെ പൈൻമരവും
താങ്കളുടെ കരിമ്പനയും
ഒരേ ചന്ദ്രനെ ജടയിലേറ്റുന്നു
എന്റെ മൈനയാണ് താങ്കളുടെ ചുമലിൽ,
എന്റെ നക്ഷത്രമാണ്, താങ്കളുടെ കണ്ണിൽ.'
പ്രിയപ്പെട്ട ആന്ദ്രേ,
താങ്കൾ താങ്കളുടെ കവിത
എന്റെ ഭാഷയിൽ വായിക്കുകയാണ്.
പക്ഷേ, അതു താങ്കളുടെ കവിതതന്നെയാണെന്ന്
എന്താണുറപ്പ്?

(കവിത വായന, റീഗാ)

കടൽക്കാക്ക

(മാരിസ് ചക്ലൈയ്സിന്)

ഞാൻ കടൽക്കാക്ക,
നീലയുടെ രാജാവ്,
പറക്കുന്നു ഞാൻ പ്രേമത്തിന്റെ
ഭൂഖണ്ഡാന്തരബാണംകണക്കെ

പടിഞ്ഞാറുനിന്നെന്നും കിഴക്കോട്ടും
ഭൂതലത്തിൽനിന്നും വർത്തമാനത്തിലേക്കും
പിന്നെ ഭാവിയിലേക്കും
എന്റെ ചിറകാണനന്തത.
സാഗരമെൻ വീ,ടെന്റെ
ശിരസ്സിലാകാശത്തിന്നുന്മാദം.
പകൽ നീളെസ്സൂര്യനോടൊപ്പം
തിരമാലയിൽ നൃത്തം, രാത്രി
താരകങ്ങളെച്ചുമലേറ്റും നിശ്ചലതതന്നാനന്ദം.
എനിക്കു വേണ്ടാ സ്വർഗ്ഗത്തിൽ
ജനബഹുലമാം വിരുന്നും വീഞ്ഞും
പോരുമേകാന്തസവാരികൾ
കൊള്ളിമീനിനും വെള്ളയാം
തിമിംഗലത്തിനുമിടയിൽ
കടൽക്കാറ്റിൻ മുതുകത്തേറിപ്പോകെ
കേൾക്കുമാറുണ്ടെന്നും ഞാൻ
ജീവിലോകത്തെത്തേരിൻ ചക്രമായ്പ്പേറി
കടിഞ്ഞാണുകളേഴിൽ പോകും
സഹസ്രനയനനാമൊരു വൻകുതിരതൻ
കുളമ്പിൻ നാദം*
അതിലേറിപ്പോം കവികളിൽ
നിന്നഖണ്ഡമായ് പെയ്യും
ഭൂമിതൻ ഗാനം, അതിജീവനമഹാഗാനം,
എനിക്കു കടലെല്ലാമൊറ്റനീർപ്പര-
പ്പെന്റെ യുക്തികളുപ്പിൻ ശ്വേതയുക്തികൾ,
ഇതുകൊണ്ടു മൂടുക മനുഷ്യാ, നീ
യുദ്ധത്തിന്റെ മുറിവുകൾ
എന്റെ തൂവലിലൊന്നു തിരുകിവയ്ക്കൂ നിന്റെ
സങ്കുചിതമാം ഹൃത്തിൽ, പറ്റട്ടെയനന്തത്തിൻ
പ്രസന്ന തുഷാരത്തിൻ ശുദ്ധധൂളികളതിൽ.
കടലിൻ പത വന്നു മൂടുമിപ്പവിഴപ്പുറ്റതുപോലല്ലോ
നിന്റെ മഹിമാവിനെ മൂടുമഹന്ത; അതു മാറ്റി-
യലിയൂ ചരങ്ങളിലൊക്കെയും

* 'അഥർവവേദ'ത്തിലെ ഒരു കല്പന (19-53)

സ്നേഹത്തിന്റെ ചിറകാൽ സ്പർശിക്കുക
വേറൊരു ലോകത്തിന്റെ മഴവിൽ സ്വപ്നം കാണും
ദീനരാം മനുഷ്യർതൻ കണ്ണീരിൻ സമുദ്രത്തെ,
സ്വാതന്ത്ര്യഗഗനത്തെ!

(യൂർമല കടൽത്തീരം)

മഞ്ഞ്: രണ്ട്

(താനിയായ്ക്ക്)

പ്രിയപ്പെട്ട താനിയാ,
ഈ മഞ്ഞിനടിയിലെന്താണ്?
വരുന്ന കൊയ്ത്തിന് കാതോർത്തിരിക്കുന്ന
മുളയ്ക്കാത്ത വിത്തുകളോ?
പോയ വസന്തത്തിന്റെ പൂക്കളോ?
കിഴക്കുനിന്നുവന്ന രാജാക്കന്മാരുടെ
പരിഭ്രമിച്ച കാലടികളോ?
പഴയലോകത്തിനുമേൽ
പ്രളയമായി വന്നു മൂടിയ
ആ ഒക്ടോബർ ദിനങ്ങളുടെ രുദ്രവർഷങ്ങളോ?
വിജയത്തിന്റെ രാത്രിയിൽ
വിന്റർപാലസ്സിലേക്കു
തള്ളിക്കയറിയ തൊഴിലാളികളുടെ
വിജയാരവങ്ങളോ?
ശത്രുക്കൾക്കു നടുവിലൂടെ നിരായുധനായി
സ്മോൾനിയിലേക്കു കയറിപ്പോകുന്ന ലെനിന്റെ
നിസ്സംശയമായ ചുവടുവെപ്പുകളോ?
അതോ,
കണ്ണീരിന്റെയും ശകാരങ്ങളുടെയും
ഒരു ഹേമന്തതടാകത്തിലുറഞ്ഞുപോയ
യെസ്യനിന്റെ ലജ്ജാലുവായ തംബുരുവോ,
മയക്കോഫ്സ്കിയുടെ കീറിപ്പോയ ഹൃദയത്തിന്റെ
ചോര നിലയ്ക്കാത്ത പെരുമ്പറയോ
ശവപ്പെട്ടിയിലേറി തുഴഞ്ഞുവരുന്ന

സ്വെതായെവായുടെ വിറങ്ങലിച്ച
നിലവിളിയോ[1]
ഈ മണ്ണിന്നടിയിലെന്താണ്?
ബാബിയ്യാറിൽ കശാപ്പുചെയ്യപ്പെട്ട
യഹൂദക്കുഞ്ഞുങ്ങളുടെ വളരുന്ന
കളിപ്പാട്ടങ്ങളോ?[2]
അമ്മമാരുടെ ചിരികൾക്കു മുകളിൽ
വൈധവ്യത്തിന്റെ ഇരുൾ പരത്തി
പൊട്ടിത്തെറിക്കാനോങ്ങുന്ന
ആയുധക്കൂനകളോ?
പെത്തഫിയുടെയും ഫ്യൂച്ചിക്കിന്റെയും
നാടുകളിൽ കടന്നുകയറിയ
അഹന്തയുടെ പീരങ്കികളിൽ
പുരണ്ട സ്വാതന്ത്ര്യത്തിന്റെ രക്തമോ?[3]
എന്താണ്, താനിയാ, എന്താണ്?
അരുണചത്വരത്തിലെ ഹിമശലാകകളുടെ
രജതവർഷത്തിൽനിന്ന്
ഒരൊറ്റക്കുരുവി പാടുന്നു:
‘അല്പംകൂടിക്കാക്കൂ, അല്പംകൂടിക്കാക്കൂ
തെറ്റുപറ്റുന്ന മനുഷ്യനെ വിശ്വസിക്കൂ

മഞ്ഞലിയുന്ന കാലം വരുന്നു
മഞ്ഞലിയുന്ന കാലം വരുന്നു
ആ നഷ്ടപ്പെട്ട മഴവില്ല്
ഞങ്ങൾ വീണ്ടെടുക്കുകതന്നെ ചെയ്യും.'

(റെഡ്സ്ക്വയർ, മോസ്കോ)

■

---

1. യെസ്യനിൻ, മയക്കൊഫ്സ്കി, സ്വതായെവാ: ആത്മഹത്യ ചെയ്ത റഷ്യൻ കവികൾ.
2. നാസി ആക്രമണകാലത്തെ റഷ്യയിലെ ഒരു കോൺസൻട്രേഷൻ ക്യാമ്പായിരുന്നു 'ബാബിയ്യാർ.'
3. പെത്തഫി-ഹംഗേറിയൻ കവി. ഫ്യൂച്ചിക്ക്-ചെക്ക് വിപ്ലവകാരി.

ഉത്തരകാണ്ഡം
ചൈന

പുതിയ ചൈനയിൽ

വേനൽ, പാതിരായുടെ നിറനിലാവിൽ മരങ്ങൾ കരയിട്ട ബെയ്ജിങ് തെരുവുകളുടെ വെടിപ്പേറിയ പ്രശാന്തിയിൽ കണ്ണുംനട്ടു നില്ക്കുക ആഹ്ലാദകരമാണ്. പൂത്ത അരളിമരങ്ങൾക്കും ദേവദാരുക്കൾക്കുമടിയിൽക്കിടന്ന് ചൈനീസ് നൃത്തങ്ങളുടെ താളം മുഴുവനാവാഹിച്ചെടുത്തു വീര്യമേറ്റിയ വീഞ്ഞും കൂണും കശുവണ്ടിയും ചീരയും പാൽക്കട്ടിയും പഞ്ചസാരപ്പാവൊഴിച്ചു പൊരിച്ച മത്സ്യവും ചേർന്ന അത്താഴത്തിനുശേഷം ഇന്റർനാഷണൽ ഹോട്ടലിലെ പതിനേഴാം നിലയിലെ ഇരുപത്തെട്ടാം മുറിയിൽ നിന്നാണെങ്കിൽ വിശേഷിച്ചും. അപ്പോൾ ചെനയുടെ മണം നിങ്ങളിൽ നിറയുന്നു. മുല്ലപ്പൂച്ചായയുടെയും വെളുത്ത വീഞ്ഞിന്റെയും പച്ചമരുന്നുകളുടെയും സുഗന്ധതൈലങ്ങളുടെയും മലകളിൽ നിന്നുവരുന്ന ഇലമണക്കാറ്റിന്റെയും സമ്മിശ്രസൗരഭ്യം. തെരുവുകളിപ്പോഴും വിജനമല്ല. ഇടയ്ക്കൊരു കാറോ സൈക്കിളോ കടന്നുപോകുന്നു. ഒരു കാമുകനും കാമുകിയും അന്യോന്യം പുണർന്നു നടന്നുപോകുന്നു. എങ്ങുനിന്നോ ചൈനീസ് ഓപ്പറായുടെ മഥിക്കുന്ന സംഗീതം യക്ഷിണിയെപ്പോലെ വായുവിൽ പറന്നുവരുന്നു. പലനിലക്കടകളിൽനിന്ന് ചൈനീസ് ചിത്രലിപിയുടെ മൃദുലമായ വടിവുകൾ നിങ്ങളെ ക്ഷണിക്കുന്നു: 'ബെയ്ജിങ്ങിലേക്കു സ്വാഗതം.'

പക്ഷേ, ഈ കാല്പനികാനുഭവം തണ്ണിമത്തൻ പടർന്ന വയലിന്റെ വരമ്പിൽ മുഷിഞ്ഞ ഉടുപ്പിട്ട് ആടുമേയ്ക്കുന്ന നാട്ടിൻപുറത്തുകാരനു പറഞ്ഞിട്ടുള്ളതല്ല. മുതുകിൽ തുണിഭാണ്ഡവും പേറി ഇടക്കാല ജോലിതേടി ബെയ്ജിങ്ങിലെ തിരക്കുനിറഞ്ഞ തീവണ്ടിപ്പേട്ടയിൽ വന്നിറങ്ങുന്ന അവനെ ഒരു മധുരവും കാത്തിരിക്കുന്നില്ല. ചൈനീസ് കയ്പക്കാപോലെ കട്ടുനിറഞ്ഞ ദുരിതവും അമ്പരപ്പും മാത്രമേ അവനു നല്കാൻ ബെയ്ജിങ്ങിനുള്ളൂ. ലാവോത്സുവിന്റെയും കൺഫ്യൂഷ്യസ്സിന്റെയും ധർമ്മവിചിന്തനങ്ങൾ അവനെ ആശ്വസിപ്പിക്കുന്നില്ല; ലാമാക്ഷേത്രത്തിലെ അഞ്ചു ബുദ്ധന്മാരും നിശ്ശബ്ദരാണ്.

വിദേശയാത്രികരുടെ അഹന്താനിർഭരമായ പൊട്ടിച്ചിരികൾക്കും ബഹുരാഷ്ട്രക്കുത്തകകളുടെ ഉൽപന്നങ്ങൾ നിരന്ന പീടികത്തട്ടുകൾക്കുമിടയിൽ ഗ്രാമീണനു വഴിതെറ്റിപ്പോകുന്നു. അവന്റെ ജാതകത്തിലെന്നും വിയർപ്പു തളംകെട്ടിയിരുന്നു.

ഒരിക്കൽ ഭൂപ്രഭുവിനുവേണ്ടി, പിന്നെ പ്രഭുക്കളുടെ പ്രഭുവായ ഭരണകൂടത്തിനുവേണ്ടി, ബെയ്ജിങ്ങിൽനിന്ന് ഷാന്തോങ്ങിലേക്കു പോകുംവഴി ഞങ്ങൾ അവരെക്കണ്ടു. നഗ്നപാദരായി പാടത്തു പണിയുന്നവർ, വഴിവക്കത്തിരുന്നു പീച്ചും തണ്ണിമത്തനും വില്ക്കുന്നവർ, നല്ല വേഷമിട്ടവരെ തുറിച്ചുനോക്കുന്നവർ ഭരണകൂടത്തിന്റെ പാട്ടക്കുടിയാനായ ഒരു വൃദ്ധനോട് ഞങ്ങൾ സംസാരിക്കുകയും ചെയ്തു. നഗരസമൃദ്ധിയുടെ വാതിലുകൾ അവനു മുന്നിൽ കൊട്ടിയടയ്ക്കപ്പെട്ടിരിക്കുന്നു. വലിയൊരു ഭാഗം നിരക്ഷരരാണ്. ഇന്ത്യയിലെ ഭൂരഹിത കർഷകരുടേതിനെക്കാൾ എത്രയോ മെച്ചമാണവരുടെ നിലയെങ്കിലും ഗ്രാമവും നഗരവും തമ്മിൽ വർദ്ധിച്ചുവരുന്ന അകലം ഒരു സഞ്ചാരിക്കും ശ്രദ്ധിക്കാതിരിക്കാനാവില്ല.

വിപ്ലവം നാടുവാഴിത്തത്തിന്റെ പ്രത്യക്ഷമായ ക്രൗര്യങ്ങളിൽ നിന്ന് ജനതയെ മോചിപ്പിച്ചു. അദ്ധ്വാനത്തിന് അത് മഹത്വം നല്കി. സ്ത്രീകൾക്ക് പുരുഷന്മാരോടൊപ്പം അന്തസ്സും തന്റേടവും നല്കി. പരിമിതമായ തോതിലെങ്കിലും പ്രാഥമികാവശ്യങ്ങൾ നിറവേറ്റാൻ സാമാന്യജനതയെ സഹായിച്ചു. മാവോയുടെ സംഭാവനകളിൽ ചിലത് അതിജീവിക്കുന്നുണ്ടിന്നും, പരിസ്ഥിതിയുടെയും പൊതുജനാരോഗ്യത്തിന്റെയും കാര്യത്തിൽ ജാഗ്രത കൈവിട്ടിട്ടില്ല; മുഴുപ്പട്ടിണി അപൂർവമാണ്; പൊതുജീവിതത്തിൽ സ്ത്രീകളുടെ ശക്തമായ സാന്നിധ്യമുണ്ട്. ബസ് ഡ്രൈവർമാർ മുതൽ ഡെപ്യൂട്ടി മന്ത്രിമാർ വരെ, ഏറെ മേഖലകളിൽ. എന്നാൽ സാമ്പത്തിക വികസനരംഗത്തെ മാവോയുടെ പരാജയം, വിശേഷിച്ചു 'മുന്നോട്ടുള്ള വൻ കുതിച്ചുചാട്ട'(ദി ഗ്രേറ്റ് ലീപ് ഫോർവേർഡ്)ത്തിൽ പറ്റിയ മാരകമായ വീഴ്ച, മുതലാളിത്ത സഹകരണത്തിന്റെ വക്താക്കൾക്ക് ഒരവസരം നല്കി. തുടർന്ന് ലോകമെമ്പാടും 'നിലനിൽക്കുന്ന' സോഷ്യലിസത്തിനു നേരിട്ട പ്രതിസന്ധിയും ഏകധ്രുവ ലോകത്തിന്റെ വികാസവും ബഹുരാഷ്ട്രക്കുത്തകകളുടെ സഹകരണത്തിനു വഴിതെളിക്കുകയും ചെയ്തു. ഇക്കാര്യത്തിൽ ചൈന ഇന്ത്യയുമായി മത്സരിക്കുകയാണ്. 'ഗാട്ട്' കരാറിന്റെ കാര്യത്തിൽ ഇന്ത്യയിലുണ്ടായത്ര സംശയങ്ങൾ ചൈനയിലുണ്ടായില്ലല്ലോ.

സമ്പന്നനായ അമേരിക്കക്കാരൻ ക്രമേണ ചൈനയുടെ മാതൃകാപുരുഷനാവുകയാണ്. തൃഷ്ണയെ നിയന്ത്രിച്ച് സമുദായസേവയിൽ ശാന്തിയും മോക്ഷവും കാണുന്ന കർമ്മയോഗിയായ ഗ്രാമീണനെന്ന

മാവോയുടെ ആത്മീയാദർശം, 'പൂച്ച കറുത്തതായാലും വെളുത്ത തായാലും എലിയെപ്പിടിച്ചാൽ മതി'യെന്നു വിശ്വസിക്കുന്ന ഇന്നത്തെ ചൈനയിൽ അനാഥമാണ് - ഗാന്ധിയനാദർശം ഇന്ത്യയിലെന്ന പോലെത്തന്നെ. വെളുത്ത പൂച്ചകൾക്ക് പ്രിയം കൂടുതലുമാണ്. കറുത്തവർക്ക് മഞ്ഞയുലകത്തിൽ ഏറെ സ്വാഗതമില്ല. യാത്രകളിൽ ഞങ്ങളെ അനുഗമിച്ചിരുന്ന പതിഞ്ഞ സ്വരത്തിൽ മുറിയിംഗ്ലീഷ് സംസാരിക്കുന്ന വാങ്ലൂവും നവവ്യവസ്ഥ മുൻപുണ്ടായിരുന്നതിനേ ക്കാൾ സ്വാതന്ത്ര്യമുള്ളതാണെന്നു വിശ്വസിക്കുന്ന തൂ യ്വേഹേയും - നല്ലൊരു പാട്ടുകാരിയാണിവർ - അത് ഞങ്ങളെ ഒരിക്കലും അറിയി ക്കാതിരിക്കാൻ ബദ്ധപ്പെട്ടിരുന്നെങ്കിലും.

ദില്ലിപോലെത്തന്നെ ഏറെ ഓർമ്മകൾ സൂക്ഷിക്കുന്ന വലയങ്ങ ളായി വളർന്ന, നഗരമാണ് ബെയ്ജിങ്. 'ജി' എന്നായിരുന്നു നഗര ത്തിന്റെ പഴയ പേര്. ഇളംചുവപ്പു പൂക്കളുള്ള ഒരു മുൾച്ചെടിയാണ് 'ജി'. 'ഷൗ' രാജവംശകാലത്ത്, ക്രി.മു. 11-ാം നൂറ്റാണ്ടുവരെ, അതൊരു സാമന്തരാജ്യമായിരുന്നു. പിന്നെ 'യാൻ' എന്ന അയൽരാജ്യം 'ജി' പിടിച്ചടക്കി തലസ്ഥാനമാക്കി, ബി.സി. 221ൽ 'ചിൻ' ഭരണകൂടം 'യാനി'നെ കീഴ്പ്പെടുത്തി ചീനയെ ഏകീകരിച്ചു. ബെയ്ജിങ്ങിന്റെ രാഷ്ട്രീയപ്രാധാന്യത്തിനൊരു കാരണം അതിന്റെ ഭൂമി ശാസ്ത്ര മാണ്. അതിന്റെ വടക്കും കിഴക്കും പടിഞ്ഞാറും മലകളാണ്. മല കൾക്കപ്പുറം മംഗോളിയൻ പീഠഭൂമി. തെക്കുഭാഗത്ത് വടക്കൻ ചീനാ സമതലം.

യുദ്ധകാലങ്ങളിൽ സേനകളും സമാധാനകാലത്ത് വ്യാപാരി കളും ഗുബയ്ക്കു, ഗ്യാങ്ഗൂ എന്നീ ചുരങ്ങളിലൂടെ മലകടന്നു പോകാറുണ്ട്. ആയിരം വർഷം പന്ത്രണ്ടു രാജകുലങ്ങൾ കടന്നു പോയിട്ടും 'ജി'യുടെ കേന്ദ്രപ്രാധാന്യത്തിന് ഇടിവുതട്ടിയില്ല - പേരു മാത്രം ചിലപ്പോൾ മാറിക്കൊണ്ടിരുന്നു. 'ഷുവോജാൻ', 'യൗഷൗ', 'യാൻജിങ്' എന്നിങ്ങനെ. ഖീത്താൻ, ജൂർച്ചെൻസ്, മംഗോൾ വംശ ക്കാർ മാറിമാറി അതിനെ വെട്ടിപ്പിടിച്ചു. കുബ്ലൈഖാനാണ് പഴയ തലസ്ഥാനത്തിന്റെ വടക്കുകിഴക്ക് ഇന്നത്തെ ബെയ്ജിങ് പണിതത് - 'ദാദു' എന്നായിരുന്നു അന്നതിന്റെ പേര്. 'മഹാതലസ്ഥാനം' എന്നർത്ഥം. 'ലോകോത്തരം' എന്ന് മാർക്കോപോളോവിന് എഴു താൻ തോന്നുംവിധം മനോഹരമായിരുന്നു പല പതിറ്റാണ്ടുകളിലൂടെ പണിതുയർത്തപ്പെട്ട ഈ നഗരം.

മിങ്, ചിങ് വംശങ്ങളുടെ കാലത്തും - 1911 വരെ - ബെയ്ജിങ് ചൈനയുടെ രാഷ്ട്രീയകേന്ദ്രമായി തുടർന്നു. ആഭ്യന്തരകലാപങ്ങ ളുടെയും ജാപ്പ് അധിനിവേശത്തിന്റെയും രക്തകലുഷമായ മൂന്നു

പതിറ്റാണ്ടുകൾക്കുശേഷം 1945ൽ ബെയ്ജിങ് കൂമിന്താങ് ഭരണത്തിലമർന്നു: നാലുവർഷം കഴിഞ്ഞ് 'ജനകീയവിമോചനസേന' കൂടിയാലോചനയിലൂടെ നഗരത്തെ മോചിപ്പിക്കും വരെ. തുടർന്ന് 1949 ഒക്ടോബർ ഒന്നിന് 'സ്വർഗ്ഗീയ ശാന്തിയുടെ കവാട'(തിയനൻമെൻ)ത്തിൽ വച്ച് ബെയ്ജിങ് ജനകീയ റിപ്പബ്ലിക്കിന്റെ തലസ്ഥാനമായി പ്രഖ്യാപിക്കപ്പെട്ടു. ഒന്നിനുള്ളിൽ ഒന്നായി നാലു നഗരങ്ങളാണ് ബെയ്ജിങ് വാസ്തവത്തിൽ - അതിൽ ഒന്ന് ഇപ്പോഴും തിരിച്ചറിയാം. പഴയ ചക്രവർത്തിമാരുടെ കൊട്ടാരങ്ങളും ക്ഷേത്രങ്ങളും ഉദ്യാനങ്ങളും കേളീഗൃഹങ്ങളുമുള്ള 'വിലക്കപ്പെട്ട നഗരം'.

'വിലക്കപ്പെട്ട നഗര'ത്തിൽ - ഇപ്പോഴത്തെ 'പാലസ് മ്യൂസിയം - ഞങ്ങളെത്തുമ്പോൾ മഴ ചാറുന്നുണ്ടായിരുന്നു. വേനലിന് ഒരിടവേള. കൊട്ടാരമുറ്റം പല നിറക്കുടകളുടെ ഒരുദ്യാനമായി മാറിയിരുന്നു. ചുറ്റും കോട്ടകളും കിടങ്ങുകളുമായി നിർമ്മിക്കപ്പെട്ട ഈ നഗരം പഴയ മാതൃക ഇപ്പോഴും സൂക്ഷിക്കുന്നു. കൊട്ടാരത്തിന്റെ ഇടതുവശത്ത് ചക്രവർത്തിമാരുടെ ക്ഷേത്രം (ഇപ്പോൾ തൊഴിലാളി സാംസ്കാരിക കേന്ദ്രം), വലതുവശത്ത് 'ഭൂമിയുടെയും ധാന്യത്തിന്റെയും ബലിത്തറ' (ഇപ്പോൾ സൺയാൻ പാർക്ക്), തെക്കു ഭാഗത്ത് 'സ്വർഗ്ഗീയ മന്ദിരം', വടക്ക് 'ഭൂമിയുടെ മന്ദിരം'' (സ്വർഗ്ഗം പുരുഷനും ഭൂമി സ്ത്രീയുമാണ് ചൈനീസ് സങ്കല്പത്തിൽ), കിഴക്ക് സൂര്യന്റെയും പടിഞ്ഞാറ് ചന്ദ്രന്റെയും ബലിത്തറകൾ. മിങ്, ചിങ് വംശങ്ങളിലെ രാജാക്കന്മാർ അവരുടെ നൂറുകണക്കിന് സ്ത്രീകളും ഷണ്ഡരാക്കപ്പെട്ട കാവൽക്കാരും ഉപദേശകരും സ്തുതിപാഠകരും മന്ത്രിമാരും വിദൂഷകരും ന്യായാധിപരുമൊത്ത് ഭരണം നടത്തിയിരുന്നത് ഇവിടെ നിന്നാണ്. ഭരണനിർവഹണത്തിലെ വലിയ പരീക്ഷകളും ഇവിടെയാണ് നടത്തപ്പെട്ടത്. വിശേഷിച്ചും കൺഫ്യൂഷ്യൻ കൃതികളെയും ഭരണകൂടങ്ങളെയും കുറിച്ചുള്ള വാചാപരീക്ഷകളിലൂടെയാണ് ഉദ്യോഗസ്ഥരെ തിരഞ്ഞെടുത്തിരുന്നത്.

1420ൽ ചിങ് രാജവംശക്കാലത്ത്, പൂർത്തിയായ ഈ നഗരത്തിൽ നിന്ന് ഇരുപത്തിനാലു ചക്രവർത്തിമാർ നാടുഭരിച്ചു. ഏറെ ഗൂഢാലോചനകളും കൊട്ടാരവിപ്ലവങ്ങളും ഇവിടെ അരങ്ങേറി. 1911ലെ റിപ്പബ്ലിക്കൻ വിപ്ലവം കഴിഞ്ഞ് അവസാനത്തെ ബാലചക്രവർത്തി സിംഹാസനമൊഴിഞ്ഞതും ഇവിടെത്തന്നെ. പിന്നെയും ഒരു പന്തീരാണ്ട് വലിയൊരടുത്തൂൺ പറ്റി ചക്രവർത്തി കുടുംബവും ഭൃത്യവൃന്ദവും ഇവിടെക്കഴിഞ്ഞു. അവരുടെ ധൂർത്തു താങ്ങാനാകാതായപ്പോഴാണ് റിപ്പബ്ലിക്കൻ സേന അവരെ പുറത്താക്കി കൊട്ടാരം കാഴ്ചബംഗ്ലാവായി പ്രഖ്യാപിച്ചത്. ഏഴുലക്ഷത്തി ഇരുപതിനായിരം ചതുരശ്രമീറ്റർ വരുന്ന കൊട്ടാരക്കെട്ടിൽ സാധാരണ ജനങ്ങൾക്ക്

പ്രവേശനം കിട്ടിയിട്ട് എഴുപതു വർഷമേ ആയിട്ടുള്ളൂ. രാജഗൃഹത്തിന്റെ ഏതോ കോണുകളിൽനിന്ന് ചൈനീസ് ക്ലാസ്സിക്കൽ സംഗീതമുയരുന്നുണ്ടെങ്കിലും എവിടെനിന്നൊക്കെയോ സ്ത്രീകളുടെ അമർത്തിപ്പിടിച്ച തേങ്ങൽ കേൾക്കുന്നുണ്ടെന്നും എവിടെയൊക്കെയോ കൊച്ചു പെൺകുട്ടികളുടെ കഴുത്തു ഞെരിക്കപ്പെടുന്നുണ്ടെന്നും എനിക്കു തോന്നി.

'ലാസ്റ്റ് എംപറർ' എന്ന ചലച്ചിത്രത്തിലെ രംഗങ്ങൾ കൺമുന്നിലൂടെ കടന്നുപോയി, 'കണ്ണൂർക്കോട്ട'യിലെ പ്രവചനങ്ങൾ കാതിൽ മുഴങ്ങി. സ്വർഗ്ഗം, ഭൂമി, പാതാളം ഇവിടങ്ങളിൽ നടക്കുന്ന രംഗങ്ങളഭിനയിക്കാനായി മൂന്നു നിലകളിൽ പണിത കൊട്ടാരം കളിയരങ്ങും പല രൂപങ്ങളിലുള്ള ശിലകളും അപൂർവ വൃക്ഷങ്ങളും വളച്ചുകെട്ടുകളും ബഹുവർണ്ണഗോപുരങ്ങളും വെണ്ണക്കൽ പാലങ്ങളും നിറഞ്ഞ രാജകീയോദ്യാനങ്ങളും ചൈനയുടെ പ്രഥമ ചക്രവർത്തിയായറിയപ്പെടുന്ന 'മഞ്ഞരാജാവി'ന്റെ കണ്ണാടിയും ഡ്രാഗൺ രൂപങ്ങൾ കൊത്തിയ തങ്കസിംഹാസനവും രത്നമുദ്രകൾ സൂക്ഷിച്ചിരുന്ന മഞ്ഞപ്പട്ടു മൂടിയ പൊൻചെപ്പുകളും നാലുമൂലകളിലുമുള്ള മനോജ്ഞങ്ങളായ കാവൽ ഗോപുരങ്ങളുമൊക്കെച്ചേർന്ന് പ്രൗഢിയും നിറപ്പൊലിമയും അധികാരഗർവും മുറ്റിയ ഗതകാലത്തിന്റെ ഒരു മഹാസ്മാരകം നിർമ്മിച്ചിരിക്കയാണിവിടെ.

"ഈ മതിലിന്റെ ഉച്ചിയിൽ കയറിയാലേ നിങ്ങൾ വീരപുരുഷന്മാരാവുകയുള്ളൂ." തു യ്വാഹേ പറഞ്ഞു. ചൈനയിലെ കേളികേട്ട വൻമതിലിന്റെ നേരേ താഴെ നില്ക്കുകയായിരുന്നു ഞങ്ങൾ. മഴ ശമിച്ചിരുന്നു. ചാന്ദ്രയാത്രികർ മുകളിൽ നിന്നും കണ്ട ഭൂമിയിലെ മനുഷ്യനിർമ്മിതമായ ഒരേയൊരു സ്മാരകമായിരുന്നു ഈ വൻമതിലെന്ന് ഞാൻ ഓർമ്മിച്ചു. 'ഇതിൽ നിന്ന് വീണു മരിച്ചാലും ഒരു രക്തസാക്ഷിയാകാം. മാവോയുടെയോ താവോയുടെയോ വീരസ്വർഗ്ഗം പൂകാം." ഞാൻ ഉറക്കെ ആത്മഗതം ചെയ്തു. ലക്ഷ്മൺ ഗെയ്ക്ക്‌വാദ് തുള്ളിച്ചാടുകയായിരുന്നു. ചൈനയിൽ വന്നിറങ്ങിയതു മുതൽ കുട്ടികളുടെ ആഹ്ലാദമാണ് ഈ എഴുത്തുകാരന്, ചൈനയോടുള്ള ലക്ഷ്മണിന്റെ ആരാധന അത്ര ലളിതവും അന്ധവുമാണ്.

"പിതൃഭൂമിയിലെ ഓരോ കല്ലും ഇന്ത്യയിലെത്തിച്ചാൽ കൊള്ളാമെന്നുണ്ട് ലക്ഷ്മണന്." ഡേവി പറയുമായിരുന്നു. ബെയ്ജിങ്ങിന്റെ വടക്കും വടക്കുപടിഞ്ഞാറുമുള്ള മലകളിൽ ആറായിരം കിലോമീറ്റർ നീളത്തിൽ വളഞ്ഞുപുളഞ്ഞു കിടക്കുന്ന ഈ മഹാത്ഭുതത്തിന്റെ ഒരു മൂല മാത്രമേ ഞങ്ങൾ കണ്ടിരുന്നുള്ളൂ. ക്രി. മു. ഏഴാം നൂറ്റാണ്ടിൽ ഷൗ രാജവംശകാലത്ത് സാമന്തരാജ്യങ്ങൾ സ്വരക്ഷയ്ക്കായി നിർമ്മിച്ച് മതിലുകൾ ഒന്നിച്ചു ചേർത്താണ് ക്രി. മു. 221ൽ ചിൽ

ഭരണകൂടം ഇപ്പോഴത്തെ തുടർച്ചയായ മതിൽ പണിതത്. വടക്കു നിന്നാക്രമിക്കാനിടയുള്ള സ്യോങ്നു ഗോത്രത്തെ തടയുകയായിരുന്നു ലക്ഷ്യം. അക്കാലത്ത് മതിൽ അയ്യായിരം കിലോമീറ്ററോളം നീളത്തിലെത്തി.

ക്രി. പി. 1368ൽ മിങ് രാജവംശകാലത്ത് മതിൽ പുതുക്കിപ്പണിയാനാരംഭിച്ചു. ഇരുനൂറുവർഷം ആ ജോലി തുടർന്നു. അങ്ങനെയാണ് അത് ഇന്നത്തെയത്ര വലുതായത്. ഞങ്ങൾ റോപ്പ്വേയിൽ മലമുകളിലെത്തി. ഏറെപ്പടികൾ കയറി മതിലിന്റെ ഉച്ചിയിൽ കയറുകതന്നെ ചെയ്തു. പച്ചമലകൾ തന്ന ആവേശത്തിൽ കൂട്ടുകാരുടെ ഉപദേശം വകവയ്ക്കാതെ ഹൃദ്രോഗം മറന്ന് ഞാനും കാറ്റിനോടൊപ്പം മുകളിലെത്തി. ആയിരം അണക്കെട്ടുകൾ ഒന്നിച്ചു ചേർത്താലെന്നപോലെ മതിൽ കണ്ടെത്താവുന്നത്ര ദൂരം വളഞ്ഞു പുളഞ്ഞു കിടന്നു. ചിലയിടത്ത് അതു കാണാതായി. പിന്നെ മറ്റൊരു താഴ്വരയിൽ വീണ്ടും കാണാതായി. തദേവൂസ് റോസേവിക്സ് എന്ന പോളിഷ് കവി ഇതേക്കുറിച്ചെഴുതിയ കവിത ഓർമ്മവന്നു. ഒപ്പം ഈ മതിൽ പണിയാനായി രാജകിങ്കരന്മാർ വലിച്ചിഴച്ചുകൊണ്ടുവന്ന് പണിക്കിടയിൽ മരിച്ചുപോയ ഒരു കവിയെയും നാഴികകൾ താണ്ടി അയാളെക്കാണാനെത്തുന്ന വിധവയെയും കുറിച്ചുള്ള ചൈനീസ് നാടോടിക്കവിതയും ഓർത്തു. അത് ആധാരമാക്കി എഴുപത്തിയാറിൽ വടക്കൻപാട്ട്' എന്ന പേരിൽ ഞാനൊരു ആഖ്യാനകാവ്യമെഴുതിയിരുന്നു. ആയിരക്കണക്കിന് അടിമകൾ ഈ മതിലിന്റെ നിർമ്മാണത്തിനിടയിൽ നാമശൂന്യരായി കല്ലുകൾക്കടിയിൽപെട്ടു മരിച്ചിരിക്കണം. നെരുദായുടെ 'മാച്ചുപിച്ചു'വിലെന്നപോലെ ഇതിന്നടിയിലും മനുഷ്യരുടെ കണ്ണീരും രക്തവും കട്ടപിടിച്ചു കിടക്കുന്നുണ്ടാവണം. താഴെ നിന്നും വാങ്ലൂ വിളിച്ചപ്പോഴാണ് ഞാൻ വിചാരങ്ങളിൽനിന്ന് പരന്നു കിടന്ന വെയിലിലേക്കുണർന്നത്.

'**ചൈന**യിൽ സാധാരണക്കാരുടെ ജീവിതം കഠിനമാണ്,' പ്രൊഫസർ സിങ്കാൾ പറയുകയായിരുന്നു. ബെയ്ജിങ് സർവകലാശാലയിലെ പൗരസ്ത്യ ഭാഷാവകുപ്പിൽ പാർട്ട് ടൈം ഹിന്ദി അധ്യാപകനാണ്. 'ചിരിക്കും ബുദ്ധനെ' അനുസ്മരിപ്പിക്കുംവിധം ഉറക്കെ ചിരിച്ചുകൊണ്ടിരിക്കുന്ന തടിച്ചു കുടവയറുള്ള ഓംപ്രകാശ് സിങ്കാൾ, മരവും പുൽത്തകിടിയും കുളവും താമരയും നിറഞ്ഞ, നൂറു വർഷത്തെ ചരിത്രവും രണ്ടുലക്ഷം പുസ്തകങ്ങളുമുള്ള ബെയ്ജിങ് സർവകലാശാലയുടെ ക്യാമ്പസ്സിൽ വച്ചു തന്നെയാണ് സഹൃദയനായ സിങ്കാളിനെ ഞങ്ങൾ പരിചയപ്പെട്ടത്.

ഞങ്ങളവിടെ പോയത് പൗരസ്ത്യഭാഷാവകുപ്പിലെ വിദ്യാർത്ഥികളോടും അദ്ധ്യാപകരോടും സംസാരിക്കാനായിരുന്നു. അവിടെ

തമിഴും ബംഗാളിയും പഠിപ്പിച്ചിരുന്നു. വിദ്യാർത്ഥികളില്ലാതെ ആ ക്ലാസുകൾ നിർത്തിയിരിക്കുന്നു. ഹിന്ദി തുടരുന്നുണ്ട്. വിദ്യാർത്ഥീ വിദ്യാർത്ഥിനികൾ തങ്ങളുടെ പരിമിതമായ ഹിന്ദി പരിജ്ഞാനം പ്രകടിപ്പിക്കാൻ ബദ്ധപ്പെടുന്നുണ്ടായിരുന്നു. ഒരു വിദ്യാർത്ഥിനി 'ഭരതനാട്യ'ത്തിലെ അലാരിപ്പു ചെയ്തു കാണിക്കുകയും ചെയ്തു. തങ്ങളുടെ സംഘത്തിലെ യുവകർണാടക പണ്ഡിതനായ ഡോ. ഡി.ആർ. നാഗരാജും ഇന്ത്യൻ ഇംഗ്ലീഷ് നിരൂപകനായ ഗണേഷ് ഡേവിയും പ്രസംഗിച്ചു; ഒറിയാകവി രമാകാന്ത് രഥും ഹിന്ദി കവയിത്രി ഗഗൻ ഗില്ലും ഞാനും കവിതകൾ ചൊല്ലി - പരിഭാഷകളോടെ. ഇന്ത്യയെക്കുറിച്ച് ഇവരുടെ അറിവ് ഗാന്ധി, ടാഗൂർ, പ്രേംചന്ദ് എന്നിങ്ങനെ ചില പേരുകളിൽ ഒതുങ്ങി നില്ക്കുന്നു. മിതഭാഷിയായ ഗവേഷകൻ ചിയാങ്ചിങ്ക്വീ വ്യത്യസ്തനായിത്തോന്നി. ക്യാമ്പസ് പ്രശാന്തമായിരുന്നു. ഒരു നൂറ്റാണ്ടിലെ പ്രക്ഷോഭങ്ങളുടെ ചരിത്രം മറന്നുകഴിഞ്ഞപോലെ, 'വിപ്ലവ' കാലത്തും 'സാംസ്കാരികവിപ്ലവ' (ഇപ്പോൾ അത് പ്രതിവിപ്ലവമായി ഗണിക്കപ്പെടുന്നു ചൈനയിൽ.) കാലത്തും തിയനൻമെൻ സംഭവങ്ങളുടെ കാലത്തും ഈ ക്യാമ്പസ് തിളച്ചുമറിഞ്ഞിരുന്നുവല്ലോ.

"അതെ, കഠിനം." സിങ്കാൾ തുടർന്നു: "ജലക്ഷാമമുള്ളതുകൊണ്ട് കുളിക്കാൻ കൂപ്പണുകളാണ്; മാസത്തിൽ നാലു തവണ കുളിക്കാം." സിങ്കാൾ പഠിപ്പിക്കാൻ വരുന്നത് സൈക്കിളിലാണ് വൈസ് ചാൻസലറും സൈക്കിളിൽ വരുന്നു. കോളേജദ്ധ്യാപകർക്ക് ശമ്പളം 300 മുതൽ 600 വരെ യുവാൻ ആണ്. (ഒരു യുവാൻ ഏതാണ്ട് 4 രൂപ 30 പൈസ) എന്നാലൊരു ടാക്സി ഡ്രൈവർക്ക് 100 മുതൽ 1000 യുവാൻ വരെ കിട്ടും. ശാരീരികാദ്ധ്വാനത്തിന് പ്രാധാന്യം കൊടുക്കുന്ന ഒരു സംസ്കാരമെന്ന നിലയിൽ ഇത് മനസ്സിലാക്കാവുന്നതാണ്. എങ്കിലും, ധൈഷണികാധ്വാനത്തിന് വില കല്പിക്കാത്ത ഒരു സംസ്കാരത്തിന്റെ അതിജീവനസാധ്യത സംശയാസ്പദമാണ്. ധിഷണാശാലികൾ ഈ സാഹചര്യത്തിൽ അധ്യാപനവൃത്തിക്ക് വരുമെന്ന് വിശ്വസിച്ചുകൂടാ. എങ്കിലും ഭൗതികത്തിന്റെയും ഭാഷകളുടെയും വകുപ്പുകൾ ഇവിടെ നന്ന് എന്നാണ് പൊതുജനാഭിപ്രായം.

ചൈനീസ് സമൂഹത്തിലെ ലൈംഗികജീവിതമെങ്ങനെ?

ചോദ്യം മിസ് തുവിനോടായിരുന്നു. ചോദിച്ചത് ഗണേഷ് ഡേവിയും. "ലോകത്തെല്ലായിടത്തെയുംപോലെ." മിസ് തു ചിരിച്ചു. ഇതൊരു സത്യസന്ധമായ മറുപടിയായിരുന്നു. സർവകലാശാലാ ക്യാമ്പസിൽ സന്ധ്യയായാൽ പ്രണയജോടികളെ കാണുക സാധാരണമാണെന്ന് പ്രൊഫ. സിങ്കാൾ പറഞ്ഞിരുന്നത് ഞാനോർത്തു.

ഞങ്ങൾ പോയ ഉദ്യാനങ്ങളിലെല്ലാം ഏറെ ലജ്ജയില്ലാതെ പ്രേമ പ്രകടനം നടത്തുന്ന യുവമിഥുനങ്ങളെ കാണാമായിരുന്നു. ''ചൈന സദാചാരകാര്യങ്ങളിൽ പൊതുവെ യാഥാസ്ഥിതികമാണ്. മിസ് തു പറഞ്ഞു. ''പക്ഷേ, പടിഞ്ഞാറൻ സ്വാധീനത്തിൽ എല്ലാം മാറുക യാണ്.''

''വിവാഹം നിശ്ചയിക്കുന്നത് അച്ഛനമ്മമാരാണോ?'' ഞാൻ തിരക്കി.

''അത് അപൂർവമാണ്. സാധാരണ സ്ത്രീയോ പുരുഷനോ പറ്റിയ ഇണയെ കണ്ടുമുട്ടിയശേഷം അച്ഛനമ്മമാരെ അറിയിക്കുകയാണ് പതിവ്.''

''മുൻകാലങ്ങളിൽ ചൈനയിൽ പെൺകുഞ്ഞുങ്ങളെ കൊന്നു കളഞ്ഞിരുന്നുവെന്ന് കേട്ടിട്ടുണ്ടല്ലോ? വിപ്ലവത്തിനുശേഷവും സ്ത്രീ ഭ്രൂണഹത്യകൾ ധാരാളം നടന്നിരുന്നതായും വായിച്ചറിഞ്ഞിട്ടുണ്ട്.'' ഞാൻ തുടർന്നു.

മിസ് തു പറഞ്ഞു: ''ശരിയാവാം. നഗരങ്ങളുടെ കാര്യമാണ് ഞാൻ പറഞ്ഞത്. നാട്ടിൻപുറങ്ങളിൽ ഇപ്പോഴും ആൺകുട്ടികൾ ക്കാണ് വില. നാഗരികൾക്കിഷ്ടം പെൺമക്കളുണ്ടാകുന്നതാണ്.''

''കാരണം? നാട്ടിൻപുറത്തു സ്ത്രീധനസമ്പ്രദായമുണ്ടോ?''

'ഉൾനാടുകളിൽ ഇപ്പോഴും അതുണ്ട്.''

''ഒരു കുടുംബത്തിന് ഒരു കുഞ്ഞ് എന്ന നിയമം എല്ലാവർക്കും ബാധകമാണോ?''

''ന്യൂനപക്ഷങ്ങൾക്കും കുറ്റിയറ്റുപോകുന്ന ഗോത്രങ്ങൾക്കും വേണ്ടി ചിലപ്പോൾ അയവുവരുത്താറുണ്ട്.''

''കുഞ്ഞു മരിച്ചുപോയാൽ?''

''തിരിച്ചുള്ള ശസ്ത്രക്രിയ ചെയ്യാം.''

''ദത്തെടുത്തുകൂടേ?''

''അപൂർവമാണത്. കഴിയുമെങ്കിൽ സ്വന്തം കുഞ്ഞുണ്ടാകാനാണ് ചൈനീസ് ദമ്പതിമാർ ആഗ്രഹിക്കുന്നത്.''

''വേശ്യാവൃത്തി?''

''നിയമവിരുദ്ധമാണത്. എന്നാലും ചില ബാറുകളുടെയും ക്ലബ്ബു കളുടെയും മറവിൽ അത് നടക്കുന്നുണ്ട്. പൊലീസ് ഇടയ്ക്കിടെ അവിടെ റെയ്ഡ് നടത്തും.''

(അന്നു രാത്രിതന്നെ വിദേശികളെ ക്ഷണിച്ചതിന് ഒരു ചൈനീസ് യുവതി അറസ്റ്റു ചെയ്യപ്പെടുന്നത് ഞങ്ങൾ കണ്ടു. അവൾ കുതറു ന്നുണ്ടായിരുന്നു. പക്ഷേ, ശബ്ദമുണ്ടാക്കിയിരുന്നില്ല. പൊലീസുകാരും

നിശ്ശബ്ദരായി അവളെ പിടിച്ചുവലിച്ചു ജീപ്പിൽ കയറ്റുകയായിരുന്നു - ഒരു നിശ്ശബ്ദ ചലച്ചിത്രം പോലെ. രാത്രി ഒരുമണിയോടടുത്തിരുന്നു അപ്പോൾ. ഞങ്ങൾ താമസിച്ച ഹോട്ടലിനു തൊട്ടുമുൻപിലായിരുന്നു ഇതരങ്ങേറിയത്.)

ചൈനയിൽ വളരുന്ന പുതിയ ഉപഭോഗസംസ്കാരത്തിന്റെ ഒരു പ്രതിഫലനം മാത്രമാണിത്. അഴിമതിയും കൈക്കൂലിയും 'മക്കൾ രാഷ്ട്രീയ'വുമെല്ലാം അവിടെയും പടർന്നു തുടങ്ങിയിട്ടുണ്ട്. ജൂൺ 25ന്റെ 'ചൈനാ ഡെയ്‌ലി' യിലെ ചില ശീർഷകങ്ങൾ ശ്രദ്ധിക്കൂ: "അമേരിക്കൻ ഉപദേശകൻ ചൈനയിൽ വലിയ വാണിജ്യസാധ്യത കാണുന്നു."

"മയക്കുമരുന്നിനെതിരെ പടയൊരുക്കം."

"പശനിർമ്മാണ ഫാക്ടറിയിൽ പൊട്ടിത്തെറി. കാരണം മാനേജുമെന്റിന്റെ നിരുത്തരവാദിത്തമെന്ന്."

"പകർപ്പവകാശത്തിന് കൂടുതൽ സംരക്ഷണം."

ഇനി ജൂലായ് 5ന്റെ ചില വാർത്തകൾ: "ചൈന ജർമ്മനിയുമായി ദീർഘകാല ബന്ധമാഗ്രഹിക്കുന്നു - ഹെൽമറ്റ് കോളുമായി സംഭാഷണം."

"വംശീയ പ്രശ്നങ്ങൾ സൂക്ഷ്മതയോടെ കൈകാര്യം ചെയ്യണം - ചൈനീസ് നേതാവ് ലീ റൂയ് ഹ്വാൻ."

"ചൈനയും ഫ്രാൻസും ഒരു ബില്യൻ ഡോളറിന്റെ വാണിജ്യക്കരാർ ഒപ്പിടുന്നു."

"വൻ കൈക്കൂലി വാങ്ങിയതിന് രണ്ടുദ്യോഗസ്ഥരെ തൂക്കിക്കൊന്നു. മറ്റു രണ്ടുപേർക്ക് കഠിന തടവ്."

"തായ്‌വാൻ ഫണ്ടുകൾ യാങ്ട്സീ തടത്തിലേക്കൊഴുകുന്നു."

"വൈദ്യുതി സൂക്ഷിച്ച് ഉപയോഗിക്കാൻ ജനങ്ങളോടാഹ്വാനം."

"ആക്ടിങ് പ്രധാനമന്ത്രി ഷൂ റോങ് ചീ വാണിഭ പരിഷ്കാരങ്ങളെ പ്രശംസിക്കുന്നു."

"അഴിമതിയെ ചെറുക്കാൻ ജനങ്ങൾ മാർക്സിസം വീണ്ടും പഠിക്കണമെന്ന് പാർട്ടി നേതാവ്."

ഈ ശീർഷകങ്ങൾ സ്വയം വിശദീകരിക്കുന്നവയാണല്ലോ, ഒരു കാര്യം വ്യക്തമാണ്. മാവോയിസ്റ്റുകൾ എത്ര ആഗ്രഹിച്ചാലും മാവോയിസത്തെ ചൈനയിൽ പുനഃപ്രതിഷ്ഠിക്കുക സാധ്യമല്ലാത്ത വിധം തിരിച്ചുപോക്കു സാധ്യമല്ലാത്ത പരിഷ്കാരങ്ങളാണ് ചൈനയുടെ സാമ്പത്തിക രംഗത്ത് നടക്കുന്നത്. ഇന്ത്യയിൽ ഗാന്ധി എന്ന പോലെ തന്നെ അസാധ്യ ധാർമ്മികതയുടെ ഒരു വിദൂരപ്രതീകം

മാത്രമാണ് മാവോ ഇന്നത്തെ ചൈനയിൽ. മാവോയുടെ ചിത്രങ്ങളും പ്രതിമകളും മാവോ മുദ്രകളും നീക്കം ചെയ്യപ്പെട്ടിട്ടില്ലെന്നത് ശരിയാണ്. തൽക്കാലം അക്കാര്യത്തിൽ ലെനിനെക്കാൾ ഭാഗ്യവാനാണ് മാവോ. പക്ഷേ, അതിനു കാരണം അത്തരമൊരു വിഗ്രഹം സൗകര്യപ്രദമാണെന്നതും ഇന്നും മാവോയെ ബഹുമാനിക്കുന്ന ഒരു വൃദ്ധതലമുറ അവിടെ ജീവിച്ചിരിക്കുന്നുവെന്നതും മാത്രമാണ്. പ്രതീകപരമായ പ്രാധാന്യം കൂടി അസ്തമിച്ചാൽ മാവോ അവിടെ ഒന്നുമല്ലാതാവും.

ഇന്ത്യയിൽ നടക്കുന്ന തരം സാമ്പത്തിക പുനർനിർമ്മാണശ്രമങ്ങൾ തന്നെയാണ് ചൈനയിൽ നടക്കുന്നത്. വ്യത്യാസങ്ങൾ ഇവയാണ്: ഒന്ന് ഇന്ത്യയിലുള്ളത്ര കൊടുംദാരിദ്ര്യം ചൈനയിലില്ല. ഭൂരിപക്ഷത്തിന്റെ പ്രാഥമികാവശ്യങ്ങൾ, ഏറ്റവും പരിമിതമായ തോതിലാണെങ്കിലും, നിറവേറ്റപ്പെടുന്നുണ്ട്. അതുകൊണ്ട് ഇന്ത്യയിൽ നവകൊളോണിയലിസം ഉണ്ടാക്കുന്നത്ര പരിതാപകരമായ ആഘാതം ചൈനയിൽ സാമ്പത്തികരംഗത്ത് അതുണ്ടാക്കിയില്ലെന്നുവരാം, എന്നാൽ സാംസ്കാരികരംഗത്തെ ആഘാതം തുല്യശക്തമായിരിക്കും. രണ്ട്, ഇന്ത്യയിൽ പ്രാഥമിക പൗരസ്വാതന്ത്ര്യങ്ങളെങ്കിലും അനുവദിക്കുന്ന ഒരു ജനാധിപത്യത്തിനു കീഴിലാണ് ഈ പരിഷ്കാരങ്ങൾ നടക്കുന്നതെന്നതുകൊണ്ട് നിർവഹണസാമർത്ഥ്യം കുറച്ചു കുറവായിരിക്കും. വിമർശനസാധ്യതയുമുണ്ടാവും. എന്നാൽ ചൈനയിൽ പൂർണ്ണമായ ഏകകക്ഷി സമഗ്രാധിപത്യമായതിനാൽ നിർവഹണസാമർത്ഥ്യം ഏറും. വിമർശനത്തിലൂടെയുള്ള തിരുത്തലുകൾക്ക് സാധ്യത കുറയുകയും ചെയ്യും.

എമെയ് മലയിലെ വെളുത്ത നാഗദേവത, ബായ്സൂഷൻ എന്നു പേരുള്ള ഒരു യുവസുന്ദരിയായി രൂപം മാറി. ഹാങ്ഷൗവിൽ വച്ച് അവൾ സൂസ്യാൻ എന്ന യുവാവുമായി പ്രണയത്തിലായി. വിവാഹം കഴിഞ്ഞു. ഉപജീവനത്തിനായി ഒരു മരുന്നുകട തുറക്കണമെന്നവർക്കുണ്ടായിരുന്നു. പക്ഷേ, പണമില്ലായിരുന്നു. ഖജനാവു കൊള്ളയടിക്കുക തന്നെ. ബായ്സൂഷെൻ അതിനായി തന്റെ പരിചാരികയായ ചിങ്ങെറിനെ അയച്ചു. സഹായത്തിന് അഞ്ചു ഭൂതങ്ങളെയും. അവർ വെള്ളി കട്ടുകൊണ്ടുവന്നു,

പൊന്മലയമ്പലത്തിലെ ബുദ്ധസന്ന്യാസിയായ ഷാ ഹായിയുടെ കല്പനപ്രകാരം സൂസ്യാൻ ഭാര്യയ്ക്ക് മദ്യം നല്കി. അപ്പോൾ അവൾ പാമ്പിനെപ്പോലെ പെരുമാറിത്തുടങ്ങി. സൂസ്യാൻ അതു കണ്ടു മൂർഛിച്ചു വീണു. ലഹരി മാറിയപ്പോൾ ബായ്സൂഷെൻ കുൻലൂൺ മലയിൽ പോയി മൃതസഞ്ജീവനി കൊണ്ടുവന്ന് സൂസ്യാനിനെ ജീവിപ്പിച്ചു. സന്ന്യാസി അയാളെ വീട്ടുതടങ്കലിലാക്കി.

ബായിയും പരിചാരികയുംകൂടി വെള്ളപ്പൊക്കമുണ്ടാക്കി അമ്പലം മുക്കി. തുടർന്നുണ്ടായ ഏറ്റുമുട്ടലിൽ ബായ് തോറ്റു. അവൾ ഗർഭവതിയായിരുന്നു. സൂസ്യാൻ തടവുചാടി ഓടിപ്പോകും വഴി ഒരു തകർന്ന പാലത്തിനടിയിൽ വച്ചു ബായിയെ കണ്ടു. അവർ വീണ്ടും ഇണങ്ങി. ബായ് വീട്ടിലെത്തി. ഒരു പെൺകുഞ്ഞിനെ പ്രസവിച്ചു. പക്ഷേ, കുഞ്ഞിന് ഒരു മാസമായപ്പോൾ ഫാഹായ് അവിടെ വന്ന് ബായിയെ ഒരു ഭിക്ഷാപാത്രത്തിനകത്ത് പിടിച്ചിട്ടു കൊണ്ടുപോയി. ലിഫെങ് ഗോപുരത്തിനടിയിൽ അവളെ അമർത്തിവച്ചു. ഇരുപതു വർഷം കഴിഞ്ഞു. ചിങ്ങർ തിരിച്ചെത്തി ഗോപുരത്തിന് തീവച്ച് ബായിയെ മോചിപ്പിച്ചു.

നിലാവും ലഹരിയും നിറഞ്ഞ ഒരു രാത്രി ഞങ്ങൾ കണ്ട ഒരു ബെയ്ജിങ് ഓപ്പെറയുടെ കഥയാണ് ഇപ്പറഞ്ഞത്. ഓപ്പെറയുടെ ഇതിവൃത്തങ്ങൾ ഏറെയും ചൈനീസ് പുരാണങ്ങളിലും ഐതിഹ്യങ്ങളിലും നിന്നെടുത്തവയാണ്; സമകാലീന പ്രമേയങ്ങളും ചിലപ്പോൾ ആവിഷ്കരിക്കാറുണ്ടെങ്കിലും. കഥാപാത്രങ്ങളിൽ ദൈവങ്ങളും ദുരാത്മാക്കളും മനുഷ്യരും മൃഗങ്ങളുമുണ്ട്. ചമയം വർണ്ണശബളമാണ്; അഭിനയം നാട്യധർമ്മിയും സ്ഥല-കാലസൂചനകൾ ലളിതമായ പ്രതീകങ്ങളിലൂടെ സാധിക്കുന്നു. ഹുയിസാൻ ഓപ്പെറയിൽ നിന്നാരംഭിച്ചു കുൻച്യൂ യീയാങ്, ലഌൻ താൻ, ഹാൻജൂ എന്നീ ഒപ്പെറകളുടെ ശൈലികൾ സമന്വയിച്ച് രൂപീകരിച്ചതാണ് ഇപ്പോഴത്തെ ബെയ്ജിങ് ഓപ്പെറ. ഒന്നര നൂറ്റാണ്ടുമാത്രം പഴക്കമുള്ള ഈ നാടകത്തിൽ നൃത്തം, ഗാനം, സംഭാഷണം, മൂകാഭിനയം, പയറ്റ്, മെയ്യഭ്യാസം ഇവയ്ക്കെല്ലാം സ്ഥാനമുണ്ട്. സ്ത്രീപാത്രം (ദാൻ), പുരുഷപാത്രം (ഷെങ്), ചുട്ടി (ജിങ്), വിദൂഷകൻ (ചൗ) എന്നിങ്ങനെ നാലുതരം അടിസ്ഥാന കഥാപാത്രങ്ങളും ഇവയ്ക്ക് സ്വഭാവവും ആട്ടപ്രകാരവുമനുസരിച്ച് ഇരുപത് ഉപവിഭാഗങ്ങളും ഓപ്പെറയിലുണ്ട്. ഓരോ വിഭാഗത്തിനും മുഖത്തെഴുത്ത് ഓരോ വിധമാണ്. സംഗീതത്തിൽ സുഷിരവാദ്യങ്ങളും തന്ത്രിവാദ്യങ്ങളും മേളവാദ്യങ്ങളും ഉപയോഗിക്കുന്നു. ചിലപ്പോൾ വെറും പശ്ചാത്തലമായും പലപ്പോഴും വായ്പ്പാട്ടിന് അകമ്പടിയായും. പുരുഷന്മാരും പാടുക സ്ത്രീശബ്ദത്തിലാണ്. നല്ല ശബ്ദനിയന്ത്രണം ഗായകർക്കാവശ്യമാണ്. വാദ്യത്തിലെ എണ്ണങ്ങൾ ചിലപ്പോഴൊക്കെ നമ്മെ ആറാട്ടുപുഴയിലെത്തിക്കുന്നവ തന്നെ. അഭിനയത്തെക്കാൾ ചലനത്തിന് പ്രാധാന്യമുള്ള കലയായാണ് ഓപ്പെറ എനിക്കനുഭവപ്പെട്ടത്. കഥകളിയുടെ നടനസൂക്ഷ്മതയും ഭാവസങ്കീർണ്ണതയും ഇതിൽ കണ്ടില്ല. കഥാംശത്തിനും കെട്ടിക്കാഴ്ചയ്ക്കും കളരിക്കുമാണിവിടെ പ്രാധാന്യം.

''വിവാഹത്തിന് ഇവിടെ മധ്യസ്ഥരുണ്ടോ?'' പ്രസിദ്ധമായ 'പതിമ്മൂന്നു ശവകുടീരങ്ങ'ളിലേക്കു നടക്കും വഴി ഞങ്ങളിലാരോ

മിസ് തുവിനോട് ചോദിച്ചു. ''ടെലിവിഷനും പത്രങ്ങളുമാണ് ആ ജോലി ചെയ്യുന്നത്. ടെലിവിഷനിൽ സ്ത്രീയും പുരുഷനും നേരിട്ടു പ്രത്യക്ഷപ്പെട്ട് തങ്ങളുടെ പ്രതീക്ഷകളും വ്യവസ്ഥകളും വെളിപ്പെടുത്തുന്നു. ധാരാളം വിവാഹങ്ങൾ ഈ വഴി നടക്കാറുണ്ട്. അല്ലാതുള്ളത് ഏറെയും പ്രേമവിവാഹങ്ങളാണ്. വിദേശത്തുള്ള ചൈനക്കാരോട് സ്ത്രീകൾക്ക് കമ്പം കൂടുതലാണ്.''

''സ്ത്രീസൗന്ദര്യത്തെക്കുറിച്ചുള്ള ചൈനീസ് സങ്കല്പമെന്താണ്?''

''അതു മാറിക്കൊണ്ടിരിക്കുന്നു. ഇപ്പോൾ കുറച്ചൊക്കെ മാംസളതയും ലൈംഗികാകർഷണവുമുള്ള സ്ത്രീകൾക്കാണ് പ്രിയം.''

''വീട്ടുവേലക്കാരുടെ സമ്പ്രദായം ഇവിടെയുണ്ടോ?'' ഡേവിയാണ് ചോദിച്ചത്.

''നാട്ടിൻപുറത്തുകാർ നഗരങ്ങളിൽ വീട്ടുവേലയ്ക്കു നില്ക്കും. കുട്ടി വലുതാകുംവരെ പലരും ആയമാരെ നിർത്താറുണ്ട്. സാധാരണ കുടുംബങ്ങളിൽ സ്ത്രീയും പുരുഷനും ജോലിക്കുപോകുമല്ലോ. പണമുള്ളവർ തുടർന്നും നിർത്തിയെന്നുവരും. ചിലപ്പോൾ ഒന്നിലേറെ വേലക്കാർ.''

''വിവാഹമോചനങ്ങൾ?''

''അപൂർവമാണ്. പക്ഷേ, പാശ്ചാത്യ സ്വാധീനം മൂലം അവ ഏറിവരികയാണ്.''

''വിവാഹം കഴിച്ചയുടൻ വീടു കിട്ടുമോ?''

''വീടു കിട്ടാൻ എല്ലാവർക്കും ഭരണഘടനാപരമായ എല്ലാ അവകാശവുമുണ്ട്.'' വാങ്‌ലൂ മറുപടി പറഞ്ഞത്. പക്ഷേ, വലിയ ക്യൂ ആണ്. മാസം പത്തു യുവാൻ കൊടുത്താൽ ഒരു കിടപ്പുമുറിയുള്ള ഒരു ഫ്ളാറ്റ് കിട്ടും. നഗരത്തിൽ ഒരു ചതുരശ്രമീറ്ററിന് ഏതാണ്ട് മൂവായിരം യുവാൻ വില വരും. സ്ഥലത്തിന്റെ പ്രാധാന്യമനുസരിച്ചാണ് സർക്കാർ വില നിശ്ചയിക്കുക. ഞങ്ങൾ സംസാരിച്ച പല ചെറുപ്പക്കാരും വീടു കിട്ടാത്തവരായിരുന്നു, ഭാര്യവീട്ടിൽ താമസിക്കുന്നവർ. പക്ഷേ, എല്ലാവരും എന്തെങ്കിലും ജോലി ചെയ്യുന്നതുകൊണ്ട് ആരും ആർക്കും ഭാരമാകാറില്ല.

ഇപ്പോൾ ഞങ്ങൾ 'പതിമൂന്നു ശവകുടീരങ്ങ'ളുടെ മുന്നിലെത്തിക്കഴിയിരുന്നു. അവിടെ സ്ത്രീകളുടെ ഒരു ബഹളം. ഇവർ ഡോളർ വാങ്ങി യുവാൻ നല്കാൻ നില്ക്കുന്നവരാണ്. ഗവൺമെന്റ് അംഗീകരിച്ച കൈമാറ്റവില നൂറു സാറിന് ഏതാണ്ട് 876 യുവാൻ ആണ്. എന്നാൽ ഇവർ നൂറു ഡോളറിന് 100 യുവാൻ വരെ നല്കാൻ തയ്യാറായിരുന്നു. ബോംബെ വിമാനത്താവളത്തിൽപോലും രഹസ്യമായേ ഈ കച്ചവടം ഞാൻ കണ്ടിരുന്നുള്ളൂ. ഇവിടെ പരസ്യമായി ഇവർ

ഞങ്ങളെ പൊതിഞ്ഞ് ഡോളർ ചോദിച്ചുതുടങ്ങി. ഇത് നിയമവിരുദ്ധ മാണെന്ന് അറിയാമായിരുന്നതുകൊണ്ട് ഞങ്ങൾ കച്ചവടത്തിനു തയ്യാറായില്ല. അവർ നല്കുന്ന യുവാൻ നോട്ടുകൾ കള്ളനോട്ടു കളാകാമെന്നും കേട്ടിരുന്നു. കള്ളനോട്ടടി ചൈനയിൽ അസാധാ രണമല്ലെന്നു തോന്നി. മിക്ക കടകളിലും കള്ളനോട്ടു തിരിച്ചറിയാ നുള്ള ഒരു ലഘുയന്ത്രം കാണാമായിരുന്നു.

പതിനഞ്ചും പതിനേഴും നൂറ്റാണ്ടു കാലത്താണ് മിങ് രാജവംശ ത്തിന്റെ ഈ ശവകുടീരങ്ങൾ നിർമ്മിക്കപ്പെട്ടത്. ചുറ്റും 40 കിലോ മീറ്റർ മതിൽക്കെട്ട്. മേഘങ്ങൾ, തിരമാലകൾ, സ്വർഗ്ഗീയജീവികൾ ഇവയെല്ലാം ചുവരുകളിൽ കൊത്തിവച്ചിരിക്കുന്നു. അകത്തെ പ്രദ ക്ഷിണവഴിയിൽ മനുഷ്യരുടെയും മൃഗങ്ങളുടെയും പതിനെട്ടു ജോടി കൂറ്റൻ പ്രതിമകളുണ്ട്. സ്മാരകത്തിൽ ഏറ്റവും ശ്രദ്ധേയം ചെങ്സു ചക്രവർത്തിയുടെ സ്മാരകമായ 'ആത്മാവിന്റെ ഗോപുര'വും ഡിങ് ലിങ്ങിന്റെ ഭൂഗർഭശ്മശാനവുമാണ്.

ബെയ്ജിങ്ങിൽ ബുദ്ധന്മാർക്ക് ക്ഷാമമില്ല. പുതുക്കിപ്പണിത നാഷ ണൽ ലൈബ്രറിയിലെ ആധുനിക സൗകര്യങ്ങളും ഇംഗ്ലീഷ്-ഹിന്ദി വിഭാഗങ്ങളും സന്ദർശിച്ചശേഷം ഞങ്ങൾ ഒരു പഴയ ബുദ്ധക്ഷേത്ര ത്തിൽ പോയി. 'അഞ്ചു ഗോപുരങ്ങളുടെ ക്ഷേത്രം'. ഒരിന്ത്യൻ സന്ന്യാസി ചൈനീസ് രാജാവിന് അഞ്ചു സ്വർണ്ണ ബുദ്ധപ്രതിമകൾ സമ്മാനിക്കുന്ന ചിത്രം ക്ഷേത്രത്തിനകത്തുണ്ട്; പാലി ഭാഷയിൽ കൊത്തിവച്ച ധർമ്മസൂക്തങ്ങളും. പുറംമതിലിൽ നിറയെ ബുദ്ധ ന്മാരാണ്. അകത്ത് ശാക്യമുനി, ധന്വന്തരിയെപ്പോലെ വൈദ്യദേവത യായ ബുദ്ധൻ, അവഹിതേശ്വരൻ, ജ്ഞാനബുദ്ധൻ എന്നിവരെ പ്രതിഷ്ഠിച്ചിരിക്കുന്നു. പിന്നീട് പ്രസിദ്ധമായ ലാമാക്ഷേത്രത്തിൽ ബുദ്ധന്റെ മറ്റവതാരങ്ങളെ കണ്ടു. അവയിലേറ്റവും പ്രധാനം വെൺ ചന്ദനത്തിന്റെ ഒറ്റത്തടിയിൽ നിർമ്മിച്ച 18 മീറ്റർ ഉയരവും 3 മീറ്റർ വ്യാസവുമുള്ള മൈത്രേയ വിഗ്രഹമായിരുന്നു. നീലമേഘമന്ദിരം, ശയിക്കുന്ന ബുദ്ധൻ ക്ഷേത്രം, ആയിരം സ്വർഗ്ഗങ്ങളുടെ ക്ഷേത്രം ഇങ്ങനെ മറ്റു പല ബുദ്ധക്ഷേത്രങ്ങളിലും ഞങ്ങൾ പോയി. വരും വഴി ബാങ്കോക്കിലെ 'ചാരിക്കിടക്കുന്ന ബുദ്ധ'നെയും കണ്ടു. ഞങ്ങ ളുടെ യാത്രയിലുടനീളം ബുദ്ധൻ ഞങ്ങളെ പല രൂപങ്ങളിൽ അനു ഗമിച്ചിരുന്നുവെന്നു പറയാം. ശാക്യമുനി മരണശയ്യയിൽ കിടന്ന് പന്ത്രണ്ടു ശിഷ്യന്മാർക്ക് ഉപദേശമരുളുന്നതാണ് ഒടുവിൽ കണ്ടത്. പഗോഡകളിൽ നിന്ന് ഉയർന്നുകേട്ട ബൗദ്ധസംഗീതം ക്വീവീമല യുടെ താഴ്‌വരയിലെ 'ധർമ്മസമുദ്ര ക്ഷേത്ര'ത്തിലെ ചുവർച്ചിത്ര ങ്ങളിൽ പ്രതിധ്വനിക്കുന്നതു ഞങ്ങൾ കേട്ടു.

വലിയ ബുദ്ധന്മാർക്കു മുൻപിൽ ഞങ്ങളുടെ ചെറിയ ക്യാമറകൾ പകച്ചുനിന്നു. പിന്നീട് 'തായ്' പർവതത്തിന്റെ പ്രൗഢവിശാലതയുടെ മുന്നിൽ അതേ അനുഭവം ഞങ്ങൾക്കുണ്ടായി.

ഉദ്യാനനിർമ്മാണത്തിന്റെ അധിത്യകകളായ ബെയ്ജിങ്ങിലെയും ജീനാനിലെയും രാജകീയോദ്യാനങ്ങളിലും ഇതാവർത്തിച്ചു. വൻ തടാകങ്ങൾ, ഹംസാകൃതിയിലുള്ള ജലനൗകകൾ, വർണശബളങ്ങളായ പല നില ഗോപുരങ്ങൾ ശിരസ്സിലേറ്റിയ മരതകക്കുന്നുകൾ, വൃക്ഷങ്ങളുടെ സമൃദ്ധ ഹരിതം, വ്യാളികളും ചുടലപ്പക്ഷികളും പുഷ്പരൂപങ്ങളും കൊത്തിവയ്ക്കപ്പെട്ട ചുവരുകൾ, വളഞ്ഞ മേൽക്കൂരകൾ, ജലഹർമ്മ്യങ്ങൾ, ശിലാസ്തംഭങ്ങൾ, തണൽ നിറഞ്ഞ നീണ്ട നടവഴികൾ, സ്വർഗ്ഗത്തിലെ മഞ്ഞുതുള്ളികൾ ശേഖരിക്കാൻ അമൃതകലശമേന്തി നില്ക്കുന്ന രാജപ്രതിമകൾ, പൂച്ചട്ടികളിൽ ബുദ്ധസ്മിതം, സഹസ്രസമൂഷികർ, വിമോചനരാഗം തുടങ്ങിയ വിചിത്രനാമങ്ങൾ പേറിനില്ക്കുന്ന പല നിറത്താമരകൾ, ചന്ദ്രനെ നിരീക്ഷിക്കാനുള്ള ഉയർന്ന മട്ടുപ്പാവുകൾ; ഗ്രീഷ്മോദ്യാനവും ഹേമന്തോദ്യാനവും ഞങ്ങളെ അക്ഷരാർത്ഥത്തിൽ നൃത്തം ചെയ്യിച്ചു.

ചൈനക്കാർ നേരത്തെ ഭക്ഷണം കഴിക്കുന്നവരാണ്. ഏഴരയോടെ പ്രാതൽ, പതിനൊന്നിന് ഉച്ചഭക്ഷണം, രാത്രി എട്ടിനു മുൻപ് അത്താഴം. അത്താഴം കഴിഞ്ഞ് ഞങ്ങൾ, ടീമംഗങ്ങൾ ഏതെങ്കിലും മുറിയിൽ ഒത്തുകൂടും. ആറുപേരും ആറു ഭാഷക്കാരായിരുന്നതുകൊണ്ട് ഇതു വളരെ ഫലപ്രദമായിരുന്നു. സ്വന്തം ഭാഷകളിലെ സ്ഥിതിയെക്കുറിച്ചും ഇംഗ്ലീഷിലുള്ള ഇന്ത്യൻ സാഹിത്യത്തിൽ നിന്നുള്ള പൊതുഭീഷണിയെക്കുറിച്ചും പാരമ്പര്യത്തെക്കുറിച്ചും ആധുനികതയെക്കുറിച്ചുമെല്ലാം ചർച്ചകളുണ്ടായി. ഏറെസമയം കവിത വായനയുമുണ്ടാവും. ആദ്യമാദ്യം ഞങ്ങൾ ഇംഗ്ലീഷിലോ ഹിന്ദിയിലോ ഉള്ള പരിഭാഷകളും വായിക്കുമായിരുന്നു. എന്നാൽ പിന്നെപ്പിന്നെ രമാകാന്ത് രഥിന്റെ ഒറിയ കവിതകൾ നേരിട്ട് എല്ലാവർക്കും പിന്തുടരാമെന്നായി. ഗഗൻ ഗില്ലിന്റെ ഹിന്ദി കവിതകൾ - എല്ലാവരും ഹിന്ദി അറിയുന്നവരാകയാൽ - ആദ്യം മുതലേ പ്രശ്നമായിരുന്നില്ല. നാഗരാജ് ചൊല്ലുന്ന കന്നഡ കവിതകളും പാട്ടുകളും എനിക്ക് എളുപ്പം മനസ്സിലാകുമായിരുന്നു, എന്റെ മലയാള കവിതകൾ നാഗരാജിനും. ലക്ഷ്മൺ മറാത്തിയുടെ ഒരു വാമൊഴിയിലുള്ള പാട്ടുകൾ പാടുമ്പോൾ ആ വികാരവും താളവും ഞങ്ങളെ ആനന്ദിപ്പിച്ചു. ഈ സന്ദർഭങ്ങളിൽ ഞങ്ങൾ ഒരേ ഭാഷ സംസാരിക്കുന്നതായാണ് അനുഭവപ്പെട്ടത്.

സോഷ്യൽ സയൻസ് ഇൻസ്റ്റിറ്റ്യൂട്ടിൽ നടന്ന സെമിനാറിനേക്കാൾ ആഴത്തിൽ പോയത് ഞങ്ങളുടെ ഈ അനൗപചാരിക സംവാദങ്ങളായിരുന്നുവെന്നു തീർച്ച - സെമിനാറായിരുന്നു ഞങ്ങളുടെ വരവിന്റെ ഒരു പ്രധാന നിയോഗമെങ്കിലും. ഇന്ത്യയിലെയും ചൈനയിലെയും സാഹിത്യപാരമ്പര്യങ്ങളായിരുന്നു സെമിനാറിന്റെ പ്രഖ്യാപിത വിഷയം. ഞങ്ങളുടെ പ്രബന്ധങ്ങൾ ഇന്ത്യൻ സാഹിത്യ പാരമ്പര്യങ്ങളെക്കുറിച്ചായിരുന്നു താനും. ഇന്ത്യൻ സാഹിത്യമെന്ന ബഹുരൂപിയുടെ നിർമ്മാണപ്രശ്നമായിരുന്നു. എന്റെ പ്രതിപാദ്യം. പൗരസ്ത്യവാദവും ബ്രാഹ്മണ മേധാവിത്വവും സംസ്കൃത പ്രാമാണ്യവും എങ്ങനെ ഇന്ത്യൻ സാഹിത്യസങ്കല്പത്തെ വികലമാക്കി, പിന്നീട് എങ്ങനെ വിവിധ ശബ്ദങ്ങൾക്കും പ്രതിധാരകൾക്കും സ്ഥാനമുള്ള ജനാധിപത്യപരമായ ഒരിന്ത്യൻ സാഹിത്യസങ്കല്പം രൂപംകൊണ്ടു, അതിൽ ഭക്തിപ്രസ്ഥാനത്തിനും കൊളോണിയൽ വിരുദ്ധ പ്രസ്ഥാനത്തിനും പുരോഗമനപ്രസ്ഥാനത്തിനും പില്ക്കാല വികസങ്ങൾക്കും എന്തു പങ്കുണ്ട്? ഇവയൊക്കെയാണ് ഞാൻ പരിശോധിക്കാൻ ശ്രമിച്ചത്.

സാഹിത്യപാരമ്പര്യങ്ങൾ രൂപംകൊള്ളുന്നത് ഏറ്റുമുട്ടലുകളിലൂടെയാണെന്നും കർണാടക സാഹിത്യത്തിൽ അത്തരം മൂന്നു യുദ്ധങ്ങളുണ്ടായിട്ടുണ്ടെന്നും ഡോ. നാഗരാജ് സമർത്ഥിച്ചു. ലൗകിക ഭാവനയും സംന്യാസഭാവനയും തമ്മിൽ ഗദ്യസാഹിത്യത്തിൽ നടന്ന യുദ്ധം ഓർമ്മയുടെയും അഭിലാഷത്തിന്റെയും സൗന്ദര്യ ശാസ്ത്രവും (ഉദാ: മഹാദേവിയക്ക) വൈരുദ്ധ്യദർശനത്തിന്റെ സൗന്ദര്യശാസ്ത്രവും (ഉദാ: അല്ലമ്മ പ്രഭു) തമ്മിൽ - ഭാവഗീത മേഖലയിൽ - വിശേഷിച്ചും - ഭക്തിപ്രസ്ഥാനകവിതയിൽ - നടന്ന യുദ്ധം, മാനുഷിക സദാചാരവും പ്രപഞ്ചധർമ്മവും തമ്മിൽ മഹാകാവ്യമേഖലയിൽ നടന്ന യുദ്ധം - ഇവയിലൂടെയാണ് കർണാടക പാരമ്പര്യം രൂപംകൊണ്ടത്. ലക്ഷ്മൺ ഗെയ്ക്ക് വാദ് താനുൾപ്പെടുന്ന ഇന്ത്യയിലെ ദലിത് സാഹിത്യധാരയെക്കുറിച്ചും, ഗഗൻ ഗിൽ ഇന്ത്യൻ സ്ത്രീരചനാപാരമ്പര്യത്തെക്കുറിച്ചും, ഗണേഷ് ഡേവി ഭാഷാ പാരമ്പര്യങ്ങളെക്കുറിച്ചും സംസാരിച്ചു. പ്രബന്ധങ്ങൾ മുൻപേ ചൈനീസിൽ പരിഭാഷ ചെയ്ത് സംവാദകർക്ക് നല്കിയിരുന്നു. ഞങ്ങൾ സംഗ്രഹങ്ങളാണവതരിപ്പിച്ചത്.

ചൈനീസ് ഭാഗം വിഷയത്തിലൊതുങ്ങിനിന്നില്ല. ചൈനീസ് നാടകം പാശ്ചാത്യനാടകത്തിൽ നിന്നു വ്യത്യസ്തമാകുന്നത് സ്ഥല-കാലസങ്കല്പം, സംഗീതാംശം, നാട്യധർമ്മിയായ അഭിനയം - ഇവയിലൂടെ പുലരുന്ന കാവ്യാത്മകതകൊണ്ടാണെന്ന് തിയാൻ ബെൻസിയാങ് സമർത്ഥിച്ചു. ചൈനീസ് സാഹിത്യവും സംഗീത

പാരമ്പര്യവും എങ്ങനെ പരസ്പരം പിന്തുണച്ചു വളരുന്നു എന്നതായിരുന്നു ച്യാവോ ജിയാൻഷോയുടെ പ്രതിപാദ്യം. ജഡപാരമ്പര്യത്തിന്റെ അന്ധപുനരുത്ഥാനമല്ല, നവീന ജീവിതത്തിനും സൗന്ദര്യസങ്കല്പത്തിനും ചേരുന്ന അംശങ്ങളുടെ തിരഞ്ഞെടുപ്പാണ് പൈതൃകത്തെ സജീവമാക്കുന്നതെന്ന വാദം പല പ്രബന്ധങ്ങളിലും കാണാമായിരുന്നു.

വാങ്‌യോങ് അവതരിപ്പിച്ച ചിത്രകലയെക്കുറിച്ചുള്ള പ്രബന്ധം വിഷയത്തിനു പുറത്താണെങ്കിലും ശ്രദ്ധേയമായിരുന്നു. അബനീന്ദ്രനാഥ് ടാഗൂറും ബംഗാൾ സ്കൂളും പടിഞ്ഞാറൻ അക്കാദമിക് റിയലിസത്തിനെതിരെ അജന്താ ചിത്രങ്ങളുടെയും മുഗൾ മിനിയേച്ചറുകളുടെയും പാരമ്പര്യം പുനരാവാഹിച്ചപ്പോൾ ചൈനയിലെ മെയ് 4ന്റെ കലാവിപ്ലവം ചൈനീസ് ചിത്രകലയിലെ സാഹിത്യാത്മകതയെ നിഷേധിച്ച് പടിഞ്ഞാറൻ ക്ലാസിക് റിയലിസത്തെയാണ് മാതൃകയാക്കിയതെന്ന് വാങ്‌യോങ് ചൂണ്ടിക്കാട്ടി.

ബംഗാൾ സ്കൂളിന്റെ ഉപരിപ്ലവമായ പാരമ്പര്യാനുകരണം ഉപേക്ഷിച്ച് ആധുനികതയെയും പാരമ്പര്യത്തെയും സമന്വയിക്കാനാണ് ജാമിനി റോയിയും അമൃതാ ഷെർഗിലും ചെയ്തത്. ഇവരും, തുടർന്നു വന്ന കെ.സി.എസ്. പണിക്കർ, കെ.ജി. സുബ്രഹ്മണ്യൻ, എസ്.ജി. വാസുദേവ്, ബിരെൻ ദേ, ജി.ആർ. സന്തോഷ് തുടങ്ങിയവരുമാണ് പാരമ്പര്യത്തിന്റെ അർത്ഥം കൂടുതൽ നന്നായി മനസ്സിലാക്കിയതെന്നു വാങ്‌യോങ് പറഞ്ഞു.

ചൈനയിൽ സൂ ബെയ്ഹോ പാശ്ചാത്യ ക്ലാസിക്കൽ റിയലിസത്തിനും സൂഷിമോ ഇംപ്രഷനിസം, പോസ്റ്റ് ഇംപ്രഷനിസം തുടങ്ങിയ ആധുനികരീതികൾക്കും വേണ്ടി നടത്തിയ വാദങ്ങൾ അദ്ദേഹം അനുസ്മരിച്ചു. ലിൻ ഫെങ് മിയാൻ, ല്യൂ ഹയ്സു തുടങ്ങിയ ചിത്രകാരന്മാരെ നവപ്രസ്ഥാനങ്ങൾ ആകർഷിച്ചു. ലൂഷുൺന്റെ പിന്തുണയുണ്ടായിരുന്ന 'പുതിയ വുഡ്കട്ട് പ്രസ്ഥാന'ത്തിൽ ജർമ്മൻ എക്സ്പ്രഷനിസത്തിന്റെ സ്വാധീനം പ്രകടമായിരുന്നു. എങ്കിലും ഇന്നും ചൈനീസ് ചിത്രകലയിൽ അധീശത്വം പുലർത്തുന്നത് റിയലിസം തന്നെ.

എൺപതുകളിലുണ്ടായ പരീക്ഷണതരംഗം പാശ്ചാത്യരുടെ അനുകരണങ്ങൾ മാത്രമായിരുന്നു. വരും നൂറ്റാണ്ട് ചിത്രകലയിൽ പൗരസ്ത്യ കലയുടേതാണെന്ന ശുഭാപ്തിവിശ്വാസത്തിലാണ് വാങ്‌യോങ് നിർത്തിയത്. രാമായണ-ഭാരതങ്ങൾ ചൈനീസിൽ പരിഭാഷ ചെയ്ത ചീ എന്ന പണ്ഡിതനായിരുന്നു സെമിനാറിൽ ആധ്യക്ഷ്യം വഹിച്ചത്. പിന്നീടുള്ള ദിവസങ്ങളിൽ ചില ചിത്രപ്രദർശനങ്ങൾ കാണുകയും ചിത്രകാരന്മാരോട് സംസാരിക്കുകയും ചെയ്തപ്പോൾ

ശരിയായ ഒരാധുനിക ചൈനീസ് ചിത്രകല ഇനിയും ഉദയം ചെയ്തിട്ടില്ലെന്നാണെനിക്കു തോന്നിയത്. ഒന്നുകിൽ പാരമ്പര്യകല, അല്ലെങ്കിൽ പകർപ്പെഴുത്തു റിയലിസം, അതുമല്ലെങ്കിൽ ക്ലീയുടെയും കാൻസിൻസ്കിയുടെയും മറ്റും കേവലാനുകരണം - ഇന്ത്യൻ കലാകാരന്മാർ തീർച്ചയായും കുറേക്കൂടി മുന്നോട്ടു പോയിട്ടുണ്ടെന്ന് എനിക്കു തോന്നി.

ചൈനയിലെ കലാസാഹിത്യങ്ങളുടെ പിന്നോക്കാവസ്ഥയുടെ യഥാർത്ഥ കാരണം അവ ഭരണകൂടത്തിന്റെ അവയവങ്ങൾ മാത്രമായി പ്രയുക്ത രാഷ്ട്രീയത്തിന്റെ അനുബന്ധമായി അധഃപതിച്ചതു തന്നെയാണ്. അന്വേഷണത്തിനും ആവിഷ്കാരത്തിനും സ്വാതന്ത്ര്യമില്ലാത്ത ഏതു സംസ്കാരവും ഇങ്ങനെ ജീർണ്ണിക്കുകയുള്ളൂ. ചൈനയിൽ ഞാൻ സംസാരിച്ച ഓരോ സന്ദർഭത്തിലും ഈ ആശയം പറയാൻ ശ്രദ്ധിച്ചിരുന്നു. ഇനി അവിടെ കടത്തുകയില്ലെന്നല്ലേയുള്ളൂ; അതിലെനിക്കു താൽപര്യവുമില്ല.

തിയാനെൻമെൻ സ്ക്വയറിൽ പോകണമെന്ന് ബെയ്ജിങ്ങിലെത്തിയ ദിവസംതന്നെ ഞങ്ങളാവശ്യപ്പെട്ടിരുന്നു. സ്ക്വയർ ശാന്തമാണെങ്കിലും ആ വാക്ക് ഇപ്പോഴും അധികാരികളിൽ കിടിലമുണർത്തുന്നുണ്ട്. തിരിച്ചുവരുന്നതിന് രണ്ടുദിവസം മുൻപു മാത്രമാണ് ഞങ്ങളുടെ വഴികാട്ടികൾ ഞങ്ങളെ അവിടെ കൊണ്ടുപോയത്. അതും അല്പസമയത്തേക്കു മാത്രം. പിറ്റേന്നു രാവിലെ ഞങ്ങൾ അവിടെ വീണ്ടും തനിയേ പോയി. വിലക്കപ്പെട്ട നഗരത്തിന്റെ പ്രധാന കവാടമാണ് വാസ്തവത്തിൽ തിയാനെൻമെൻ. നാലുലക്ഷത്തി നാല്പതിനായിരം ചതുരശ്ര മീറ്ററാണ് തിയാനെൻമെൻ ചത്വരത്തിന്റെ വലിപ്പം. ഒരിക്കൽ ഇവിടെ ചെണ്ടകളും മണികളും മുഴങ്ങിയിരുന്നു; ചക്രവർത്തിമാർ യുദ്ധപ്രഖ്യാപനങ്ങളും നടത്തിയിരുന്നു: 'തിയാനെൻമെൻ' എന്ന പദത്തിനർത്ഥം 'സ്വർഗ്ഗീയ ശാന്തിയുടെ കവാടം' എന്നാണെങ്കിലും.

1417ലാണ് ഈ കവാടം ആദ്യം നിർമ്മിക്കപ്പെട്ടത്. 1651ൽ പുനർനിർമ്മിക്കപ്പെട്ടു. ഇപ്പോൾ ചൈനയുടെ പാർലമെന്റ് മന്ദിരം ഇവിടെയാണ്. ഗോപുരദ്വാരത്തിനു മുന്നിൽ മാവോയുടെ ആ വലിയ ചിത്രം ഇപ്പോഴുമുണ്ട്. മാവോവിന്റെ ശവകുടീരം സുരക്ഷിതം തന്നെ. മാവോയിൽ പഴയ ചൈനീസ് ചക്രവർത്തിമാരുടെ ഒരു ഞരമ്പുണ്ടായിരുന്നുവെന്നത് പ്രസിദ്ധമാണ്. നാടുകൾ കീഴടക്കി കൊടികുത്തിക്കൊണ്ടുള്ള ജൈത്രയാത്രകൾ, മലകളുടെ ഉച്ചിയിൽ നിന്നുള്ള രംഗനിരീക്ഷണങ്ങൾ, പടയോട്ടക്കവിതകൾ, കൊട്ടാരസദൃശമായ വീട്ടിലെ താമസം, സ്തുതിപാഠകകവിവൃന്ദം, സമ്പൂർണ്ണമായ സമഗ്രാധിപത്യം: ഒരു ജനകീയ ചക്രവർത്തിയുടെ രീതികൾ മാവോവിനുണ്ടായിരുന്നു.

അദ്ദേഹത്തിന്റെ നാടുവാഴിത്തവിരോധവും വൻനേട്ടങ്ങളും മറക്കാതെ തന്നെ. രാജഭരണകാലത്തിനു ശേഷവും തിയാനൻമെൻ വൻ സംഭവ ങ്ങൾക്ക് സാക്ഷ്യം വഹിച്ചു. സൺയാത്സെന്നിന്റെ റിപ്പബ്ലിക് പ്രഖ്യാ പനം, മാവോയുടെ വിമോചനപ്രഖ്യാപനം, സാംസ്കാരിക വിപ്ലവാ ഹ്വാനം, ചൗ എൻലായിയുടെ മരണത്തിൽ വിലപിക്കാൻ കൂടിയ വരുടെ മേൽ നാൽവർസംഘത്തിന്റെ ആഹ്വാനപ്രകാരമുള്ള നിഷ്ഠൂര മർദ്ദനം, ഒടുവിൽ വിദ്യാർത്ഥി-തൊഴിലാളി കലാപത്തിനെതിരായ പൈശാചികമായ സൈനികാക്രമണം.

1976 ഏപ്രിൽ 5ന് നാൽവർ സംഘത്തിന്റെ അസഹനീയമായ സ്വേച്ഛാചാരത്തിനെതിരെ ജനലക്ഷങ്ങളുടെ പ്രകടനം നടന്നത് ഇവിടെയാണ്. മരിച്ചവരെ ഓർക്കാനുള്ള 'ചിങ്-മിങ്' ഉത്സവത്തിനു പിറ്റേന്ന് നാൽവരുടെ ശത്രുവായ ചൗ എൻലായിക്ക് പിന്തുണ പ്രഖ്യാപിച്ചുകൊണ്ട് കവിതകളും പുഷ്പചക്രങ്ങളുമായി ജനലക്ഷ ങ്ങൾ വന്നു. അവർ രക്തസാക്ഷി കളർപ്പിച്ച പുഷ്പചക്രങ്ങൾ എന്നും പട്ടാളക്കാർ നീക്കം ചെയ്യും. പിറ്റേന്ന് വീണ്ടും അവ അവിടെ പ്രത്യക്ഷ പ്പെടും. ഒടുവിൽ പട്ടാളക്കാർതന്നെ ഒരു തീവെപ്പ് നടത്തുകയും കുറ്റം ജനങ്ങളിലാരോപിച്ച് ആയിരക്കണക്കിനാളുകളെ തടവിലാ ക്കുകയും ചെയ്തു.

'തിയാനെൻമെൻ സംഭവം' എന്ന കവിതയിൽ ചൈനീസ് മഹാ കവി അയ്ചിങ് ഈ സംഭവത്തെ ഹിറ്റ്ലർ ഭരണകാലത്ത് നാസിക ളുണ്ടാക്കിയ 'റീഷ്സ്റ്റാഗ് അഗ്നിബാധ'യോടാണുപമിക്കുന്നത്. 'നാൽവരുടെ പതനത്തിനു വേഗം കൂട്ടുകയും ജനതയുടെ കണ്ണുകൾ തെളിയിക്കുകയും ചെയ്ത കവിതയുടെ കതിർക്കെട്ട്'' എന്നാണ് അയ്ചിങ് ആ സംഭവത്തെ വിശേഷിപ്പിക്കുന്നത്. ഏറെപ്പേർ അന്ന് ഇവിടെ കൊല്ലപ്പെട്ടു. നാൽവർക്കെതിരെ എഴുതിയ കവിതകളും തിയാനെൻമെൻ സംഭവങ്ങളുടെ ഫോട്ടോകളും പ്രക്ഷോഭകാരികൾ രഹസ്യമായി സൂക്ഷിച്ചു വച്ചു - കുഴികളിൽ, ചെടിച്ചട്ടികളിൽ, കൽ ക്കരിയടുപ്പുകളിൽ.

കൂട്ടത്തിൽ പറയട്ടെ, ഇത് ഒരു ചൈനീസ് പാരമ്പര്യമാണ്. മിങ് വംശ കാലത്ത് പുസ്തകവിരോധിയായ ചക്രവർത്തിയിൽ നിന്ന് മഹാഗ്രന്ഥങ്ങളെ രക്ഷിക്കാൻ പണ്ഡിതന്മാർ നിർമ്മിച്ച പൊള്ള മതിലുകളിലൊന്ന് ജീനാനിലെ താവോ ക്ഷേത്രത്തിൽ ഞങ്ങൾ കണ്ടു. ഓരോ പുസ്തകവും എവിടെയാണൊളിപ്പിച്ചിരിക്കുന്നതെന്നും അവരെഴുതിവച്ചു. ചക്രവർത്തി മരിച്ചപ്പോൾ അവരുടെ പിന്മുറക്കാർ പുസ്തകങ്ങൾ പുറത്തെടുത്തു. ഇന്നും സമഗ്രാധിപത്യത്തിനെതിരെ എഴുതപ്പെടുന്ന കൃതികളും പുതിയ തിയാനെൻമെൻ സംഭവത്തിന്റെ രേഖകളും കലാപകാരികൾ ഒളിച്ചുസൂക്ഷിച്ചിട്ടുണ്ടാകുമെന്നും

ജനാധിപത്യത്തിന്റെ വരുംയുഗത്തിൽ കണ്ടെത്തപ്പെടുമെന്നും കരുതാം. റഷ്യൻ അണ്ടർഗ്രൗണ്ട് രചനകളും സിനിമകളും മറ്റും ഗ്ലാസ്നോസ്റ്റ് ഘട്ടത്തിൽ പുറത്തുവന്നതുപോലെ. ചൈനയിലും ഒരണ്ടർഗ്രൗണ്ട് സാഹിത്യമുണ്ടെന്ന് ഇന്ത്യൻ സുഹൃത്തുക്കൾ വഴി ഞങ്ങളറിഞ്ഞു.

ഡെങ്സിയാവോ പിങ്ങിന്റെ കാലത്താണ് 1976ലെ തിയാനെൻമെൻ സംഭവത്തിന്റെ രേഖകളും സാഹിത്യവും പ്രസിദ്ധീകരിക്കപ്പെട്ടത്. പത്തു വർഷമായി അടിച്ചമർത്തപ്പെട്ടിരുന്ന ഏറെ കൃതികൾ അക്കാലത്തു വെളിച്ചം കണ്ടു. വലതുപക്ഷമെന്നു മുദ്രകുത്തപ്പെട്ടിരുന്ന ഡിങ്-ലിങ്, മാവോതുൺ, യാങ്മോ തുടങ്ങിയ എഴുത്തുകാർ രംഗത്തു വീണ്ടും വന്നു. ഇരുപതു വർഷക്കാലം മൗനത്തിനും നാട്ടിൻപുറത്തെ കഠിനാദ്ധ്വാനത്തിനും - കക്കൂസു വൃത്തിയാക്കലായിരുന്നു നല്കപ്പെട്ട ജോലി - വിധിക്കപ്പെട്ടിരുന്ന മഹാകവി അയ്ചിങ് വീണ്ടും കവിതയെഴുതിത്തുടങ്ങി. നിരാശതാവാദത്തിന്റെ പേരിൽ പീപ്പിൾസ് ലിറ്ററേച്ചർ പ്രസിദ്ധീകരിക്കാൻ വിസമ്മതിച്ചിരുന്ന 'സാംസ്കാരി വിപ്ലവ'കാലത്തെ - അതൊരു സംസ്കാരവിരുദ്ധ വിപ്ലവമായിരുന്നു - ഒരു കുടുംബത്തിന്റെ ദുരിതം ചിത്രീകരിക്കുന്ന 'മുറിവേറ്റവർ' എന്ന ലൂസിൻഹ്വായുടെ കഥ ഒരു ക്ലാസിക്കായി അംഗീകാരം നേടി.

1977-78 കാലത്ത് 'ജനാധിപത്യപ്രസ്ഥാന'ത്തിന്റെ ഭാഗമായി തുറന്നുകാട്ടലിന്റെ സാഹിത്യം പ്രചരിച്ചു. 'പാടാൻ തോന്നുന്നെങ്കിൽ പാടൂ,' പക്ഷേ മെല്ലെ, മൃദുലമായി, കണ്ണീരുണ്ടെങ്കിൽ കരയൂ, പക്ഷേ, നിശ്ശബ്ദമായി,'' ഷൂതിങ് എന്ന കവയിത്രി എഴുതി, 'മതിൽ' എന്ന കവിതയിൽ (1979) അയ്ചിങ് എഴുതി. ''മതിൽ കത്തിപോലെയാണ്. അത് നഗരത്തെ രണ്ടായി മുറിക്കുന്നു... മൂന്നു മീറ്റർ ഉയരം? സാരമില്ല. അൻപതു സെന്റീമീറ്റർ കനം? സാരമില്ല. നാല്പത്തഞ്ചു കിലോമീറ്റർ നീളം? സാരമില്ല. ആയിരമിരട്ടി പൊക്കവും കട്ടിയും നീളവുമുണ്ടാകട്ടെ. പക്ഷേ, അതിന് ആകാശത്തെ മേഘങ്ങളെ തടുക്കാനാവുമോ? കാറ്റിനെ, മഴയെ, സൂര്യവെളിച്ചത്തെ, ജലത്തിന്റെയും വായുവിന്റെയും സ്നേഹത്തെ, കാറ്റിനെക്കാൾ സ്വതന്ത്രമായ ചിന്തയുള്ള നൂറു ലക്ഷമാളുകളെ അതിനു തടഞ്ഞുനിർത്താനാവുമോ? ഭൂമിയെക്കാൾ ദൃഢമായ ഇച്ഛാശക്തിയുള്ളവരെ? കാലത്തെക്കാൾ അനന്തമായ അഭിലാഷമുള്ളവരെ?'' ന്യൂനപക്ഷത്തിനുവേണ്ടി എഴുതുന്നതും, ദുഃഖങ്ങൾ ആവിഷ്കരിക്കുന്നതും ഇക്കാലത്താണ് ഒരു കുറ്റമല്ലാതായത്. ലിറ്റിൽ മാഗസിനുകൾ ധാരാളം പ്രത്യക്ഷപ്പെട്ടു. ജനാധിപത്യാവകാശങ്ങൾക്കും സാംസ്കാരിക സ്വാതന്ത്ര്യത്തിനും വേണ്ടി വാദിക്കുന്ന പോസ്റ്ററുകൾ പ്രത്യക്ഷമായി.

1979 ജനുവരിയിൽ ഇറങ്ങിയ 'പര്യവേഷണം' എന്ന മാസികയുടെ ആദ്യലക്കത്തിൽ ഒരു മുൻ .....ഡ്ഗാഡായിരുന്ന വീ ജിങ്

ഷെങ് ഒരു മുദ്രാവാക്യം മുന്നോട്ടുവച്ചു. അഞ്ചാമത്തെ ആധുനീകരണം-ജനാധിപത്യം, ഡെങ് ഉൾപ്പെടെയുള്ള നേതാക്കളെ ജിങ് ഷെങ് വിമർശിച്ചു. '1979 മാർച്ചിൽ അദ്ദേഹവും കൂട്ടുകാരും തടവിലായി. പോസ്റ്ററുകളെഴുതാൻ ജനങ്ങൾക്ക് നല്കിയിരുന്ന അനുമതി പിൻവലിക്കപ്പെട്ടു. ജനാധിപത്യമെന്നൊക്കെ പറഞ്ഞപ്പോൾ ഡെങ് ഇത്രയ്ക്കുദ്ദേശിച്ചിരുന്നില്ലെന്ന് വ്യക്തമായി. ഏറെ പ്രസിദ്ധീകരണങ്ങൾ നിരോധിക്കപ്പെട്ടു. ജിങ്ഷെങ്ങിന് 'പ്രതിവിപ്ലവപ്രവർത്തന'ത്തിന് 16 വർഷം കഠിനതടവ് നല്കപ്പെട്ടു. 'ജനാധിപത്യ മതിലിൽ ഒരാൾക്കും എഴുതാൻ വയ്യാതായി. സാഹിത്യത്തിലെ പുതു പ്രവണതകൾക്കെതിരെ പ്രചരണ മാരംഭിച്ചു. 1960 ആയപ്പോഴേക്കും പരിമിത ജനാധിപത്യത്തിന്റെ ഹ്രസ്വ വസന്തം അവസാനിച്ചു.

1989 ഏപ്രിലിൽ തിയാനെൻമെന്നിലുണ്ടായ പ്രതിഷേധ വിസ്ഫോടനം - അതാണല്ലോ ജൂൺ 3 രാത്രിയിലെ കൂട്ടക്കൊലയിൽ കലാശിച്ചത്. പക്ഷേ, ജനാധിപത്യസമരത്തിന്റെ ഓർമ്മപുതുക്കലായിരുന്നു. അതിൽ പങ്കെടുത്ത ഒരു യുവാവിനെ ഞങ്ങൾ കണ്ടു - ഇപ്പോൾ ഒരു നൃത്താധ്യാപകൻ. പുറത്തു വച്ച് സംസാരിക്കാൻ ഭയമായിരുന്നതിനാൽ അയാളെ ഞങ്ങൾ മുറിയിൽ വിളിച്ചുകൊണ്ടുവന്നു. ആ പ്രസ്ഥാനത്തിന്റെ നേതൃത്വം അധ്യാപകരിലും വിദ്യാർത്ഥികളിലുമായിരുന്നു. എഴുത്തുകാരുടെ വലിയ പിന്തുണ അവർക്കുണ്ടായിരുന്നു.

അക്കാലത്തെ നാണ്യപ്പെരുപ്പവും വിലക്കയറ്റവും ഏറെ ബാധിച്ച് നിശ്ചിത വരുമാനക്കാരെയായിരുന്നു. കർഷകർക്ക് സ്വതന്ത്ര വാണിഭത്തിന്റെ ആനുകൂല്യങ്ങളും തൊഴിലാളികൾക്ക് ബോണസുംകൊണ്ട് വ്യത്യാസം നികത്താനായിരുന്നു. ഒപ്പംതന്നെ അഴിമതിയും കൈക്കൂലിയും ഉദ്യോഗസ്ഥപ്രഭുത്വവും സ്വേച്ഛാചാരവും പടർന്നുപിടിച്ചിരുന്നു. യൂറോപ്പിലും അമേരിക്കയിലും ജപ്പാനിലും നിന്നുള്ള ബിസിനസ്സുകാർക്ക് ഗവൺമെന്റ് നല്കിയ സ്വീകരണം യുവാക്കളെ ഈറ പിടിപ്പിച്ചു. പുറംരാജ്യങ്ങളിൽ പഠിച്ച് ജനാധിപത്യ സ്വാതന്ത്ര്യത്തിന്റെ രുചിയറിഞ്ഞു തിരിച്ചുവന്ന വിദ്യാർത്ഥികളും വ്യവസ്ഥിതിക്കെതിരെ ചിന്തിക്കാൻ തുടങ്ങിയിരുന്നു. പാർട്ടിക്കകത്തുതന്നെ ഹുയാവോബാങ്ങിനെയും ഷാവോസിയാങ്ങിനെയുംപോലുള്ള ജനാധിപത്യവാദികളുണ്ടായിരുന്നു.

ഏപ്രിൽ 27ന് മുപ്പതിനായിരം വിദ്യാർത്ഥികൾ പത്രസ്വാതന്ത്ര്യം, കൂടുതൽ ജനാധിപത്യം, ഗവൺമെന്റുമായി സംഭാഷണം എന്നീ ആവശ്യങ്ങളുമായി തിയാനെൻമെന്നിൽ എത്തി. മെയ് 4ന്റെ വാർഷിക ദിനത്തിൽ ആളുകൾ വർധിച്ചു. മെയ് 13 ആയപ്പോഴേക്കും വമ്പിച്ചൊരു ജനാവലി സ്ക്വയറിൽ സ്ഥിരമായി ഉണ്ടാകുമെന്ന നിലയായി. ആദ്യം പ്രൊഫസർമാരും വിദ്യാർത്ഥികളും പത്രക്കാരും ശാസ്ത്രജ്ഞരും

മാത്രമേ ഉണ്ടായിരുന്നുള്ളൂ. ഡെങ്-ഗോർബച്ചേവ് ഉടമ്പടിയുടെ ദിവസം (മെയ് 15) ആയപ്പോഴേക്കും കർഷകർ, വ്യാപാരികൾ, ഫാക്ടറിത്തൊഴിലാളികൾ, ഗവൺമെന്റുദ്യോഗസ്ഥർ തുടങ്ങിയവരും പ്രതിഷേധത്തിൽ ചേർന്നു. അഴിമതി അവസാനിപ്പിക്കുക, പാർട്ടി നേതാക്കൾ രാജിവയ്ക്കുക എന്നിവയായിരുന്നു പ്രധാന മുദ്രാവാക്യങ്ങൾ. സ്വാഭാവികമായും പാശ്ചാത്യ മാധ്യമങ്ങൾ സംഭവത്തിന് വലിയ പ്രചാരണം നല്കി.

അമേരിക്കൻ പ്രസിഡന്റ് ബുഷ് വിമത നേതാവ് ഷാങ്ലീഷിയെ എംബസിയിൽ വിരുന്നിനു വിളിച്ചതും കല്പിച്ചു കൂട്ടിത്തന്നെയായിരുന്നിരിക്കണം. പ്രക്ഷോഭകാരികൾ അക്രമകാരികളായിരുന്നില്ല. ഹോങ്കോങ്ങിലേക്കു കടക്കാൻ പഴുതുനോക്കിയിരുന്ന ചിലരാണ് ഈ അവസരമുപയോഗിച്ച് സംഘർഷമുണ്ടാക്കാൻ മുതിർന്നത്. അപ്പോളവർക്ക് ബ്രിട്ടീഷ് ഗവൺമെന്റിനോട് പാസ്പോർട്ടിനപേക്ഷിക്കാമല്ലോ. ഒരുപക്ഷേ, ഗവൺമെന്റ് ഏജന്റുമാരും കൂട്ടത്തിൽ ചേർന്ന് തീ വെപ്പിനും മറ്റും പ്രേരണ നല്കിയിട്ടുണ്ടാകാം. മെയ് 19ന് പട്ടാളം സ്ക്വയറിനെ വളഞ്ഞു. പിറ്റേന്ന് ലിപെങ് പട്ടാളനിയമം പ്രഖ്യാപിച്ചു.

പട്ടാളക്കാർ സ്വന്തം ജനങ്ങളോടേറ്റുമുട്ടാൻ തയ്യാറല്ലായിരുന്നു. വാസ്തവത്തിൽ അവർക്ക് എന്തു പണമെന്നറിയില്ലായിരുന്നു. ജനങ്ങൾ പട്ടാളത്തെ തടയാൻ ബാരിക്കേഡുയർത്തി. ചിലർ ആയുധങ്ങൾ തട്ടിപ്പറിക്കുകയും ചെയ്തു. ജൂൺ 3ന് ശക്തി സുപയോഗിച്ചും ആൾക്കൂട്ടത്തെ ഓടിക്കാൻ കല്പന വന്നു. ജനങ്ങൾ കല്ലും കുപ്പിയും വടിയും കൊണ്ട് പട്ടാളത്തെ ആക്രമിക്കാനാരംഭിച്ചു. സാമൂഹ്യവിരുദ്ധരും അവരുടെ കൂടെ കൂടി അക്രമങ്ങളഴിച്ചുവിട്ടു. പട്ടാളം ആൾക്കൂട്ടത്തിലേക്കു നിറയൊഴിച്ചു. മുന്നൂറിലേറെപ്പേരെങ്കിലും മരിച്ചു. കുറേപ്പേർ പിന്നീട് തൂക്കിക്കൊല്ലപ്പെട്ടു. പലരും വിദേശങ്ങളിലേക്ക് അഭയം തേടി.. അവരിപ്പോഴും ചൈനയിൽ ജനാധിപത്യത്തിനായി പ്രവർത്തനം തുടരുന്നു.

പ്രകടനത്തെ പിന്തുണച്ച ബുദ്ധിജീവികളെല്ലാം ജോലികളിൽ തരംതാഴ്ത്തപ്പെട്ടിരിക്കയാണ്. സാംസ്കാരികവകുപ്പു മന്ത്രിയും നോവലിസ്റ്റുമായ വാങ്മെങ് ഉൾപ്പെടെ (വാങ്മെങ്ങിനെയും അയ് ചിങ്ങിനെയും കാണാനുള്ള ഞങ്ങളുടെ ശ്രമങ്ങൾ ഫലിച്ചില്ല. ഇരുവരും സംശയത്തിന്റെ നിഴലിലാണെന്നു പിന്നെ കട്ടു.) തിയാനെൻമെന്നിനുശേഷം ഗവൺമെന്റും പാർട്ടിയും ഭയന്നിരിക്കയാണ്. 'ബൂർഷ്വാ ലിബറൽ' ആശയങ്ങൾക്കെതിരായ പ്രചാരണം ഇപ്പോൾ ശക്തമാണ്. സർക്കാർ സാംസ്കാരിക നയം പിന്തുടരാത്ത എഴുത്തുകാർക്കും

ബുദ്ധിജീവികൾക്കും വേദി ലഭിക്കുകയില്ല. എല്ലാ പത്രങ്ങളും പ്രസാധനശാലകളും ഭരണകൂടത്തിന്റേതാണ്. വിദേശ ടെലിവിഷൻപോലും വിദേശികൾ സമസിക്കുന്ന ഹോട്ടലുകളിൽ മാത്രമേ കാണാനാകു. ചൈനീസ് ടെലിവിഷനിൽ വിദേശ സിനിമകൾ കടുത്ത സെൻസറിങ്ങിനു ശേഷമേ കാണിക്കൂ.

ഇന്നു ജീവിച്ചിരിക്കുന്നവരിൽ വലിയ ചൈനീസ് കവി അയ്ചിങ് തന്നെ. അയ്ചിങ്ങിന്റെ 'തിരഞ്ഞെടുത്ത കവിതകൾ' വായിച്ചപ്പോൾ ചൈനയുടെ ചരിത്രത്തിലും പ്രകൃതിയിലും കൂടി കടന്നുപോകുംപോലെ തോന്നി. ഫെങ്ഷീ, സിയാൻഷീലിൻ എന്നിവരാണ് പ്രചാരമുള്ള മറ്റു കവികൾ. ഷെങ്നോങ്ങിന്റെ 'മധ്യവയസ്കർ,' ഷാങ്ജീയുടെ 'കനകമേറിയ ചിറകുകൾ' ഇവ പ്രസിദ്ധ നോവലുകളാണ്. പെങ്ഷൂഫെൻ, വാങ്ഗ്വോ ഷെങ്, ഗുവോദവോ എന്നിവരും ജനപ്രീതിയുള്ള നോവലിസ്റ്റുകൾ തന്നെ. വാങ്മെൻ ആണ് ബുദ്ധിജീവിയായ എഴുത്തുകാരനായി ഗണിക്കപ്പെടുന്നത്. അദ്ദേഹത്തിന്റെ കഥകൾ പലതും ഞാൻ വായിച്ചു.

ചൈനയുടെ രാഷ്ട്രീയ പരിണാമങ്ങളെയും വ്യക്തിഭാഗധേയങ്ങളെയും കൂട്ടിയിണക്കി അവതരിപ്പിക്കുന്നതാണ് വാങ്മുങ്ങിന്റെ രീതി. കഥകളിൽ നിറയെ വിവിധ ഭാഷകളിലെ കൃതികൾ, സംഗീതരചനകൾ തുടങ്ങിയവയെക്കുറിച്ചുള്ള സൂചനകളുണ്ട്. 'ചക്രത്തിനടിയിൽ' എന്ന ഒരു കഥയിൽ മാത്രം ഒരൻപതു പുസ്തകങ്ങളുടെയെങ്കിലും സൂചന കണ്ടു. ഏറെയും റഷ്യൻ-ചൈനീസ് കൃതികൾ, '1957ലെ പാർട്ടി തിരുത്തൽ പ്രസ്ഥാനത്തിനു തൊട്ടുമുൻപാണ് നീയെന്നെ വീട്ടിലേക്കു ക്ഷണിച്ചത്'. ഇങ്ങനെയാണ് വാചകങ്ങളുടെ പോക്ക്. ഇന്നും കഥാസാഹിത്യത്തിലെ മുഖ്യപ്രമേയങ്ങളിലൊന്ന് നാടുവാഴിത്തഘട്ടത്തിലെ പീഡനങ്ങൾ തന്നെ. പ്രണയവും വിവാഹവും മറ്റൊരു സ്ഥിരം പ്രമേയമാണ്. പക്ഷേ, പ്രണയകഥകൾക്കുപോലും മിക്കപ്പോഴും ഒരു രാഷ്ട്രീയ പശ്ചാത്തലമുണ്ട്. (ജീവിതത്തിൽ സ്വകാര്യ സ്ഥലമെന്നൊന്ന് ഇല്ലാതായാൽ സാഹിത്യത്തിനു സംഭവിക്കാവുന്ന ദുരന്തം ചൈനീസ് കൃതികളിലനുഭവിക്കാം.) സമീപകാലത്ത് ശക്തമായ ഒരു പ്രമേയം വിദേശങ്ങളിൽ - വിശേഷിച്ചും അമേരിക്കയിൽ - ജീവിക്കുന്ന ചൈനക്കാരുടെ ഭാഗധേയമാണ്.

സ്വന്തം വേരുകൾ മറന്ന് പടിഞ്ഞാറ് പൂർണ്ണസാഫല്യം തേടുന്നവർക്കെതിരായ താക്കീതാണ് പല കഥകളും. വൈക്കോൽ തൊപ്പിയുടെയും തുണിച്ചെരുപ്പിന്റെയും നാടൻ ലോകത്തുനിന്ന് അമേരിക്കൻ നഗരങ്ങളിലെത്തിപ്പെടുന്നവരുടെ സാംസ്കാരിക വിഭ്രാന്തി ഈ

കഥകൾ ആവിഷ്കരിക്കുന്നു. ജിയാനിങ്ചെൻ, വാങ്മെങ്, വു ചിങ്, താൻ ജിയാസോങ് തുടങ്ങിയവരുടെ പല കഥകളിലും ഈ പ്രമേയം കടന്നുവരുന്നുണ്ട്. ചൈനയിൽ എഴുത്തുകാരെ വലുതാക്കാനും ഇല്ലാതാക്കാനും ഭരണകൂടത്തിനു കഴിയും. ഭരണകൂടത്തിന്റെ നയങ്ങൾക്കനുകൂലമായി എഴുതുന്നവരുടെ പുസ്തകങ്ങൾ ധാരാളമായി അച്ചടിക്കപ്പെടുന്നു; ലഭ്യമായതുകൊണ്ടുതന്നെ ധാരാളം പേർ അതു വാങ്ങുന്നു. അതോടെ അയാൾ ഒരു ജനപ്രിയ എഴുത്തുകാരനായി പ്രഖ്യാപിക്കപ്പെടുന്നു. ആയിരം വാക്കിന് മുപ്പതു യുവാൻ എന്ന പതിവുനിരക്ക് ചിലപ്പോൾ അയാൾക്കുവേണ്ടി ഉയർത്തപ്പെടുന്നു. മറിച്ച് ഒരാൾ ഭരണകൂടത്തിന്റെ കണ്ണിൽ കരടായാൽ അയാളുടെ കൃതികൾ ഒരു മാസികയും ഒരു പ്രസിദ്ധീകരണശാലയും പ്രസിദ്ധീകരിക്കില്ല.

അയ്ചിങ്ങിനെപ്പോലെ സുസമ്മതനും വിദേശങ്ങളിൽപ്പോലും പ്രശസ്തനുമായ ഒരു കവിയെപ്പോലും 'ലിബറൽ ജനാധിപത്യവാദി'യുടെ മുദ്രകുത്തി ലേബർ ക്യാമ്പിലയയ്ക്കാനും ഇരുപതു വർഷം ആ പേര് ഒരിടത്തും അച്ചടിക്കാതെ നോക്കാനും ഭരണകൂടത്തിനു കഴിഞ്ഞെന്നോർക്കണം - ഇതു സംഭവിച്ചത്. സാക്ഷാൽ മാവോയുടെ കാലത്താണ്, 'സാംസ്കാരികവിപ്ലവത്തിന്റെ മറവിൽ. തന്റെ തിരഞ്ഞെടുത്ത കവിതകൾക്കെഴുതിയ ആത്മകഥാപരമായ മുഖവുരയിൽ അയ്ചിങ് ഈ ഭീകരാനുഭവത്തെക്കുറിച്ചു പറയുന്നുണ്ട്. എന്നാൽ ആ ഇരുപതുവർഷക്കാലവും വായനക്കാർ അദ്ദേഹത്തിനു കവിതകളാവശ്യപ്പെട്ട് കത്തുകളയച്ചുകൊണ്ടിരുന്നു. പലരും അദ്ദേഹവും സാംസ്കാരിക വിപ്ലവകാലത്ത് കൊല്ലപ്പെട്ട നൂറുകണക്കിന് ധിഷണാശാലികളെപ്പോലെ കൊല്ലപ്പെട്ടെന്നു കരുതി, ഒടുവിലദ്ദേഹം വീണ്ടും തിരിച്ചുവന്നപ്പോൾ അവർ തുള്ളിച്ചാടി; പൂക്കളും ആശംസകളുംകൊണ്ടദ്ദേഹത്തെ മൂടി. ഹൃദയം ദ്രവിപ്പിക്കുന്ന ഒരു കഥയാണിത്. പക്ഷേ, മറിച്ച് 'നാൽവർ' അധികാരത്തിൽ വന്നിരുന്നെങ്കിൽ അയ്ക്കിങ് തുടച്ചുനീക്കപ്പെടുമായിരുന്നു. അദ്ദേഹത്തിന്റെ കൃതികൾക്ക് പുതിയ പതിപ്പുകൾ ഉണ്ടാകുമായിരുന്നില്ല. വായനക്കാരുടെ ഒരു തലമുറ അപ്രത്യക്ഷമാകുന്നതോടൊപ്പം അദ്ദേഹം വിസ്മരിക്കപ്പെടുമായിരുന്നു.

ടെലിവിഷന്റെ പ്രചാരം സിനിമയുടെയും സാഹിത്യത്തിന്റെയും ആസ്വാദകരുടെ എണ്ണം കുറച്ചിട്ടുണ്ടെന്ന് കലാ അക്കാദമി ഡയറക്ടർ സീഷിൻ പറഞ്ഞിരുന്നു. ഒപ്പം പുതുതലമുറ ഓപ്പെറയിലും ക്ലാസിക്കൽ സംഗീതത്തിലും നിന്നകന്ന് പോപ്പ് സംഗീതത്തിനു പിറകെ പോവുകയാണെന്നും. ഒരു വൈകുന്നേരം പ്രശസ്തമായ ഒരോപ്പറായെ ഉപജീവിച്ചു നിർമ്മിച്ച വെനീസ് ഫിലിം ഫെസ്റ്റിവലിൽ

പുരസ്കൃതമായ 'റെഡ് ലാന്റേൺ' എന്ന സിനിമ കാണാൻ തിയേറ്ററിലെത്തിയപ്പോൾ സീഷിൻ പറഞ്ഞതിൽ നേരുണ്ടെന്നു മനസ്സിലായി. സീറ്റുകൾ പലതും ഒഴിഞ്ഞുകിടന്നിരുന്നു. നാടുവാഴിത്ത കാലത്തെ സ്ത്രീപീഡനമാണ് ചലച്ചിത്രത്തിന്റെ കേന്ദ്ര പ്രമേയം.

ചൈനയിൽ എല്ലാ വസ്തുക്കൾക്കും രണ്ടു വിലകളാണ്. വിദേശികൾക്കു വേറൊന്ന്. ഞങ്ങൾ പോയ ഡിപ്പാർട്ടുമെന്റൽ സ്റ്റോറുകളിലും ഫ്രന്റ്ഷിപ്പ് സ്റ്റോറുകളിലും ലോകമെമ്പാടും നിന്നുള്ള സാധനങ്ങൾ ലഭ്യമായിരുന്നു. ജാപ്പനീസ് സ്റ്റീരിയോ സെറ്റുകളും അമേരിക്കൻ ക്യാമറകളും ഫ്രഞ്ച് സുഗന്ധദ്രവ്യങ്ങളും ഇംഗ്ലീഷ് ഉടുപ്പുകളും അവിടെ കിട്ടും. ചൈനീസ് തേയിലയ്ക്കും കോപ്പകൾക്കും പട്ടിനും വേണ്ടിയാണ് പോകുന്നതെങ്കിലോ അവയും കിട്ടും. സൗന്ദര്യസംവർദ്ധക സാമഗ്രികൾക്ക് കടുത്ത വിലയാണ്. ഇവ പതിവായുപയോഗിക്കാൻ പാർട്ടിയുദ്യോഗസ്ഥർക്കും വിദേശ ചൈനക്കാർക്കും മാത്രമേ കഴിയൂ. അവരാണ് ചൈനയിലെ 'നവവർഗ്ഗ'ങ്ങൾ, ആറേഴുലക്ഷം രൂപയോളം വിലവരുന്ന കാറുവാങ്ങാൻ കഴിയുന്നവർ; നഗരത്തിൽ ഹൃദയഭാഗങ്ങളിൽ പാർപ്പിടമുള്ളവർ. എങ്കിലും ചൈനീസ് കടകളിലെ സാധനങ്ങളുടെ വൈവിധ്യവും ഡിസൈനുകളിലെ പുതുമയും ശ്രദ്ധേയമായിത്തോന്നി. എൺപത്തിയെട്ടിൽ റഷ്യയിൽ ഇത്തരം കടകൾ സന്ദർശിച്ചപ്പോൾ ഇക്കാര്യത്തിൽ കണ്ട അശ്രദ്ധ എന്നെ അമ്പരപ്പിച്ചിരുന്നു. റഷ്യയുടെ ശ്രദ്ധ മുഴുവൻ ശൂന്യാകാശ വിജ്ഞാനത്തിലും യുദ്ധോപകരണനിർമ്മാണത്തിലുമായിരുന്നു. അങ്ങനെ നിത്യോപയോഗ വസ്തുക്കളുടെ രംഗം അവഗണിക്കപ്പെട്ടു. അവിടെ പകർന്ന അസംതൃപ്തിയുടെ ഒരു കാരണംതന്നെ ഇതായിരുന്നു. ഉപഭോക്താക്കളുടെ വൈരസ്യം. ഞങ്ങൾ, വാങ്ലൂവിനും മിസ് തൂവിനും അവർക്കൊരിക്കലും വാങ്ങാൻ കഴിയാനിടയില്ലാത്ത ചില സമ്മാനങ്ങൾ വാങ്ങിക്കൊടുത്തപ്പോൾ അവർക്കുണ്ടായ സന്തോഷം ഞാനോർക്കുന്നു.

ബീജിങ്ങിൽനിന്ന് ഷാന്ദോങ് പ്രവിശ്യയുടെ തലസ്ഥാനമായ ജീനാൻ പട്ടണത്തിലേക്കുള്ള തീവണ്ടിയാത്രയ്ക്ക് എട്ടുമണിക്കൂർ മതി; കവിതയും തത്ത്വചിന്തയും ചർച്ച ചെയ്യാവുന്ന കൂട്ടുകാരുണ്ടെങ്കിൽ അതിലും കുറവുമതി. യൂറോപ്യൻ തീവണ്ടികളുടെ യാത്രാസൗകര്യമില്ലെങ്കിലും ഈ ഒന്നാം ക്ലാസ് കംപാർട്ടുമെന്റുകൾ മോശമല്ല; സാധാരണ ക്ലാസ്സിന്റെ പത്തിരട്ടിയാണ് കൂലിയെന്നുമാത്രം. നെൽവയലുകളും മുന്തിരിത്തോപ്പുകളും പിന്നിട്ട് വണ്ടി ജീനാനിലെത്തിയപ്പോൾ വലിയൊരു വേനൽസൂര്യനാണ് ഞങ്ങളെ സ്വാഗതം ചെയ്തത്.

ഷാന്ദോങ്ങിലെ കാഴ്ചബംഗ്ലാവ് പണിതീരും മുൻപുതന്നെ സ്മൃതി സമൃദ്ധമാണ്. ഓരോ ചരിത്രയുഗത്തിനും ഇവിടെ വെവ്വേറെ മുറികളുണ്ട്. ഭൂമിയുടെ പരിണാമചരിത്രം മുഴുവൻ രഹസ്യലിപികളിലൊതുക്കിവച്ച പാറകൾ, ശിലീകൃതങ്ങളായ പുരാജീവികൾ. പാതിയും ശരിയായ അസ്ഥികളാൽ പുനർനിർമ്മിക്കപ്പെട്ട ദിനോസറുകൾ, ആദിമനുഷ്യന്റെ അസ്ഥിഖണ്ഡങ്ങൾ, ശിലായുഗോപകരണങ്ങളും ശില്പങ്ങളും ലോഹയുഗത്തിലെ പണിയായുധങ്ങളും പാത്രങ്ങളും സംഗീതോപകരണങ്ങളും. രാജാക്കളുടെ ശവകുടീരത്തിൽനിന്നു ലഭിച്ച വിസ്മയകരമായ ഭാവസവിശേഷതകളും സൈനികരൂപങ്ങൾ. പിന്നെ തീർച്ചയായും സഹസ്രബാഹുവായ ബുദ്ധൻ... 'ആയിരം ബുദ്ധന്മാരുടെ പർവത'ത്തിലും 'ആയിരം ഉറവകൾ' എന്ന ഉദ്യാനത്തിലുമാണ് പിന്നെ ഞങ്ങൾ പോയത്. പാറകളുടെയും ഉറവകളുടെയും മാതാവാണ് ഈ ഉദ്യാനം; ഉദ്യാനദേവത പോലെ ലിൻസീ ചാങ് എന്ന കവയിത്രിയുടെ പ്രതിമയും.

''യൂറോപ്പിലെ കമ്മ്യൂണിസത്തിന്റെ പരാജയവാർത്തകൾ കേട്ടപ്പോൾ എന്തുതോന്നി?'' ഞങ്ങൾ താമസിച്ചിരുന്ന 'ഷുൻഗെങ്ഹിൽവ്യൂ ഹോട്ടലി'ൽ നടന്ന എഴുത്തുകാരുടെ യോഗത്തിൽ നാഗരാജ് ഈ ചോദ്യമെറിഞ്ഞു. മറുപടി പറഞ്ഞത് കൂട്ടത്തിലുണ്ടായിരുന്ന ഹുവോദവോ എന്ന എഴുത്തുകാരിയായിരുന്നു.

''ഞാൻ കമ്മ്യൂണിസ്റ്റ് പാർട്ടിയംഗമല്ല. ഞാനൊരു മുസ്ലീമാണ്.''

സംഘത്തിലെ രണ്ടെഴുത്തുകാർ പട്ടാളക്കാരായിരുന്നു.

''പട്ടാളക്കഥകളാണോ നിങ്ങളെഴുതുന്നത്?'' ഡേവി ചോദിച്ചു.

''അല്ല. പട്ടാളജീവിതത്തെ ചുറ്റിപ്പറ്റിയുള്ള സാമൂഹ്യരാഷ്ട്രീയ കഥകളെന്നു പറയാം.''

പ്രണയകവിതകളെഴുതുന്ന ഒരു കവിയും വന്നിട്ടുണ്ടെന്നറിഞ്ഞപ്പോൾ ഞങ്ങൾ കവിത ചൊല്ലാനാവശ്യപ്പെട്ടു. അതിസാധാരണമായിരുന്നു കവിത. ജനകീയതയെക്കുറിച്ചുള്ള അത്യുത്കണ്ഠ ചൈനീസ് സാഹിത്യത്തെ പരീക്ഷണവിമുഖവും സാമ്പ്രദായികവുമാക്കിയിട്ടുണ്ടെന്ന് 'ചൈനീസ് ലിറ്ററേച്ചറി'ന്റെ ലക്കങ്ങൾ വായിക്കുമ്പോൾ എനിക്കു തോന്നാറുണ്ട്. അതു ശരിയാണെന്ന് ഒരിക്കൽ കൂടി തെളിയിക്കപ്പെട്ടു. ബീജിങ്ങിൽ വച്ചു ലീമെൻ എന്ന തായ്‌വനീസ് കവിയെ സന്ദർശിച്ചത് ഞാനോർമ്മിച്ചു. തന്നെക്കുറിച്ചു പുറത്തുവന്ന പഠനങ്ങളെല്ലാം അദ്ദേഹം മേശപ്പുറത്തു നിരത്തിയിരുന്നു. നിരൂപകർ തന്നെക്കുറിച്ചു പറഞ്ഞതൊക്കെ ഇടയ്ക്കിടയ്ക്ക് ഉദ്ധരിച്ചായിരുന്നു കവിയുടെ സംസാരം. മറക്കുമ്പോഴൊക്കെ ഭാര്യ സഹായത്തിനെത്തി, തന്റെ വിജയക്കുറിച്ചു മാത്രമേ അദ്ദേഹം പറഞ്ഞിരുന്നുള്ളൂ.

അതിൽ മനം മടുത്ത ഡേവി ഒരു കവിത വായിക്കാൻ അദ്ദേഹത്തോടാവശ്യപ്പെട്ടു.

'ബാല്യത്തിൽ എന്റെ കണ്ണുകൾ ആകാശം പോലെയായിരുന്നു. മധ്യവയസ്സിൽ കടൽപോലെ, വാർധക്യത്തിൽ തിരശ്ശീല താഴ്ത്തിയിട്ടപോലെ ദുഃഖമൂർത്തികളായിരുന്നു അവ.' കവിത വായിച്ചതോടെ ലീ മെന്നിന്റെ പൊങ്ങച്ചങ്ങൾ ആവിയായതായി ഞങ്ങൾക്കു തോന്നി. ഇഷ്ടപ്പെട്ട ഇന്ത്യൻ കവി ആരെന്നു ചോദിച്ചപ്പോൾ, രവീന്ദ്രനാഥ ടാഗോർ എന്നായിരുന്നു മറുപടി. ടാഗോറിന്റെ കാവ്യരീതി കാലഹരണപ്പെട്ടതായിട്ടാണ് കഴിഞ്ഞ മൂന്നു തലമുറയായി നല്ല ബംഗാളി കവികൾ കരുതുന്നതെന്ന് ഞാൻ അദ്ദേഹത്തെ അറിയിച്ചു.

ബിഷ്ണുദേയും ബുദ്ധദേവ്ബസുവും സുനിൽഗംഗോപാധ്യായയും ശക്തി ചതോപാധ്യായയും ബുദ്ധദേവ്ദാസ് ഗുപ്തയുമെല്ലാം ടാഗോർ കവിതയുടെ മധുരമായ അമൂർത്തവൽക്കരണത്തിനും ജീർണ്ണമായ കാവ്യാത്മകതയ്ക്കുമെതിരെ പൊരുതി നവശൈലികൾക്കു രൂപം കൊടുത്തവരാണല്ലോ. പാശ്ചാത്യകവികളിലാരെയാണിഷ്ടമെന്നു ചോദിച്ചപ്പോൾ, കവി നല്കിയ ഉത്തരം ഞങ്ങളെ അമ്പരപ്പിച്ചു: നോവലിസ്റ്റായ ജയിംസ് ജോയ്സ്! ''താങ്കളുടെ കാവ്യജീവിതത്തിൽ എപ്പോഴെങ്കിലും നൈരാശ്യമോ പ്രതിസന്ധിയോ അനുഭവപ്പെട്ടിട്ടുണ്ടോ?'' ഡേവി ചോദിച്ചു.

''ഒരിക്കലുമില്ല.''

ഒടുവിൽ ഡെവി പണി പറ്റിക്കുകതന്നെ ചെയ്തു.

''താങ്കളുടെ കവിത താങ്കളെ അതിജീവിച്ച് അനശ്വരത നേടുമോ?''

''എക്സാക്റ്റ്ലി'' എന്നായിരുന്നു ഉത്തരം.

നീർച്ചയായും എന്ന അർത്ഥത്തിലാണു പറഞ്ഞത്. ടി.എസ്. എലിയട്ടിനോട് ഒരമുഖത്തിൽ ഈ ചോദ്യം ചോദിച്ചപ്പോൾ 'തീരെ തീർച്ച പോര,' എന്നാണദ്ദേഹം പറഞ്ഞതെന്ന് ഞാനോർമ്മിച്ചു.

''താങ്കളുടെ കൃതികൾ കാലത്തെ തിജീവിക്കുമോ'' എന്നു ചോദിക്കുകയും 'എക്സാക്റ്റ്ലി' എന്നു മറുപടി പറയുകയും ചെയ്യുന്നത് പിന്നെ ഞങ്ങൾക്കൊരു തമാശയായി. തത്കാല പ്രചാരത്തിൽ മതിമയങ്ങുന്ന കപടഗൗരവക്കാരായ ചില മലയാളകവികളെയാണ് ലീമെന്നിന്റെ സംഭാഷണം കേട്ടപ്പോൾ എനിക്കോർമ്മ വന്നത്. സ്വന്തം അനശ്വരതയെക്കുറിച്ച് സംശയമേയില്ലാത്തവർ.

ജീനാനിൽനിന്നു കൺഫ്യൂഷ്യസിന്റെ ജന്മസ്ഥാനമായ ചൂ-വിലേക്ക് വാനിലുള്ള യാത്ര മലഞ്ചെരിവുകളിലും പുഴത്തീരങ്ങളിലും നാട്ടിൻ

പുറങ്ങളിലുംകൂടിയായിരുന്നു. വഴിയിൽ നിർത്തി ഞങ്ങൾ കൃഷിക്കാരോടു കുശലം പറയുകയും കുട്ടികളോടൊത്ത് ഓടുകയും ചെയ്തു. ചൈനയുടെ യഥാർത്ഥ ശക്തിയും സമ്പത്തും നാളികേരപ്രായമായ ഈ നാടന്മാർതന്നെ. നഗരങ്ങളെ നിലനിർത്തുന്നത് കരിമ്പും നെല്ലും ക്യാബേജും വിരിയിക്കുന്ന ഇവരുടെ കൈകളാണ്.

തായ് പർവതത്തെ ആരാധിക്കുന്ന താവോ ക്ഷേത്രവും തായ് മലമുടിയിലെ നനഞ്ഞൊലിച്ച നട്ടുച്ചയും പിന്നിട്ട് ഞങ്ങൾ കൺഫ്യൂഷ്യസിന്റെ താമസസ്ഥലത്തെത്തി. കൺഫ്യൂഷ്യസ് (ക്രി.മു. 551–479) നാടുവാഴിത്ത സമ്പ്രദായത്തിനെതിരായിരുന്നുവെങ്കിലും മരിച്ച് രണ്ടു നൂറ്റാണ്ടുകഴിഞ്ഞപ്പോൾ ചക്രവർത്തിമാർ സാമൂഹ്യക്രമത്തെ സംബന്ധിച്ച ചില കൺഫ്യൂഷ്യൻ ആശയങ്ങൾ തങ്ങൾക്കനുകൂലമായി പ്രയോജനപ്പെടുത്തിത്തുടങ്ങി.

ഡോങ്ഷോങ്ഷു, ചെങ് ഹൗ, ചെങ്യി സൂചി തുടങ്ങിയ പില്ക്കാല ചിന്തകർ കൺഫ്യൂഷ്യസ്സിനെ തികച്ചും നാടുവാഴിത്താശയങ്ങളുടെ പ്രചാരകനാക്കി അവതരിപ്പിച്ചു. രാജാധികാരം, പുരുഷമേധാവിത്തം, പ്രഭുശക്തി, ബാലികാവിവാഹം, ബഹുഭാര്യാത്വം തുടങ്ങിയ നാടുവാഴിത്തപ്രവണതകളെ പിന്തുണയ്ക്കാൻ കൺഫ്യൂഷ്യസ് വിളിച്ചുണർത്തപ്പെട്ടു. കൺഫ്യൂഷ്യസ്സിന്റെ ക്ഷേത്രത്തിൽ ചക്രവർത്തിമാർ ആ ദാർശനികനു നല്കിയ പ്രശസ്തികൾ കൊത്തി വച്ചിരിക്കുന്നതു കണ്ടപ്പോഴാണ് ഞാനിതെല്ലാം ഓർത്തുപോയത്.

കൺഫ്യൂഷ്യസ് കുടുംബത്തിന്റെ മുഖ്യശാഖ ഇപ്പോൾ തായ് ലണ്ടിലാണ്. അദ്ദേഹത്തിന്റെ 73-ാം തലമുറയിലെ ഒരു മുത്തച്ഛൻ ടൂറിസ്റ്റുകൾക്ക് പടമെടുക്കാനായി ഒരു മരത്തണലിലിരിക്കുന്നതു ഞങ്ങൾ കണ്ടു; പടമെടുക്കാൻ അല്പം ചില്ലറ ആവശ്യപ്പെട്ടുകൊണ്ട്, മഹാദാർശനികരുടെ അന്ത്യം ആ ഇരിക്കുന്ന വൃദ്ധനിൽ ഞാൻ കണ്ടു. കൺഫ്യൂഷ്യസിന്റെ കുടുംബശ്മശാനം നൂറുകണക്കിനേക്കറിൽ പരന്നുകിടക്കുന്നു. ആ ചിന്തയേക്കാൾ വിശാലം. എങ്കിലും കൺഫ്യൂഷ്യസ് കലണ്ടറിലും കൺഫ്യൂഷിയസിന്റെ കുടുംബവീഞ്ഞിലും കൺഫ്യൂഷ്യസിന്റെ ചെറുപ്രതിമകളിലും കൺഫ്യൂഷ്യൻ ക്ഷേത്രത്തിലും ശിലാലിഖിതങ്ങളിലും തത്ത്വചിന്താപാഠപുസ്തകങ്ങളിലുമായി കൺഫ്യൂഷ്യസ് കമ്മ്യൂണിസത്തിലും അതിജീവിക്കുന്നു. വിമാനത്താവളത്തിൽ വിടപറഞ്ഞു കൈവീശുന്ന മിസ്തുവിന്റെ നിറഞ്ഞ കണ്ണുകളിലാണ് എനിക്കു കൂടുതൽ വിശ്വാസമെങ്കിലും.

■

ചൈന-തായ്‌ലാൻഡ്, 1994 ജൂൺ, 24 ജൂലൈ 8

താവോക്ഷേത്രത്തിൽ പോകേതെണ്ടതെങ്ങനെ?

(ഡി.ആർ. നാഗരാജിന്)

വീടു പൂട്ടരുത്.
പുലരിയുടെ ചെരിവിലൂടെ
ഇളങ്കാറ്റിലെ ഇലയെപ്പോലെ
കനമില്ലാതെ പോവുക.
ഏറെ വെളുത്തിട്ടെങ്കിൽ
ചാരം പൂശി പോവുക.
കൂടിയ ബുദ്ധിയെങ്കിൽ
പാതി മയക്കത്തിൽ പോവുക.
വേഗം കൂടിയതു
വേഗം തളരും.
പതുക്കെ പോവുക,
നിശ്ചലതയോളം പതുക്കെ.
ജലംപോലെ അരൂപിയാവുക
താണയിടത്തു തങ്ങുക
മുകളിലേക്കുയരാൻ
പരിശ്രമിക്കയേ വേണ്ടാ.
വലത്തുവയ്ക്കേണ്ടാ,
ശൂന്യതയ്ക്ക് ഇടം വലമില്ല,
മുന്നും പിന്നുമില്ല.
പേർ വിളിക്കേണ്ടാ
ഇവന്റെ പേരിനു പേരില്ല.
വഴിപാടുകൾ വേണ്ടാ,
ഒഴിഞ്ഞ പാത്രം കൊണ്ടുപോവുക
നിറഞ്ഞപാത്രത്തെക്കാളെളുപ്പം.

പ്രാർത്ഥിക്കയും വേണ്ടാ,
ആഗ്രഹങ്ങളുള്ളവർക്കുള്ള
ഇടമല്ലിത്.
സംസാരിക്കണമെങ്കിൽ
നിശ്ശബ്ദം സംസാരിക്കുക.
പാറ മരങ്ങളോടും
മരങ്ങൾ പൂക്കളോടുമെന്നപോലെ.
ഏറ്റവും മധുരമായ ശബ്ദം
മൗനമാകുന്നു.
ഏറ്റവും മനോഹരമായ വർണ്ണം
ഇല്ലായ്മയുടേതും.
വരുന്നത് ആരും കാണേണ്ടാ
പോകുന്നതും കാണേണ്ടാ.
തണുപ്പിൽ പുഴ കടക്കുന്നവനെപ്പോലെ
നാലിലൊന്നായിച്ചുരുങ്ങിവേണം
ഗോപുരം കടക്കാൻ.
അലിയുന്ന മഞ്ഞിൻതുള്ളിയെപ്പോലെ
ഒരു ഞൊടിയേ നിനക്കുള്ളൂ.

നാട്യമരുത്.
നീ ഇനിയും രൂപപ്പെട്ടിട്ടില്ല.
ദേഷ്യമരുത്:
പൊടിപോലും നിന്റെ വരുതിയിലല്ല,
ഖേദമരുത്.
അതൊന്നിനെയും ബാധിക്കുന്നില്ല.
കീർത്തി വിളിച്ചാൽ
വഴിമാറി നടക്കുക.
ഒരു കാലടിപ്പാടുപോലും
ബാക്കിയിടാതിരിക്കുക.
കൈകൾ ഉപയോഗിക്കയേ വേണ്ടാ
അവ എപ്പോഴും ചിന്തിക്കുന്നത്
ഹിംസയെക്കുറിച്ചാണ്.
മഹത്വത്തെ നിരാകരിക്കുക
മഹത്വത്തിലേക്ക് വേറെ വഴിയില്ല.
പുഴയിലെ മീൻ പുഴയിൽ കിടക്കട്ടെ
മരത്തിലെ പഴം മരത്തിലും.
കടുപ്പമേറിയത് ഒടിയും
മൃദുവായത് അതിജീവിക്കും,
നാവ് പല്ലിനെയെന്നപോലെ.
ഒന്നും ചെയ്യാത്തവനേ
എല്ലാം ചെയ്യാനാവൂ.
പടി കടന്നു ചെല്ലൂ.
നിന്നെക്കാത്തിരിക്കുന്നു
നിർമ്മിക്കപ്പെടാത്ത വിഗ്രഹം.

(താവോക്ഷേത്രം, ചൂ - ഫൂ)

തായ്മലമുകളിൽ
(തൂ-യ്വാഹേയ്ക്ക്)

എല്ലാ മലകളും ജനിക്കുന്നത്
അഗ്നിപർവ്വതങ്ങളായാണ്
പതുക്കെപ്പതുക്കെ ചിലതു തണുത്തുറയുന്നു
ശിരസ്സിൽ നിന്ന് കരുണ ഉറവെടുക്കുന്നു

കാടിന്റെ വളർന്ന ജടയിൽനിന്ന്
അമ്പിളിക്കല എത്തിനോക്കുന്നു
അഗ്നിപർവ്വതങ്ങൾ മാത്രം
എപ്പോഴും നെറ്റിക്കണ്ണും തുറന്നിരിക്കുന്നു.
നാമിപ്പോൾ നില്ക്കുന്നത്
ഈ പർവ്വതശിവന്റെ മൂക്കിൻ തുമ്പിലാണ്
താഴെ ആ നിലച്ച വായ് കാണാം.
ഇവിടെ നില്ക്കുമ്പോൾ
വെള്ളയുടുപ്പിട്ട നീ
വിശുദ്ധയായ പാർവ്വതിയാകുന്നു.
ഹേ, കാമ,
നിന്റെ അമ്പെയ്യുക:
ഇക്കുറി മഞ്ഞനദിക്കരയിൽ വിരിയുന്ന
മധുരക്കരിമ്പിൻ തണ്ടിൽ
ഈ തായ്താഴ്വാരത്തിലെ
പൊന്നരളിപ്പൂ തൊടുത്തുകൊണ്ട്.

(തായ്മലമുകളിൽ)

വടക്കൻ മഴ
(വാങ്-ലൂവിന്)

ചൈനയിലെ മഴ നീങ്ങുന്നത്
വ്യാളിയെപ്പോലെയാണ്.
അതിന്റെ സ്വരം
ബുദ്ധവിഹാരത്തിലെ മണികളുടേത്.
ഗന്ധം, പായൽ മൂടിയ
പ്രാചീനശിലകളുടേത്.
രുചി പനിനീരിന്റെയും വെടിയുപ്പിന്റെയും.
യാത്രികരോട് അതു പറയുന്നതിങ്ങനെ:
അടിത്തട്ടില്ലാത്ത ഒരു കിണറ്റിൽനിന്നാണ്
ഞാൻ പ്രവഹിക്കുന്നത്.
വളഞ്ഞ വഴികൾ ഞാൻ നിവർത്തുന്നു
പട്ടുനൂൽപ്പുഴുവിന് സ്വപ്നത്തിന്റെ
പട്ടു നല്കുന്നു

ഇരകളുടെ ആത്മാവിന്
ചിറകുകൾ നല്കുന്നു.
കൊട്ടാരങ്ങളെ ഞാൻ
കാഴ്ചബംഗ്ലാവുകളാക്കുന്നു
ജനിക്കാത്ത പുലരികളുടെ
ഭേരികൾ എന്നിലുണ്ട്.
എന്നിലുണ്ട്, സമുദ്രത്തിൽ
മുങ്ങിമരിച്ച മണികൾ,
പിരിഞ്ഞുപോയ മരങ്ങളുടെ ഇലകൾ,
എന്റെ ശബ്ദം ഞാൻ
ഭാഷയില്ലാത്തവർക്കു നല്കുന്നു,
ദരിദ്രർക്കും ജന്തുക്കൾക്കും കല്ലുകൾക്കും.
കുന്നുകളിൽ ഞാൻ നടക്കുമ്പോൾ
എന്റെ കാലടി
സമതലങ്ങളിൽ പ്രതിദ്ധ്വനിക്കുന്നു
കാറ്റ് എന്റെ പിറകേ വരുന്നു,
കാറ്റും മണികളും കുട്ടികളും.
ഒരു നഗരവും എനിക്ക് വിലക്കപ്പെട്ടതല്ല
സ്വർഗ്ഗങ്ങളെയും നരകങ്ങളെയും
ഒരുപോലെ തിളക്കുന്ന
സ്പർശമാണു ഞാൻ.
എന്റെ പുറത്തു കയറിക്കോളൂ.
ഞാൻ നിനക്കു കാണിച്ചുതരാം
ഇടിമിന്നലിന്റെ വീട്
രാപ്പാടിയുടെ ഉറക്കം,
മരിച്ചുപോയവരുടെ സ്വപ്നം.
വരൂ, ആഹ്ലാദിക്കൂ,
നീ ഭൂമിയിൽ ഒറ്റയ്ക്കല്ല.
ഒരദൃശ്യസ്പർശം നിന്നെ
ജലവും മൃഗങ്ങളും
പറവകളും പാറകളുമായി ബന്ധിക്കുന്നു.
അതിനെ പിൻചെല്ലൂ.
സ്വർഗ്ഗം ചെയ്തു നനഞ്ഞ
ഈ ഉടലുമായി.

ചെല്ലൂ, ചക്രവർത്തിമാരുടെ ചരിത്രം
പതിമ്മൂന്നു ശവകുടീരങ്ങളിലും
അഴുകുകയാണ്.

('വിലക്കപ്പെട്ട നഗര'ത്തിൽ)

ചൈനീസ് ചിത്രലിപി കാണുമ്പോൾ

(വേ-യോങിന്)

ഇതായിരിക്കണം ഈശ്വരന്റെ ഭാഷ
മണ്ണ് ഒരക്ഷരം, മരം ഒരക്ഷരം
കിളി ഒന്ന്, പശു മറ്റൊന്ന്,
മനുഷ്യൻ വേറൊന്ന്.
ഇങ്ങനെയാകണം ലോകം സൃഷ്ടിക്കപ്പെട്ടത്
ഓരോ അക്ഷരവും ഓരോ വസ്തുവാക്കിക്കൊണ്ട്.
പിന്നെ അക്ഷരങ്ങൾ കൂടിച്ചേർന്ന്
പുതിയ വസ്തുക്കളുണ്ടായി:
മണ്ണും മരവും ചേർന്ന് വസന്തം,
വസന്തവും കിളിയും ചേർന്ന് സംഗീതം,
സംഗീതവും ജലവും ചേർന്ന് നിലാവ്,
നിലാവും കനലും ചേർന്ന് വെയിൽ
വെയിലും സ്നേഹവും ചേർന്ന് സ്വർഗ്ഗം.
നരകം പിന്നീടാണുണ്ടായത്,
സാത്താന്റെ മറുഭാഷയിൽ.

(ഹോട്ടൽ ഇന്റർനാഷണൽ, ബെയ്ജിങ്)

വന്മതിലിൽ

(വാങ്-മെങിന്)

മതിലുകളിൽ എനിക്കു വിശ്വാസമില്ല.
എനിക്കു വിശ്വാസം ജലത്തിലാണ്.
ജലത്തിൽ; പിന്നെ
വേരുകളിലും പ്രേമത്തിലും.
അവ മതിലുകൾക്കെതിരെ
പ്രവർത്തിക്കുന്നു.
എല്ലാ മതിലുകളും ഉറപ്പിച്ചിരിക്കുന്നത്
ചോരയിലാണ്: മനുഷ്യരുടെ, മൃഗങ്ങളുടെ,
ചെടികളുടെയും.
ഞാൻ അതിർത്തികളുടെ
കാവൽക്കാരനുമല്ല
അവ സൃഷ്ടിച്ചവർതന്നെയാണ്
അവ സംരക്ഷിക്കുന്നതും.
ഒരു നൂറ്റാണ്ടിനും
മറ്റൊന്നിനുമിടയ്ക്കുള്ള
മരീചികയിലിരുന്ന്
നാം സൃഷ്ടിക്കുന്ന അതിരുകളുടെ
ക്ഷണികത നാം കണ്ടു.
ആകെ മാറിപ്പോയ ഒരു ഭൂപടത്തിലിരുന്നു
നാമറിയുന്നു, മുത്തച്ഛന്റെ വേലിപോലെ
ഒന്നിനെയും സംരക്ഷിക്കാനാകാത്ത
ഈ മതിലിന്റെ വ്യർത്ഥഗാംഭീര്യം.
ചക്രവർത്തിമാർ കരുതിയിരിക്കില്ല.
ഒരുനാൾ ഇത് സഞ്ചാരികളുടെ കൗതുകവും
കുട്ടികളുടെ ഒട്ടകവും മാത്രമായി മാറുമെന്ന്.
തിരിച്ചുപോരുമ്പോൾ മതിലിന്റെ
തൊട്ടാലുടയുന്ന കളിമൺ രൂപങ്ങൾ
നാം സഞ്ചിയിലിടുന്നു.
ലാവോത്സുവിന്
ഒരു സ്മാരകം.

(ചൈനയിലെ വൻമതിലിൽ)

തിയനൻമെൻ, 1994
(ഗണേഷ് ഡേവിക്ക്)

ഉണങ്ങിയ ചോരയ്ക്കു മുകളിലിരുന്ന്
ഇണകൾ പ്രണയസല്ലാപം നടത്തുന്നു.
തോക്കേന്തിയ പട്ടാളക്കാർ
പീരങ്കിവണ്ടിയിലെ ചോരയും മാംസവും
കഴുകിക്കളഞ്ഞ്
വസന്തത്തിനു കാവൽ നില്ക്കുന്നു.
ഭൂമിക്കടിയിൽ നിന്ന്
കൊടുങ്കാറ്റു മുക്രയിടുന്നു
ഉയിർത്തെഴുന്നേല്ക്കുന്നവന്റെ
ജ്വലിക്കുന്ന കണ്ണുപോലെ
പൂർണ്ണചന്ദ്രൻ ഉദിച്ചുയരുന്നു.
സാധാരണത്വം
പുനഃസ്ഥാപിക്കപ്പെട്ടിരിക്കുന്നു.

(തിയനൻമെൻ സ്ക്വയർ, ബെയ്ജിങ്)

പുസ്തകങ്ങൾ
(തൂ-യ്വാഹേക്ക്)

'മിങ്‌രാജവംശകാലത്ത്
ഈ പൊത്തിൽ സൂക്ഷിച്ചുവച്ചാണ്
പണ്ഡിതന്മാർ പുസ്തകങ്ങളെ
അധികാരികളിൽനിന്നു
രക്ഷപ്പെടുത്തിയത്'
ഞങ്ങളുടെ വഴികാട്ടി പറഞ്ഞു.
ഞാൻ ചോദിച്ചു: 'ഇപ്പോൾ ഈ പൊത്ത്
ആരാണുപയോഗിക്കുന്നത്?'
'ഇതിൽ സൂക്ഷിച്ചുവച്ചു രക്ഷപ്പെടുത്താൻ തക്ക
വിലയുള്ള പുസ്തകങ്ങളൊന്നും
ഇപ്പോൾ ഞങ്ങളെഴുതുന്നില്ല,' അവൾ പറഞ്ഞു.

(വിന്റർ പാലസ്, ബെയ്ജിങ്)

പതിനൊന്നാമത്തെ വൈരുദ്ധ്യം
(ജിയാൻ-ഡോങിന്)

പത്തു വൈരുദ്ധ്യങ്ങളെക്കുറിച്ചുള്ള
പ്രബന്ധം നന്നായി.
പക്ഷേ പതിനൊന്നാമത്തെ വൈരുദ്ധ്യം
അങ്ങു വിട്ടുപോയി;
ഭരണകൂടവും ജനങ്ങളും തമ്മിലുള്ളത്.
അവിടെയാണ് അടിത്തറ തോണ്ടിപ്പോയത്,
അല്ല, മറ്റു നാടുകളിൽ.
പിന്നെ ബ്രെഹ്റ്റ് പറഞ്ഞപോലെ
ഭരണകൂടം ജനങ്ങളെ പിരിച്ചുവിട്ട്
വേറെ ജനങ്ങളെ തിരഞ്ഞെടുക്കാമെന്നുവച്ചാൽ...
അതിനു കാടന്മാർ ബാക്കിയില്ലല്ലോ.

(മാവോ മ്യൂസിയം, ബെയ്ജിങ്)

അയചിങ്, ഒരു നദി
(കവി അയ്ചിങിന്)

അയ്ചിങ്, നീ ഒരു കിഴക്കൻ നദി.
മലമുകളിലെ കാറ്റ്
മാംസപേശികളുള്ള പൂവ്
പല്ലുകളുള്ള തേൻ.
കയറുംതോറും തണുപ്പു കൂടുന്ന
സഹനത്തിന്റെ ഒഴുക്കിലെന്നപോലെ
നിന്റെ കവിതയിൽ ഞാൻ ഊളിയിടുന്നു.
പഴയ തടവുകാരൻ
ചങ്ങലയുടെ കിലുക്കം കേൾക്കുംപോലെ
ഞാൻ ഓർമ്മയുടെ കിലുക്കം കേൾക്കുന്നു.
യഥാർത്ഥദുഃഖം ഒരിക്കലുമുറങ്ങുന്നില്ല.
കാത്തിരുന്ന വസന്തത്തിന്റെ സൗരഭ്യം
കാരാഗൃഹത്തിൽ കിടന്ന്
അനുഭവിക്കേണ്ടിവരുന്നവനെപ്പോലെ
അതു വർത്തമാനത്തെത്തന്നെ
നോക്കിനില്ക്കുന്നു.

പാടാനൊരുങ്ങുന്ന വായിൽ
ചോര വന്നു നിറയുന്നു.
മഷി പരക്കുന്ന താളിലെന്നപോലെ
നിശ്ശബ്ദത വാക്കുകളെ
പതുക്കെപ്പതുക്കെ കറുത്ത ശവക്കോടി
പുതപ്പിക്കുന്നു.
എങ്കിലും ചാമ്പലിന്റെ കടലിൽനിന്ന്
നീ വീണ്ടും വീണ്ടും ഉയർന്നുവരുന്നു
യുദ്ധം തകർത്ത വീടിന്റെ കല്ലുകളിൽനിന്ന്
ഒരു നാലുമണിപ്പൂ വിരിഞ്ഞുയരുംപോലെ,
അവർ നിന്നെ കനലിലും മഞ്ഞിൻകട്ടയിലും
മാറിമാറിക്കിടത്തുന്നു
രംഗം മാറുന്നതനുസരിച്ച്
നായകന്റെയും പ്രതിനായകന്റെയും
വേഷമണിയിക്കുന്നു.
ഒരു ഭരണകൂടത്തിനും
കവികളെ മനസ്സിലാക്കാനാവില്ല,
അയ്ചിങ്, അവർക്കു ഭയമാണ്
എപ്പോഴും തുറന്നിരിക്കുന്ന
കവിതയുടെ കണ്ണുകളെ,
ഓരോ നിമിഷവും വീണ്ടും വീണ്ടും പിറക്കുന്ന
കവിയുടെ ആയിരം ജന്മങ്ങളെ.
നേരും കൂറും
ഒത്തുപോകാത്ത കാലത്താണു നാം.
കോപ്പയിൽ ഇനിയും വിഷം ബാക്കിയുണ്ട്.

(അയ്ചിങ്ക്യതികൾ വായിക്കുമ്പോൾ)

അവസാനത്തെ ചക്രവർത്തി

(ഓം പ്രകാശ് സിംഗാളിന്)

അവസാനത്തെ ബാലചക്രവർത്തി
ഊമയാണ്.
അവന്റെ ശബ്ദം വരുന്നത്
തിരശ്ശീലയ്ക്കു പിറകിൽ നിന്നാണ്.

അവൻ ചേഷ്ടകൾക്ക്
അർത്ഥമേയില്ല.
മുതിർന്നവർ സ്വന്തം താൽപര്യമനുസരിച്ച്
അവ വ്യാഖ്യാനിക്കുന്നു.
അവൻ ഒരു പാവക്കുട്ടിയെ
ഉറക്കിക്കിടത്തുമ്പോൾ
അവർ നാട്ടിലുടനീളം
നിശാനിയമം പ്രഖ്യാപിക്കുന്നു.
അവൻ സ്വപ്നം നിറയെ
വെളുത്ത മുയൽക്കുഞ്ഞുങ്ങളാണ്
പക്ഷേ അവർ പറയുന്നത്
അവൻ ആക്രമണം സ്വപ്നം
കാണുകയാണെന്നാണ്
അവൻ ഒരു കറുത്ത പൂച്ചക്കുട്ടിയോടു
പിണങ്ങിയാൽ മതി,
അവർ അയൽനാടിനോട്
യുദ്ധം പ്രഖ്യാപിക്കയായി
അവനില്ലാതിരുന്നാലും
രാജ്യത്തിന് ഒന്നും സംഭവിക്കില്ലായിരുന്നു.
പക്ഷേ,
കല്പിക്കാനൊരു തിരുമേനിയില്ലാതെ
ഞങ്ങൾ, ജനങ്ങൾ, എങ്ങനെ കഴിയും?

('വിലക്കപ്പെട്ട നഗര'ത്തിലെ കൊട്ടാരത്തിൽ)

ചുവന്ന വിളക്ക്

(ഗഗൻ ഗില്ലിന്)

ഞെരിച്ചു കൊല്ലപ്പെട്ടവളുടെ നിലവിളി
കൊട്ടാരത്തിന്റെ അകച്ചുവരുകളിൽനിന്ന്
പത്തിയുയർത്തി നമ്മെ പിന്തുടരുന്നു.
ക്വാങ്ത്സെയുടെ ദർശനത്തെ
മുഴുവൻ അതു വിഴുങ്ങുന്നു
കൺഫ്യൂഷിയസ്സിന്റെ ജ്ഞാനമാകെ
വിഷം തീണ്ടുന്നു.

വന്മതിലിൽ നിന്നു താഴേക്കു വലിച്ചെറിയപ്പെട്ട
പെൺകുഞ്ഞുങ്ങളെച്ചുറ്റി അത്
സ്ത്രീഭ്രൂണങ്ങൾ തേടി ഇഴഞ്ഞുപോകുന്നു.
സീതയുടെ അടുക്കളയിൽ നിന്നുയരുന്ന പുകയിൽ
നമ്മുടെ കാഴ്ച മങ്ങുന്നു
അത് അടുക്കളയല്ല, ചിതയാണ്.
ഈ ചുവന്ന വെളിച്ചം കാമത്തിന്റേതുമല്ല.
ഇന്നു നിന്റെ കൂടെ ഉറങ്ങാൻ വരുന്നത്
മരണമാണ്.

('റെഡ് ലാന്റേൺ' സിനിമ കാണുമ്പോൾ, ബെയ്ജിങ്)

വ്യർത്ഥാഹ്ലാദം
(ലക്ഷ്മൺ ഗെയ്ക്ക്‌വാദിന്)

ഇല്ല ലക്ഷ്മൺ
നിന്റെ ഈ ആഹ്ലാദം വെറുതെയാണ്
ശുദ്ധമായി ഒന്നും അവശേഷിക്കുന്നില്ല,
ഒന്നും.
ഇലകൾ പോലും പിറുപിറുക്കുന്നത്
ഗൂഢാലോചനക്കാരെപ്പോലെയാണ്
കാറ്റ് അതിന്റെ പ്രണയത്തിന്റെ
സാക്ഷികളെ കൊന്നുകളയുന്നു
പൂക്കൾ വിടരുന്ന താഴ്‌വരയിലൂടെ
ചോരയുടെ മണം കയറിവരുന്നു
നമ്മുടെതന്നെ ആത്മാവ്
ഒരു വാളായി നമ്മെപ്പിളരുന്നു.
ഇല്ല.
നമ്മുടെ ദുഃഖികളായ അമ്മമാരുടെ
നഷ്ടഭൂമിയിലേക്ക് ഇനിയും
ഏറെപ്പോകാനുണ്ട്.
മുഷിഞ്ഞ ഭാണ്ഡങ്ങളും
കരയുന്ന വേരുകളുമായി
സ്റ്റേഷനിൽ വന്നിറങ്ങുന്ന ഈ കൃഷിക്കാർ
ഒരു വീരഗാഥയിലെയും നായകരല്ല.

ഈ സൈനികർ സംരക്ഷിക്കുന്നതോ
ഇനിയും സൃഷ്ടിക്കപ്പെടാത്ത ഒരു ലോകത്തെ.
ഇല്ല ലക്ഷ്മൺ
നാം കണ്ട നക്ഷത്രം
പ്രവാചകൻ പറഞ്ഞ നക്ഷത്രമായിരുന്നില്ല.

(റെയിൽവേസ്റ്റേഷൻ, ബെയ്ജിങ്)

ഭാഷകൾ

(രമാകാന്ത് രഥിന്)

രാത്രി നാം കവിതയ്ക്കും
വീഞ്ഞിനും പകുത്തുനല്കുന്നു.
ഒരാൾ മറാഠിയിൽ, ഒരാൾ ഗുജറാത്തിയിൽ,
ഒരാൾ ഹിന്ദിയിൽ, ഒരാൾ കർണ്ണാടകത്തിൽ,
താങ്കൾ ഒറിയയിൽ, ഞാൻ മലയാളത്തിൽ.
പാതി വീതം നമുക്കു പരസ്പരം
മനസ്സിലാകുന്നു, ബാക്കി
നമ്മുടെ വീഞ്ഞിനു മനസ്സിലാകുന്നു.
വിരഹത്തിനുമുണ്ട് അതിന്റെ ഭാഷ:
ഒരാൾ മുറുമുറുക്കുന്നു, ഒരാൾ കരയുന്നു,
ഒരാൾ നാടൻപാട്ടു മൂളുന്നു, ഒരാൾ ഭജന.
ഫാഹിയാനും ഹ്യുയെൻസാങ്ങും
യാത്രവൃത്താന്തങ്ങളുമായി
നമുക്കിടയിലേക്കു കടന്നുവരുന്നു
സുങ്കാലത്തെ ഒരു ചക്രവർത്തി
നമുക്കിടയിൽ വന്നിരുന്നു ഹുക്കാ വലിക്കുന്നു.
മഞ്ഞനദിയുടെ അടിത്തട്ടിൽനിന്ന്
ഒരു കുരങ്ങുമനുഷ്യൻ
സദസ്സിൽ കൂടുന്നു.
കാലം ഒരു മിഥ്യയാണ്
നാം അനന്തതയുടെ പ്രതിമകൾ.
ഈ നിമിഷത്തിനു നന്ദി പറയൂ,
ഈ വീഞ്ഞിനും.

(ഷുൻഗെങ് ഹിൽവ്യൂ ഹോട്ടൽ, ജിനാൻ)

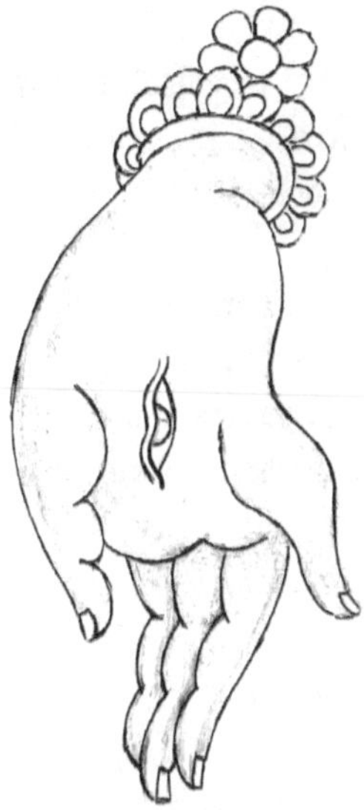

ശരിയായ ബുദ്ധൻ
(ചീ-ഫെങിന്)

ബുദ്ധൻ ഒന്നല്ലായിരുന്നു
കാലടി വയ്ക്കുന്നിടം താമര വിടർത്തിയ
നവജാതസിദ്ധാർത്ഥൻ
ജീവന്റെ അവകാശത്തിനായി
ദേവദത്തനോടു തർക്കിക്കുന്ന
ദയാമൂർത്തിയായ ഗൗതമബാലൻ
കനകത്തിന്റെ തടവിലാക്കപ്പെട്ട
യശോധരയുടെ രാജകുമാരൻ
നശ്വരതയിലേക്കു മിഴി തുറന്ന
വ്യാകുലബുദ്ധൻ
അസ്ഥിമാത്രനായ ശാക്യമുനി
അഭയമുദ്രയിലിരിക്കുന്ന

അവഹിതേശ്വരൻ
ശിഷ്യരാൽ വലയം ചെയ്യപ്പെട്ട
ജ്ഞാനേശ്വരൻ
ഔഷധമേറ്റി പത്മാസനത്തിലിരിക്കുന്ന
ധന്വന്തരി, ചിരിക്കുന്ന മഹോദരൻ,
മരിക്കുന്ന കൃശോദരൻ.
ഞാൻ നെരൂദയല്ല
കറുത്ത കല്ലിലും വെളുത്ത മരത്തിലും പണിത
കുറിയവരും നീണ്ടവരുമായ
ഈ ആയിരം ബുദ്ധന്മാർക്കിടയിൽ
സ്വന്തം കൂട്ടുകുടുംബത്തിലെന്നപോലെ
ഞാൻ സ്വസ്ഥനാണ്.
നാമും ആ അവസ്ഥകളിലൂടെ
കടന്നുപോകുന്നു, ബുദ്ധത്വം
അകലെയാണെന്നുമാത്രം.
നമുക്കുമാകാം ബുദ്ധൻ, ഒരു വ്യവസ്ഥയിൽ:
സ്വന്തം മാംസത്തിൽ വേണം
ആ ബുദ്ധനെ കൊത്തിയെടുക്കുവാൻ
സ്വന്തം ഇച്ഛയുടെ കൂർത്ത ഉളികൊണ്ട്.
എന്നിട്ടു നടക്കണം,
സത്യത്തിലേക്ക്,
സന്തതികളില്ലാതെ.

('ശയിക്കുന്ന ബുദ്ധ'ന്റെ ക്ഷേത്രം, ബാങ്കോക്ക്)

■

www.ingramcontent.com/pod-product-compliance
Lightning Source LLC
LaVergne TN
LVHW090336051026
849518LV00005B/1977